പാർട്ടി പിറന്ന വഴികൾ

party piranna vazhikal

•

payyanoor kunjiraman

•

first edition
march 2014

•

second edition
january 2015

•

typesetting & published
chintha publishers, thiruvananthapuram

•

cover
vinod

•

വിതരണം

ദേശാഭിമാനി ബുക്ക് ഹൗസ്

H O തിരുവനന്തപുരം–695 035
phone: 0471-2303026, 6063026
www.chinthapublishers.com
chinthapublishers@gmail.com

ബ്രാഞ്ചുകൾ

ഹെഡ്ഡാഫീസ് ബ്രാഞ്ച് കുന്നുകുഴി • സ്റ്റാച്യു തിരുവനന്തപുരം • കെ എസ് ആർ ടി സി ബസ് സ്റ്റേഷൻ ആലപ്പുഴ • കെ എസ് ആർ ടി സി ബസ് സ്റ്റേഷൻ എറണാകുളം • ചിറ്റൂർ റോഡ് എറണാകുളം • മച്ചിങ്ങൽ ലെയ്ൻ തൃശൂർ • ഐ ജി റോഡ് കോഴിക്കോട് • മാവൂർ റോഡ് കോഴിക്കോട് • എൻ ജി ഒ യൂണിയൻ ബിൽഡിങ് കണ്ണൂർ • സെൻട്രൽ ബസ് ടെർമിനൽ കോംപ്ലക്സ് താവക്കര കണ്ണൂർ

CR - 1409 / 3569

പാർട്ടി പിറന്ന വഴികൾ

പയ്യന്നൂർ കുഞ്ഞിരാമൻ

ചിന്ത പബ്ലിഷേഴ്സ്
തിരുവനന്തപുരം-695 035

പയ്യന്നൂർ കുഞ്ഞിരാമൻ

പയ്യന്നൂരിൽ മഹാദേവഗ്രാമത്തിനടുത്ത് രാമനാത്ത് വീട്ടിൽ ജനനം. പ്രാഥമികവിദ്യാഭ്യാസം കഴിഞ്ഞ് തൊഴിലാളിയായി. പ്രൈവറ്റായി പഠിച്ച് ബിരുദങ്ങൾ നേടി. ഹൈസ്കൂൾ അധ്യാപകനായി. തളിപ്പറമ്പ് മൂത്തേടത്ത് ഹൈസ്കൂളിൽ നിന്ന് വിരമിച്ചു. പുരോഗമനകലാസാഹിത്യസംഘം സംസ്ഥാന കമ്മിറ്റിയംഗമാണ്. സാക്ഷരതാ മിഷൻ എക്സിക്യൂട്ടീവ് അംഗമായും പ്രവർത്തിച്ചു. വിവർത്തനം, ചരിത്രം, ജീവചരിത്രം, ബാലസാഹിത്യം തുടങ്ങിയ മേഖലകളിലായി 57 കൃതികൾ പ്രസിദ്ധീകരിച്ചിട്ടുണ്ട്. *ചിന്ത* പുറത്തിറക്കുന്ന പതിനാറാമത്തെ ഗ്രന്ഥമാണിത്. 2005 ൽ അബുദാബി ശക്തി അവാർഡ് ലഭിച്ചു.

പ്രധാനകൃതികൾ: *ചാർവാകൻ* (നോവൽ), *പിറവി, നിരഞ്ജനയുടെ കഥകൾ, കാവേരി എന്റെ രക്തം* (വിവർത്തനം), *ഒരേ ഒരു പി ജി – ജീവചരിത്രം, ഒറ്റക്കാലൻ ഞണ്ട്, ഏലംകുളത്തെ കുഞ്ചു, എനിക്കും വേണം സ്വാതന്ത്ര്യം, കളിയാട്ടക്കഥകൾ, കൃതികൾ കഥകൾ, കുട്ടികളുടെ നായനാർ, പുരാണത്തിലെ അമ്മമാർ, പുരാണത്തിലെ കുട്ടികൾ, ബീർബലിന്റെ തമാശകൾ, ഇ എം എസ് കഥകൾ* (ബാലസാഹിത്യം).

ഭാര്യ : സത്യഭാമ എ കെ
മക്കൾ : സബിത, സൂരജ്
വിലാസം : 'ശ്രീ ഹരി'
ചാലക്കോട് പി ഒ
പയ്യന്നൂർ – 670307
കണ്ണൂർ ജില്ല
ഫോൺ : 9447209774

ഉള്ളടക്കം

പ്രസാധകക്കുറിപ്പ്

കേരള ചരിത്രത്തിലെ ചോരതുടിക്കുന്ന അധ്യായങ്ങൾ. ജനാധിപത്യ മൂല്യങ്ങൾക്കും ജീവിക്കാനുള്ള അവകാശങ്ങൾക്കും വേണ്ടി പൊരുതിവീണ മനുഷ്യർ സൃഷ്ടിച്ച ചരിത്രമുഹൂർത്തങ്ങൾ. പിണറായി പാറപ്രം, കയ്യൂർ, കോറോം, തില്ലങ്കേരി, മുനയൻകുന്ന്, പാടിക്കുന്ന്, മേപ്പയൂർ, തലശ്ശേരി തുടങ്ങിയ സമരഭൂമികളുടെയും ആ സമരങ്ങളിൽ അടയാളം പതിപ്പിച്ച മനുഷ്യരുടെയും കഥകൾ. ഓർക്കാനും ഓർമ പുതുക്കാനും നാളേക്കുള്ള ഊർജം സംഭരിക്കാനും ഒരാളെ പ്രേരിപ്പിക്കുന്നതാണ് പയ്യന്നൂർ കുഞ്ഞിരാമന്റെ ഈ ഗ്രന്ഥം.

ചിന്ത പബ്ലിഷേഴ്സ്

1

പാർട്ടി പിറന്ന ഗ്രാമം

ലോകം വീണ്ടും മാർക്സിനെ വിളിക്കുന്ന കാലമാണിത്. ജനങ്ങളിലും അവരുടെ ഭാവിയിലുമുള്ള അടിസ്ഥാനവിശ്വാസമാണ് മാർക്സിസം–ലെനിനിസത്തിന്റെ കാതൽ. സമുദായഘടനയും അതിന്റെ പരിവർത്തനത്തിനാധാരമായ ചില ശക്തികളും ഉണ്ടെന്ന് അദ്ദേഹം കണ്ടെത്തി. ആ കണ്ടെത്തലുകളെ ശാസ്ത്രീയ വിശകലനത്തിന് വിധേയമാക്കി. സത്യത്തിന്റെയും യുക്തിയുടെയും പാതയിലൂടെ നീങ്ങാൻ ആ ദർശനം മാനവരാശിക്ക് കരുത്ത് പകർന്നു. പുതിയൊരു ജീവിതം പിറവികൊള്ളുമെന്ന് ആ ദർശനം തെളിയിച്ചു. ചിന്തകൾ കടഞ്ഞെടുത്തു കിട്ടിയ ആ ദർശനം കേരളത്തിന്റെ ഗ്രാമങ്ങളിൽ ഉണർവും ഉന്മേഷവും സൃഷ്ടിച്ചു. എല്ലാം എല്ലാവർക്കുംവേണ്ടി എന്ന ബോധം അത് പകർന്നു നൽകി. മാർക്സിസത്തിന്റെ സൂര്യവെളിച്ചത്തിൽ ജീവിതം പ്രശോഭിതമായിത്തീരുന്നതിനെക്കുറിച്ച് കവികളും കലാകാരന്മാരും പാടി. ഇന്ത്യയിൽ മാർക്സിന്റെ ജീവചരിത്രം ആദ്യം പ്രസിദ്ധീകരിച്ചത് കേരളത്തിലാണ്. ജനാധിപത്യപ്രക്രിയവഴി കമ്യൂണിസ്റ്റ് സർക്കാർ അധികാരത്തിൽ വന്നതും ഈ നാട്ടിൽത്തന്നെ. തോക്കും ലാത്തിയും കാരാഗൃഹവും കൊണ്ട് തകർക്കപ്പെടാത്ത പുതുവീര്യമായി പടരുന്ന കമ്യൂണിസം കേരളത്തിൽ പിറന്നു വീണത് കണ്ണൂർ ജില്ലയിലെ പിണറായി ഗ്രാമത്തിലെ പാറപ്രം എന്ന പ്രദേശത്താണ്. ദാരിദ്ര്യം മണക്കുന്ന വഴികളിൽ ജനതയുടെ പ്രതീക്ഷകളായി കമ്യൂണിസ്റ്റുപാർട്ടി മാറുകയായിരുന്നു.

പിണറായി എന്ന ഗ്രാമം

കമ്യൂണിസ്റ്റുപാർട്ടി പിറന്ന ഗ്രാമത്തെ അറിയാനാണ് പിണറായി ടൗണിൽ ബസിറങ്ങിയത്. കണ്ണൂരിൽനിന്നാണ് യാത്രയെങ്കിൽ കൂത്തു

പറമ്പ് ബസിൽ കയറണം. മമ്പറം എന്ന സ്ഥലത്തിറങ്ങിയാൽ പിണറായിയിലേക്കുള്ള ബസ് കിട്ടും. കണ്ണൂരിൽനിന്നും ഇരുപത്തിരണ്ട് കിലോമീറ്റർ ദൂരം വരും. തലശ്ശേരിയിൽ നിന്നാണെങ്കിൽ പത്തുകിലോമീറ്ററേയുള്ളൂ. ബസിറങ്ങിയപ്പോൾ സുഹൃത്തുക്കളായ കെ യു ബാലകൃഷ്ണനും, പനോളി വത്സൻമാസ്റ്ററും കൂട്ടിനുണ്ടായി. ഇൻഫർമേഷൻ ഓഫീസറായി പിരിഞ്ഞ ആളാണ് ബാലകൃഷ്ണൻ. പിണറായി ഗ്രാമത്തിന്റെ ചരിത്രം തേടി ഞങ്ങൾ നടന്നു. ഇതിനകം പിണറായി ഗ്രാമത്തെക്കുറിച്ച് ഒരു ഗ്രന്ഥമെഴുതിയ കെ പി ബാലൻമാസ്റ്ററെ ചെന്നു കണ്ടു. പഴംതലമുറയിൽപ്പെട്ട അരോളി ബാലനെയും വാസുമാസ്റ്ററെയും കുഞ്ഞിരാമനെയും കണ്ടു. ചരിത്രനിയോഗം ഏറ്റെടുത്തൊരു നാടിന്റെ ഭൂതകാലം അവരെല്ലാം അയവിറക്കി. ഭാവികേരള സൃഷ്ടിക്കായി പ്രവർത്തിക്കുന്നവരുടെ ഊർജമാണ് പിണറായി ഗ്രാമമെന്നോർമപ്പെടുത്തി. ലോകത്തെങ്ങുമുള്ള പട്ടിണിപ്പാവങ്ങൾക്കും പീഡിതർക്കും പുതിയ ലോകം കാട്ടിക്കൊടുത്തുകൊണ്ടാണ് കമ്യൂണിസ്റ്റുപാർട്ടി രൂപംകൊണ്ടതെന്ന് വിവരിച്ചു.

പേരും പൊരുളും

പതിമൂന്ന് വാർഡുകളുള്ള ഗ്രാമപഞ്ചായത്താണ് പിണറായി. പഴയ കാലത്തെ പിണറായി, എരുവട്ടി എന്നീ വില്ലേജുകൾ കൂടിച്ചേർന്നാണ് പിണറായി പഞ്ചായത്തുണ്ടായത്. പിണറായി എന്ന സ്ഥലനാമത്തെക്കുറിച്ച് ഭിന്നാഭിപ്രായങ്ങൾ നിലവിലുണ്ട്. നൂറ്റാണ്ടുകൾക്കുമുമ്പ് കോട്ടയം–കോലത്തുനാട് നാട്ടരചന്മാർ തമ്മിൽ നടന്ന യുദ്ധത്തിൽ അനേകം വീരയോദ്ധാക്കൾ പിണമായിത്തീർന്നത്രെ. ശവമായി വീണെന്നാണ് വിശ്വാസം. ഇങ്ങനെ പിണമായിത്തീർന്ന പ്രദേശം പിന്നീട് ഉണർന്ന് പിണറായി എന്നറിയപ്പെട്ടുവെന്നാണ് ഒരു അഭിപ്രായം. അഴിമുഖവുമായി ചേരുന്ന–പിണരുന്ന–സ്ഥലം എന്ന അർഥത്തിൽ പിണറഴിയും കാലക്രമത്തിൽ പിണറാഴിയും പിണറായിയുമായിത്തീർന്നെന്നാണ് മറ്റൊരു മതം. ഏതായാലും പിണ, പിണം–പിണർ എന്നീ പദങ്ങളിൽ നിന്നാണ് സ്ഥലനാമം പിറന്നതെന്ന് വ്യക്തമാണ്. പിണ എന്നതിന് നുകം എന്നർഥമുണ്ട്. പിണകെട്ടുക എന്നാൽ പൂട്ടുന്നതിന് കാളകളെ നുകത്തിൽ ചേർത്ത് കെട്ടലാണ്. പിണ അഴിക്കുക എന്നാൽ കാളകളെ അഴിച്ചുമാറ്റലാണ്. പിണറായി വയലുകളുടെ നാടായിരുന്നല്ലോ. കാളകളും നുകങ്ങളും കർഷകരും വയലിൽ നിന്നൊഴിഞ്ഞ സമയമുണ്ടാവില്ല. ഒരുപക്ഷേ, സ്ഥലനാമത്തിന്റെ പിറവി ഈ പ്രവർത്തനങ്ങളിൽ നിന്നുമാവാം. ഐതിഹ്യമെന്തായാലും ശരി പിണറായി എന്നു കേൾക്കുമ്പോൾ കമ്യൂണിസ്റ്റുപാർട്ടി പിറന്ന നാടിനെയാണോർമ വരിക. മാത്രമല്ല, ആ നാടിന്റെ കരുത്തും ചൈതന്യവും നെഞ്ചിലെ നിറവായി കൊണ്ടുനടക്കുന്ന പിണറായി വിജയൻ എന്ന നേതാവിനെ കുറിക്കാനും ഇന്ന് ഈ ഗ്രാമപ്പേര് ഫലപ്രദമാവുന്നു.

നെല്ലിന്റെയും തെങ്ങിന്റെയും നാട്

മൂന്നുവശവും നദികളാൽ ചുറ്റപ്പെട്ട നാടാണ് പിണറായി. പുരോഗമനപ്രസ്ഥാനങ്ങൾക്കെല്ലാം നല്ല വേരോട്ടമുള്ള ഈ മണ്ണ് കാർഷികോൽപ്പന്നങ്ങളുടെ വിളഭൂമിയാണ്. ശാന്തസുന്ദരമായിരുന്നു പിണറായിഗ്രാമം. അഞ്ചരക്കണ്ടിപുഴയുടെ കുളിർകാറ്റിൽ നെൽവയലുകൾ കതിർ കനത്ത് ചാഞ്ചാടുമായിരുന്നു. പിണറായി വയലിന്റെ അറ്റം കാണാനാവില്ല എന്ന് പറയാറുണ്ട്. വയലിലൂടെ വഴിനടക്കാനും പ്രയാസമായിരുന്നത്രെ, വഴി തെറ്റിപ്പോകുമെന്നതാണ് കാര്യം. വെയിലും മഴയും വകവെക്കാതെ കർഷകർ പണിയെടുത്തപ്പോൾ പിണറായി നാട് കാർഷികവിളകളുടെ കലവറയായിത്തീർന്നു. കൃഷിനിലങ്ങളിൽ ഭൂരിഭാഗവും കോട്ടയം കോവിലകം വകയായിരുന്നു. ദേവസ്വം വനഭൂമിയുമുണ്ടായിരുന്നു. പാട്ടം, വാരം വ്യവസ്ഥകളിലാണ് നിലം കൃഷിചെയ്യാൻ വിട്ടുകൊടുത്തിരുന്നത്. കരാറനുസരിച്ചുള്ള പാട്ടത്തിനുപുറമെ വാശി, നുരി, വച്ചുകാണൽ, ശീലക്കാശ്, പൊളിച്ചെഴുത്ത് തുടങ്ങി പലതരം അക്രമപ്പിരിവുകളും ഏർപ്പെടുത്തിയിരുന്നു. ഏതുനിമിഷവും ഒഴിപ്പിക്കപ്പെടാം എന്നതായിരുന്നു കുടിയാന്റെ നില. ഭൂരിഭാഗം നിലവും കോട്ടയം തമ്പുരാന്റെ അധീനതയിലായിരുന്നു. പിണറായിയിലെ ഓലയമ്പലത്ത് കൂലോംമൊട്ട എന്നറിയപ്പെടുന്ന സ്ഥലം കോട്ടയം തമ്പുരാന്റെ നെല്ലറയായിരുന്നു. പാട്ടവും വാരവും സൂക്ഷിച്ചിരുന്നത് അവിടെയാണ്. നെല്ലറയ്ക്ക് കാവലും കാര്യസ്ഥനുമുണ്ടായിരുന്നു. ദേവസ്വം വക ഭൂസ്വത്തുക്കളുമുണ്ടായിരുന്നു. പാട്ടവും വാരവും അളന്നുവാങ്ങുന്നതിന് കോട്ടയം പറ, കോട്ടയം സേർ എന്നീ അളവുപാത്രങ്ങളുപയോഗിച്ചിരുന്നു. സാധാരണ സേറിൽനിന്നും വ്യത്യസ്തമാണ് കോട്ടയം സേർ. നിശ്ചിത അളവിലും കൂടുതൽ നെല്ല് കോട്ടയംപറയിൽ കൊള്ളും. കതിർ കനത്ത് ചാഞ്ഞുകിടക്കുന്ന പിണറായി വയലിന്റെ ചാരുത വാക്കുകളിലൊതുങ്ങാത്തതായിരുന്നത്രെ. മറ്റു ജന്മിമാർക്കുണ്ടായിരുന്ന ചീത്തത്തരങ്ങൾ കോട്ടയം തമ്പുരാനില്ലായിരുന്നെന്ന് വിഷ്ണുഭാരതീയന്റെ ഗ്രന്ഥത്തിൽ സൂചിപ്പിക്കുന്നു. വയലുകൾ ഇരുപ്പുനിലങ്ങളായിരുന്നു. അതായത് രണ്ടുതവണ വിളവിറക്കുന്നത്. ചീറ്റേനി, കയമ, രാജകയമ, തവളക്കണ്ണൻ, മുണ്ടോൻ എന്നീ നെല്ലിനങ്ങൾ പിണറായി ഗ്രാമത്തിൽ വിളഞ്ഞിരുന്നു. നെല്ലിനുപുറമെ തെങ്ങ് സമൃദ്ധമായിരുന്നു. അതുകൊണ്ടാകണം ചെത്തും ചക്കരയുണ്ടാക്കലും ഇവിടത്തെ പ്രധാന കുടിൽവ്യവസായമായത്. ബീഡി, നെയ്ത്ത് തുടങ്ങിയ തൊഴിൽശാലകളും പിണറായിയിലുണ്ട്. സ്ത്രീപുരുഷഭേദമെന്യേ എല്ലാവരും കാർഷികവൃത്തിയിലേർപ്പെട്ടിരുന്നു. വയൽപ്പണിയെന്നു പറഞ്ഞാൽ രാവും പകലുമുള്ള പണിയാണ്. കൊയ്ത്തുകാലം ഉത്സവം പോലെ ആഘോഷിക്കുമായിരുന്നു. ഇതൊക്കെയാണെങ്കിലും കൃഷിക്കാരുടെ ജീവിതം ദുരിതം നിറഞ്ഞതായിരുന്നു. 1930 കളുടെ ആദ്യത്തിൽ മദിരാശി ഗവൺമെന്റ് നികുതിവർധിപ്പിക്കുകയുണ്ടായി. ആ നികുതി വർധനവ് സാധാരണജനങ്ങളെ സാരമായി ബാധിച്ചു. പി കൃഷ്ണപിള്ളയെ

പോലുള്ള നേതാക്കൾ നികുതിവർധനവിനെതിരെ പ്രതികരിക്കണമെന്ന് ജനങ്ങളെ ആഹ്വാനം ചെയ്യുകയുണ്ടായി.

ഉപ്പളങ്ങളുടെ നാട്

കടലുമായി സമീപബന്ധം പുലർത്തുന്ന പിണറായിയുടെ തീരപ്രദേശം പണ്ട് ഉപ്പളങ്ങളായിരുന്നു. ഉപ്പുപാടങ്ങൾ പരന്നുകിടന്നിരുന്നു. ഉപ്പുപരലുകൾ ശേഖരിച്ച് ശുദ്ധീകരിച്ച് വിൽപ്പനനടത്തുന്നവർ പിണറായിയിലുണ്ടായിരുന്നു. ഇവിടെയുണ്ടാക്കുന്ന ഉപ്പ് വയനാടൻചുരം വഴി മധ്യ ഇന്ത്യവരെ എത്തിച്ചിരുന്നുവത്രെ. ഇന്ന് ഉപ്പളങ്ങളെല്ലാം ജലാശയങ്ങളോ തെങ്ങിൻതോപ്പുകളോ ആയിത്തീർന്നു. പഴയകാലത്ത് പാറപ്രം പ്രദേശവും കടൽക്കരയായിരുന്നത്രെ. കക്കകളുടെ നിക്ഷേപം ഇവിടെ ധാരാളമായുണ്ടായിരുന്നു.

പിണറായിയിലെ ചക്കരയ്ക്കും പിണറായിമുണ്ടിനും മേന്മയുണ്ടായിരുന്നു. വടക്കൻ മലബാറിൽ ഏറ്റവും രുചിയുള്ള ചക്കര നിർമിച്ചിരുന്നത് പിണറായിക്കാരാണത്രെ. പിണറായി തെരുവിലാണ് നെയ്ത്തുപണിക്കാർ കൂട്ടമായി താമസിച്ചിരുന്നത്. നാട്ടിന്റെ ഇതരഭാഗങ്ങളിലും ചെറിയ ചെറിയ നെയ്ത്തുശാലകൾ പ്രവർത്തിച്ചിരുന്നു. ക്രമേണ കൈത്തറി നെയ്ത്തും യന്ത്രവൽക്കരണത്തിന് വിധേയമായി. ഇന്നിവിടെ രണ്ട് പവർലൂം ഫാക്ടറികൾ പ്രവർത്തിക്കുന്നുണ്ട്. കർഷകസംഘത്തിന്റെയും കമ്യൂണിസ്റ്റുപ്രസ്ഥാനത്തിന്റെയും നേതാവ് ചെറായി അനന്തൻ നെയ്ത്തു തൊഴിലാളിയായിരുന്നു.

ഓട്ടുകമ്പനിയും ബീഡിക്കമ്പനിയും പഴയകാലം തൊട്ടേ ഇവിടെ പ്രവർത്തിച്ചിരുന്നു. സാമുവൽ ആറോന്നാണ് ഓട്ടുകമ്പനി സ്ഥാപിച്ചത്. എളുപ്പത്തിലുള്ള ഉപജീവനമാർഗം എന്ന നിലയിലാണ് ഇവിടെ ബീഡിത്തൊഴിൽ പ്രചരിച്ചത്. പിണറായിയിലെ പുരോഗമന വിപ്ലവപ്രവർത്തനങ്ങളിലെല്ലാം ബീഡിത്തൊഴിലാളികളുടെ സജീവസാന്നിധ്യമുണ്ട്. എൻ ഇ ബാലറാമും സി എച്ച് കണാരനും ഇവിടത്തെ ബീഡിക്കമ്പനികളിൽ വരുമായിരുന്നു. എൻ ഇ ബാലറാം വരുമ്പോൾ പുതിയ പുസ്തകങ്ങളും കൊണ്ടുവരുമത്രെ. പത്രമാസികകളും പുസ്തകങ്ങളും വായിച്ചു കേൾക്കുന്നത് ബീഡിത്തൊഴിലാളികളുടെ സവിശേഷതയായിരുന്നു. എം സി കുഞ്ഞിക്കണ്ണൻ, കെ വി കുമാരൻ, കെ പി കുഞ്ഞിക്കണ്ണൻ വടവതി കൃഷ്ണൻ തുടങ്ങിയ പാർട്ടിപ്രവർത്തകർ ബീഡിത്തൊഴിലാളികളായിരുന്നു.

കോട്ടയം കോവിലകത്തേക്ക് ജാഥ

1935 ൽ കർഷകസംഘം രൂപീകരിച്ചതോടെ കൃഷിക്കാരുടെ ദുരിതജീവിതത്തിന് പരിഹാരം തേടാനുള്ള ശ്രമമുണ്ടായി. കുടിയൊഴിപ്പിക്കലും അക്രമപ്പിരിവും അവസാനിപ്പിക്കണമെന്ന് സംഘം ആവശ്യപ്പെട്ടു. കള്ളക്കേസുകളും വിലക്കുകളും നിർത്തണമെന്ന ആവശ്യങ്ങളും ഉന്നയിച്ചു.

കർഷകരുടെ ന്യായമായ ആവശ്യങ്ങൾ ജന്മിയെ നേരിൽകണ്ട് ബോധ്യപ്പെടുത്തണമെന്ന് സംഘം തീരുമാനിച്ചു. 1936 ൽത്തന്നെ പിണറായിയിലും കർഷകസംഘം രൂപംകൊണ്ടിരുന്നു. അന്ന് കോട്ടയം താലൂക്ക് കർഷകസംഘം സെക്രട്ടറിയായത് പിണറായിയിലെ ടി വി അച്യുതൻനായരായിരുന്നു. കോട്ടയം കോവിലകത്തേക്കുള്ള മാർച്ചിന്റെ പ്രധാനചുമതലക്കാരൻ അച്യുതൻനായർക്കായിരുന്നു. കുണ്ടാഞ്ചേരി കുഞ്ഞിരാമൻ, പാണ്ട്യാല ഗോപാലൻമാസ്റ്റർ, ടി വി ഗോവിന്ദൻനായർ, ചെറായി അനന്തൻ, എം സി കുഞ്ഞിക്കണ്ണൻ, പിണറായി കൃഷ്ണൻനായർ, സി എൻ ബാലൻ, എ കുഞ്ഞമ്പു. എൻ ഇ ബാലറാം, പയ്യമ്പിള്ളി കൃഷ്ണൻ, പി നാണു തുടങ്ങി ഒട്ടേറെ പേരുടെ നേതൃത്വം ആ കർഷകജാഥയ്ക്കുണ്ടായിരുന്നു. പിണറായിയിലെ അയ്യായിരത്തിലധികം കർഷകർ ആ ജാഥയിൽ അണിനിരന്നിരുന്നുവത്രെ. കോട്ടയം കോവിലകത്തേക്ക് ജാഥ വരുന്നവിവരം മുൻകൂട്ടി തമ്പുരാനെ അറിയിച്ചിരുന്നു. എ കെ ജി പാളത്തൊപ്പിയിട്ടാണ് ജാഥ നയിച്ചത്. തമ്പുരാൻ ജാഥാംഗങ്ങളെ പറമ്പിൽ സ്വീകരിച്ചിരുത്തിയെന്നാണ് അനുഭവസ്ഥർ പറഞ്ഞുകേട്ടത്. എല്ലാവർക്കും നാരങ്ങാവെള്ളം കൊടുത്തുവത്രെ. എ കെ ജിയെ അകത്തേക്ക് വിളിച്ച് തമ്പുരാൻ സംസാരിച്ചു. കർഷകരുടെ പ്രയാസങ്ങൾ എ കെ ജി വിശദീകരിച്ചു. കാലാവസ്ഥ മാറിയാൽ വിളവ് കുറയും. എന്നാൽ വാരത്തിലോ പാട്ടത്തിലോ കുറവുവരുത്തില്ല. കൃഷിക്കാരും മനുഷ്യരാണ്. അവർക്ക് ജീവിക്കാനുള്ള സാഹചര്യമുണ്ടാവണം. “എന്റെ കുടിയാൻമാരെയെല്ലാം ഒന്നിച്ചുകാണാനുള്ള അവസരം ഗോപാലൻ ഉണ്ടാക്കിത്തന്നു” എന്നു തമ്പുരാൻ പറഞ്ഞുവത്രെ.

അധ്യാപകയൂണിയൻ

ദേശീയപ്രസ്ഥാനത്തിന്റെ ഭാഗമായി രൂപംകൊണ്ട അധ്യാപകപ്രസ്ഥാനത്തിന് പിണറായിയിൽ സജീവസാന്നിധ്യമുണ്ടായിരുന്നു. ടി വി ഗോവിന്ദൻമാസ്റ്റർ, പാണ്ട്യാല ഗോപാലൻമാസ്റ്റർ, പയ്യൻ ചന്തുക്കുട്ടിമാസ്റ്റർ എന്നിവർ ആദ്യകാലപ്രവർത്തകരായിരുന്നു. അന്ന് പിണറായിയിൽ ശനിയൻസഭ കൂടിയിരുന്നു. അധ്യാപകരുടെ വേദിയായിരുന്ന ഗുരുജനസമാജം ശനിയാഴ്ചകളിൽ ചേർന്നിരുന്നതുകൊണ്ടാണ് ശനിയൻസഭ എന്ന പേരുണ്ടായത്. ഈ സമാജം ബഹിഷ്കരിക്കാൻ അധ്യാപകയൂണിയൻ ആഹ്വാനം നൽകിയിരുന്നു. ശനിയൻസഭ നിർത്തലാക്കണമെന്നാവശ്യപ്പെട്ട് പിണറായിയിൽ നടന്ന പിക്കറ്റിങ്ങിന് നേതൃത്വം നൽകിയത് ടി സി നാരായണൻ നമ്പ്യാരായിരുന്നു. ഈ അധ്യാപകപ്രസ്ഥാനത്തെ കൃഷ്ണപിള്ള 1939 ൽ ഫലപ്രദമായി പ്രയോജനപ്പെടുത്തി. പാർട്ടി രൂപീകരണയോഗം നടക്കുന്നത് ആരുടെയും ശ്രദ്ധയിൽ വരാതിരിക്കാൻ പിണറായി ആർ സി അമല സ്കൂളിൽ അധ്യാപകസമ്മേളനവും സംഘടിപ്പിച്ചിരുന്നു. അധ്യാപകസംഘടനാസമ്മേളനത്തിൽ പങ്കെടുക്കാനെന്ന വ്യാജേനയാണ് പലരും പാറപ്രത്ത് എത്തിച്ചേർന്നത്.

പി കൃഷ്ണപിള്ളയുടെ സാന്നിധ്യം

പി കൃഷ്ണപിള്ള

1920 ൽ തന്നെ പിണറായി ഗ്രാമത്തിൽ ദേശീയപ്രസ്ഥാനം രൂപം കൊണ്ടിരുന്നു. കോൺഗ്രസ് പ്രവർത്തനമാണ് ആദ്യമുണ്ടായത്. നിയമലംഘനപ്രവർത്തനങ്ങളിൽ പിണറായിക്കാരും അണിചേർന്നു. ഉപ്പുസത്യഗ്രഹജാഥയ്ക്ക് തലശ്ശേരിയിൽ ഏർപ്പെടുത്തിയ സ്വീകരണച്ചടങ്ങിൽ പിണറായിയിലെ പഴയകാലപ്രവർത്തകരും പങ്കെടുത്തിരുന്നു. ഗാന്ധിത്തൊപ്പിയിടലും ക്ലാസ് ബഹിഷ്കരണവും ആർ സി അമല സ്കൂളിലും നടന്നിരുന്നു. ഗാന്ധിത്തൊപ്പി ധരിച്ചതിന് പി പി അനന്തനെ ക്ലാസിൽനിന്ന് പുറത്താക്കുകയുണ്ടായി.

പി കൃഷ്ണപിള്ള വടക്കെമലബാറിൽ കൂടുതൽ കാലം താമസിച്ചത് പിണറായി ഗ്രാമത്തിലാണ്. ഗുരുവായൂർ സത്യഗ്രഹം കഴിഞ്ഞതോടെ കൃഷ്ണപിള്ള മലബാറിലേക്ക് വരികയായിരുന്നു. സമാധാന സമരംകൊണ്ട് ഒന്നും നേടാനാവില്ലെന്ന് ഇതിനകം അദ്ദേഹം തിരിച്ചറിഞ്ഞിരുന്നു. അതുകൊണ്ടുതന്നെ തൊഴിലാളികളെയും കൃഷിക്കാരെയും സംഘടിപ്പിക്കണം. ചിറയ്ക്കൽ താലൂക്ക് കേന്ദ്രീകരിച്ച് കൃഷ്ണപിള്ള പ്രവർത്തനം നീക്കുകയായിരുന്നു. അദ്ദേഹം ഗ്രാമങ്ങൾതോറും സഞ്ചരിക്കുമായിരുന്നു. ഈ സഞ്ചാരം നാടുകാണാനായിരുന്നില്ല. ജനതയുടെ ഹൃദയം തൊട്ടറിയാനായിരുന്നു. യാത്ര പോവുന്ന പ്രദേശത്തിന്റെ ഭൂമിശാസ്ത്രവും ചരിത്രവും മനസിലാക്കാനും അദ്ദേഹം ശ്രമിച്ചു. വയലുകളുടെ നാടായ പിണറായി ഗ്രാമത്തിന്റെ ഭൂമിശാസ്ത്രപരമായ പ്രത്യേകത അദ്ദേഹത്തെ വല്ലാതെ ആകർഷിച്ചിരുന്നു. പിണറായി ഗ്രാമത്തിൽ കർഷകസംഘം രൂപീകരിക്കുന്നതിന് മുൻകൈയെടുത്തതും കൃഷ്ണപിള്ളയാണ്. അദ്ദേഹം ഒരിക്കലും ഒരു കാര്യത്തിലും നേരിട്ടിറങ്ങാറില്ല. കഴിവുള്ള പ്രവർത്തകരെ കണ്ടുപിടിച്ച് ഓരോരോ കാര്യത്തിനായി നിയോഗിക്കും. കേരളീയൻ, ഭാരതീയൻ, കെ പി ആർ ഗോപാലൻ, വി വി കുഞ്ഞമ്പു, എ വി കുഞ്ഞമ്പു, സുബ്രഹ്മണ്യഷേണായി, പി നാരായണൻനായർ തുടങ്ങിയവരെ ഈ രീതിയിൽ കൃഷ്ണപിള്ള ഫലപ്രദമായി വിനിയോഗിച്ചിരുന്നു.

തലശ്ശേരിയിലെ 'കതിരൂർ' എന്ന പ്രദേശത്ത് കൃഷ്ണപിള്ളയുടെ നേതൃത്വത്തിൽ മലബാറിലെ കർഷകപ്രവർത്തകരുടെ യോഗം ചേരുന്നുണ്ട്. മലബാറിലെ ഗ്രാമങ്ങളിലെല്ലാം സംഘങ്ങൾ സ്ഥാപിച്ച് പ്രവർത്തനം സജീവപ്പെടുത്തണമെന്ന് കൃഷ്ണപിള്ള ആ യോഗത്തിൽ നിർദേശിച്ചു. പിണറായിയിലെ കർഷകനേതാക്കളും ആ യോഗത്തിൽ

സംബന്ധിച്ചു. ഇ എം എസ്, എൻ സി ശേഖർ, എ കെ പിള്ള, കേരളീയൻ, ഭാരതീയൻ, പി നാരായണൻനായർ തുടങ്ങിയവരെല്ലാം ആ യോഗത്തിൽ എത്തിച്ചേർന്നു. കൃഷിക്കാർ തങ്ങളുടെ ആവശ്യങ്ങൾക്കുവേണ്ടി പോരാടുന്നതോടൊപ്പംതന്നെ സ്വാതന്ത്ര്യസമരപ്പോരാട്ടത്തിലും പങ്കെടുക്കണമെന്ന് കൃഷ്ണപിള്ള പ്രവർത്തകരോട് ആവശ്യപ്പെട്ടു.

മൊകേരി, പറശ്ശിനിക്കടവ്, ബക്കളം, ബ്ലാത്തൂർ തുടങ്ങി ചിറയ്ക്കൽ താലൂക്കിന്റെ ഓരോ ഭാഗത്തും കർഷകസമ്മേളനം നടത്തി ജനതയുടെ പ്രതികരണമറിയാൻ കൃഷ്ണപിള്ള ശ്രമിച്ചിരുന്നു. കമ്യൂണിസ്റ്റ് പ്രസ്ഥാനത്തിന് പിറവി നൽകാനുള്ള സാഹചര്യവും അതിനുള്ള സ്ഥലവും അദ്ദേഹം ഒരുക്കിക്കൊണ്ടു വരികയായിരുന്നു. 1937 ജൂലായിൽ തന്നെ കൃഷ്ണപിള്ള സെക്രട്ടറിയായി കേരളത്തിൽ കമ്യൂണിസ്റ്റ് ഗ്രൂപ്പ് രൂപീകരിച്ചിരുന്നു. അന്നുമുതൽ കോൺഗ്രസ് സോഷ്യലിസ്റ്റ് പാർട്ടിക്കുള്ളിൽ കമ്യൂണിസ്റ്റ് പ്രചാരകനായി അദ്ദേഹം മാറുകയായിരുന്നു. മനസുകളെല്ലാം പാകപ്പെട്ടുവന്നതിനുശേഷം പാർട്ടി രൂപീകരണത്തിനുള്ള ഇടമായി പിണറായിയിലെ പാറപ്രം പ്രദേശം തെരഞ്ഞെടുത്തു. പങ്കെടുപ്പിക്കേണ്ടവരുടെ ലിസ്റ്റും അദ്ദേഹം തയാറാക്കി. ഓരോരുത്തരും രഹസ്യമായി പിണറായി ഗ്രാമത്തിലെത്തിച്ചേരണമെന്ന് നിർദേശിക്കുകയായിരുന്നു.

തൊഴിലാളിവർഗപക്ഷപാതിത്വമുള്ള ഒരു ദർശനത്തിന് രൂപം കൊടുക്കാൻ ഏറ്റവും പറ്റിയ ഇടം പിണറായി ഗ്രാമമാണെന്ന് അദ്ദേഹം കണ്ടെത്തി. വിത്തിറക്കുന്നതിനു മുമ്പ് മണ്ണ് പാകപ്പെടുത്തിയെടുക്കുന്ന കൃഷിക്കാരനെ പോലെയാണ് കൃഷ്ണപിള്ള ജാഗ്രത കൈക്കൊണ്ടത്. പിണറായിയിലും സമീപപ്രദേശമായ മാവിലായിയിലും അദ്ദേഹം ദിവസങ്ങളോളം താമസിച്ചിരുന്നു. മാവിലായിയിലെ പൊക്കന്റെ വീട്ടിലാണല്ലോ പിൽക്കാലത്ത് ഇ എം എസിനെ താമസിപ്പിച്ചത്.

കൈയ്ക്ക് ടവ്വൽകെട്ടി വണ്ടിയിറങ്ങണം

1939 ഡിസംബറിൽ കമ്യൂണിസ്റ്റുപാർട്ടി രൂപംകൊണ്ടത് പെട്ടെന്നുള്ള സംഭവമായിരുന്നില്ല. 1937 മുതൽ തന്നെ കൃഷ്ണപിള്ള സെക്രട്ടറിയായി കമ്യൂണിസ്റ്റ് ഗ്രൂപ്പ് രൂപംകൊണ്ടിരുന്നു. കെ പി സി സിയുടെ നേതൃത്വം അന്ന് ഇടതുപക്ഷക്കാരുടെ കൈകളിലായിരുന്നു. ബ്രിട്ടന്റെ യുദ്ധനയത്തെ ശക്തിയായി എതിർത്തുകൊണ്ട് കൃഷ്ണപിള്ള പ്രസ്താവനയിറക്കിയിരുന്നു. 1939 സെപ്തംബർ ഒന്നിനാണല്ലോ രണ്ടാം ലോകമഹായുദ്ധം പൊട്ടിപ്പുറപ്പെട്ടത്. യുദ്ധത്തോടുള്ള സമീപനത്തിന്റെ പേരിൽ അഖിലേന്ത്യാതലത്തിൽ കോൺഗ്രസ് സോഷ്യലിസ്റ്റ് പാർട്ടിയും കമ്യൂണിസ്റ്റുപാർട്ടിയും തമ്മിലുള്ള ബന്ധം മുറിയാനിടയായി. 1939 ഒക്ടോബറിൽ നാഗ്പൂരിൽ അരലക്ഷംപേർ പങ്കെടുത്ത യുദ്ധവിരുദ്ധറാലി നടന്നു. അന്നുതന്നെ കോൺഗ്രസ് സോഷ്യലിസ്റ്റുപാർട്ടി എക്സിക്യൂട്ടീവ് കമ്മിറ്റിയോഗവും അവിടെ വെച്ച് നടന്നു. കൃഷ്ണപിള്ളയും, ഇ എം എസും

ഇ എം എസ്

അതിൽ പങ്കെടുത്തു. യുദ്ധവിരുദ്ധപ്രസ്ഥാനം വ്യാപകമായി സംഘടിപ്പിക്കാനും ആ യോഗം ആഹ്വാനം ചെയ്തു. നാഗ്പൂരിൽ നിന്ന് കൃഷ്ണപിള്ള നേരെ പോയത് ബോംബെ കമ്യൂണിസ്റ്റ് ആസ്ഥാനത്തേക്കാണ്. കേരളത്തിലെ പാർട്ടിരൂപീകരണം സംബന്ധിച്ച് നേതാക്കളുമായി അദ്ദേഹം ചർച്ച നടത്തി. കേരളത്തിൽ തിരിച്ചെത്തിയ ഉടൻ കോൺഗ്രസ് സോഷ്യലിസ്റ്റുപാർട്ടി യോഗം വിളിച്ചുചേർത്തു. കോഴിക്കോട്ട് ചേർന്ന ആ യോഗമാണ് കമ്യൂണിസ്റ്റുപാർട്ടി രൂപീകരിക്കാൻ തീരുമാനമെടുത്തത്. എവിടെ വെച്ച് രൂപീകരണയോഗം ചേരണമെന്ന കാര്യവും ചർച്ചചെയ്തു. പിണറായി ഗ്രാമത്തിന്റെ കാര്യം കൃഷ്ണപിള്ളയാണ് നിർദേശിച്ചത്. അവിടത്തെ രാഷ്ട്രീയ പശ്ചാത്തലവും അദ്ദേഹം വിവരിച്ചു. സമ്മേളനത്തിൽ ആരെയൊക്കെ പങ്കെടുപ്പിക്കും എന്ന കാര്യവും അവിടെ ആലോചനയ്ക്ക് വന്നു. ആ ഉത്തരവാദിത്വം കൃഷ്ണപിള്ളയെ തന്നെ ഏൽപ്പിച്ചു. അദ്ദേഹം മലബാറിന്റെയും കൊച്ചിയുടെയും വിവിധഭാഗങ്ങളിൽ പ്രവർത്തകയോഗങ്ങൾ സംഘടിപ്പിച്ചു. ചില പ്രദേശങ്ങളിൽ പ്രത്യേക ക്ലാസുകളും നടത്തി. ഇവയിൽ നിന്നെല്ലാമായി തൊണ്ണൂറോളം പേരെ പിണറായി സമ്മേളനത്തിലേക്ക് കണ്ടെത്തുകയായിരുന്നു. പങ്കെടുക്കേണ്ടവർക്കെല്ലാം വ്യക്തിപരമായിത്തന്നെ കൃഷ്ണപിള്ള കത്തുകൾ അയച്ചു. പയ്യന്നൂരിലെ സുബ്രഹ്മണ്യഷേണായി ആ അനുഭവം ഇങ്ങനെ വിവരിക്കുന്നു: “ഒരു ദിവസം കൃഷ്ണപിള്ളയുടെ കത്തുകിട്ടി ഇടത്തെ കൈയിൽ ടവ്വൽ കെട്ടി തലശ്ശേരി റെയിൽവേ സ്റ്റേഷനിൽ വണ്ടിയിറങ്ങണം, അവിടെ ടവ്വൽ കെട്ടിയ ആൾ കാത്തുനിൽക്കും.” കത്തിൽ ഇത്രമാത്രമേ സൂചിപ്പിച്ചിരുന്നുള്ളൂ. ഒരു വൈകുന്നേരത്തെ പാസഞ്ചർ വണ്ടിക്കാണ് തലശ്ശേരിക്ക് പുറപ്പെട്ടത്. റെയിൽവെ സ്റ്റേഷനിൽ ഇറങ്ങിയപ്പോൾ ദൂരെ ടവ്വൽ കെട്ടിയ ഒരാൾ നിൽക്കുന്നുണ്ടായിരുന്നു. വേഗം അങ്ങോട്ട് നടന്നുചെന്നു. “വരൂ” എന്ന് പറഞ്ഞശേഷം അയാൾ നടക്കുകയായിരുന്നു. മറ്റൊന്നും ചോദിക്കാനോ പറയാനോ ഇടമുണ്ടായില്ല. ഷേണായിയും പിന്നാലെ നടന്നു. ഇടവഴിയും പാടവരമ്പും ചതുപ്പുനിലവും പിന്നിട്ട് ഒടുവിൽ ആ പ്രദേശത്ത് എത്തിച്ചേർന്നു. അവിടെ വേറെയും പ്രവർത്തകർ വന്നെത്തിയിരുന്നു. പയ്യന്നൂരിൽനിന്നുതന്നെ എ വി കുഞ്ഞമ്പുവും, വി വി കുഞ്ഞമ്പുവും എത്തിച്ചേർന്നിരുന്നു. കെ പി ഗോപാലന്റെ അധ്യക്ഷതയിലാണ് യോഗം ചേർന്നത്. ആദ്യം ഇ എം എസ് സംസാരിച്ചു. പിന്നീട് സുദീർഘമായി കൃഷ്ണപിള്ള കാര്യങ്ങൾ വിശദീകരിച്ചു. ഇന്ത്യയിലെയും കേരളത്തിലെയും രാഷ്ട്രീയസ്ഥിതിഗതികൾ അദ്ദേഹം അംഗ

ങ്ങളെ ബോധ്യപ്പെടുത്തി. കമ്യൂണിസ്റ്റ് പാർട്ടിക്ക് രൂപം കൊടുക്കേണ്ട തിന്റെ ആവശ്യകത ഊന്നിപ്പറഞ്ഞു. ഒടുവിൽ പാർട്ടി രൂപീകരണപ്ര ഖ്യാപനം നടത്തിയതും കൃഷ്ണപിള്ള തന്നെ. 1940 ജനുവരി 26 ന് ചുമ രെഴുത്ത് വഴി പാർട്ടി രൂപീകരണം പരസ്യപ്പെടുത്താനും തീരുമാനിച്ചു.

കേരളത്തിൽ കമ്യൂണിസ്റ്റ് പാർട്ടി രൂപീകരണം അറിയിക്കാനുള്ള സുപ്രധാനവും ചരിത്രപ്രധാനവുമായ യോഗമാണ് അഞ്ചരക്കണ്ടി പുഴ യോരത്തെ പിണറായി ഗ്രാമത്തിൽ നടന്നത്. ഒരു നാടിനെ സംബന്ധി ച്ചിടത്തോളം എന്നെന്നും അഭിമാനിക്കാനുള്ള വക നൽകിയ ഒരു സംഭ വമാണിത്. സമ്മേളനത്തിൽ പങ്കെടുത്തവരിൽ തിരിച്ചറിഞ്ഞവരുടെ പേരു കൾ....

പി കൃഷ്ണപിള്ള
കെ ദാമോദരൻ
ഇ എം എസ്
എ കെ ജി
പി നാരായണൻനായർ
കെ കെ വാര്യർ
വിഷ്ണുഭാരതീയൻ
കേരളീയൻ
ഇ പി ഗോപാലൻ
കെ പി ഗോപാലൻ
പി എസ് നമ്പൂതിരി
സി എച്ച് കണാരൻ
സുബ്രഹ്മണ്യഷേണായി
ടി എസ് തിരുമുമ്പ്
ചന്ദ്രോത്ത് കുഞ്ഞിരാമൻനായർ
എം കെ കേളു
എ വി കുഞ്ഞമ്പു
വി വി കുഞ്ഞമ്പു
വില്യം സെറ്റലക്സ്
കെ കുഞ്ഞിരാമൻമാസ്റ്റർ
പി എം കൃഷ്ണമേനോൻ
കെ കൃഷ്ണൻനായർ
വടവതി കൃഷ്ണൻ
എൻ ഇ ബാലറാം
പിണറായി കൃഷ്ണൻനായർ
കെ എൻ ചാത്തുക്കുട്ടി
മഞ്ചുനാഥ റാവു
കൊങ്ങശ്ശേരി കൃഷ്ണൻ
കെ പി ആർ ഗോപാലൻ
മൊയാരത്ത് ശങ്കരൻ

പി വി കുഞ്ഞുണ്ണിനായർ
പി കെ ബാലകൃഷ്ണൻ
ജനാർദനഷേണായി
ജോർജ് ചടയംമുറി
പി ഗംഗാധരൻ
എം പത്മനാഭൻ
ടി വി അച്യുതൻനായർ
കെ ദാമു
സുബ്രഹ്മണ്യശർമ്മ
ടി കെ രാജു
ഐ സി പി നമ്പൂതിരി

അതിജീവനത്തിന്റെ നാളുകൾ

പിണറായിയിൽ ആദ്യത്തെ പാർട്ടിസെൽ രൂപംകൊണ്ടതും കൃഷ്ണപിള്ളയുടെ നിർദേശപ്രകാരമായിരുന്നു. ആർ സി അമലസ്കൂളിലെ ഒരറ്റത്തുള്ള മുറിയിൽ പാണ്ട്യാല ഗോപാലൻമാസ്റ്റർ, വാഴയിൽ ഗോപി, കുണ്ടാഞ്ചേരി കുഞ്ഞിരാമൻ, എൻ ഇ ബാലറാം, കുഞ്ഞിരാമൻ സറാപ്പ്, പിണറായി കൃഷ്ണൻനായർ എന്നിവർ ഒത്തുചേർന്ന് പാർട്ടിഗ്രൂപ്പ് രൂപീകരിച്ചു. കൺവീനർ വാഴയിൽ ഗോപിയായിരുന്നു. ഈ ഗ്രൂപ്പ് രഹസ്യമായി പ്രവർത്തിക്കുകയായിരുന്നു. 1940 ൽ പാർട്ടിബ്രാഞ്ച് രൂപീകരിച്ചു. പടന്നക്കരയിലെ പണിക്കർ ചാത്തുക്കുട്ടിയാണ് ആദ്യ ബ്രാഞ്ച് സെക്രട്ടറിയായത്. പഞ്ചാര ചാത്തുക്കുട്ടി, എം സി നാണുനായർ, കാനത്തായി പൈതൽ തുടങ്ങിയവരും ആദ്യകാല പ്രവർത്തകരായിരുന്നു.

എൻ ഇ ബാലറാം

1940 സെപ്തംബർ 15 ന്റെ പ്രതിഷേധദിനാചരണം മലബാറിനെയാകെ ഇളക്കിമറിച്ചതാണല്ലോ. അന്ന് തലശ്ശേരി കടപ്പുറത്ത് പ്രതിഷേധയോഗം ചേർന്നു. പിണറായിയിൽനിന്ന് എൻ ഇ ബാലറാമിന്റെ നേതൃത്വത്തിൽ ഒരു സംഘം വളണ്ടിയർമാർ ആ യോഗത്തിൽ പങ്കെടുത്തിരുന്നു. പാണ്ട്യാല ഗോപാലൻമാസ്റ്റർ, പി കെ മാധവൻ, പി കൃഷ്ണൻ എന്നിവർ ആ സംഘത്തിലുണ്ടായിരുന്നു. ജവഹർഘട്ടിൽ രണ്ടായിരത്തോളംപേർ തടിച്ചുകൂടിയിരുന്നു. നിരോധനാജ്ഞ ലംഘിച്ച് പ്രസംഗിച്ച നേതാക്കൾക്കെതിരെ പൊലീസ് ബലം പ്രയോഗിച്ചതോടെ സംഘർഷമുടലെടുത്തു. ലാത്തിച്ചാർജിനുശേഷം പൊലീസ് പതിനേഴു പ്രാവശ്യം വെടിവച്ചുവത്രെ. അബു എന്ന അധ്യാപകനും ചാത്തുക്കുട്ടി എന്ന തൊഴി

ലാളിയും രക്തസാക്ഷിത്വം വരിച്ചു. കേരളത്തിൽ നടന്ന വിപ്ലവപ്പോരാട്ടങ്ങളിലെ ആദ്യരക്തസാക്ഷികളെന്ന് അബുമാസ്റ്ററെയും ചാത്തുക്കുട്ടിയെയും വിശേഷിപ്പിക്കുന്നു. പിണറായിയിൽ ഇതേത്തുടർന്ന് പ്രതിഷേധ പ്രകടനം നടന്നിരുന്നു.

രണ്ടാം ലോകമഹായുദ്ധത്തെത്തുടർന്നുണ്ടായ ക്ഷാമം പിണറായി ഗ്രാമത്തിലും ബാധിച്ചിരുന്നു. ഒരു നേരംപോലും ഭക്ഷണം കിട്ടാതെ ജനം വലയുകയായിരുന്നു. പകർച്ചവ്യാധിയും ഇതോടൊപ്പമുണ്ടായി. കോളറയും വസൂരിയും പിടിപെട്ട് ആളുകൾ മരണപ്പെട്ടുകൊണ്ടിരുന്നു. ജനം പുറത്തിറങ്ങാൻ ഭയന്ന അക്കാലത്ത് കമ്യൂണിസ്റ്റുപാർട്ടി പ്രവർത്തകരാണ് സേവനസന്നദ്ധരായി ഇറങ്ങിത്തിരിച്ചത്. കർഷകത്തൊഴിലാളികളും ബീഡിത്തൊഴിലാളികളും ഒന്നിച്ചിറങ്ങിയ സന്ദർഭമാണത്. എം സി കുഞ്ഞിക്കണ്ണൻ, കെ പി ഗോവിന്ദൻ, കണ്ണൻനായർ, യു കുഞ്ഞിരാമൻ തുടങ്ങിയവർ സഹായസന്നദ്ധരായി മുന്നിട്ടിറങ്ങിയവരാണ്.

1948 ലെ പീഡനം

കലാ–സാംസ്കാരിക പ്രവർത്തനങ്ങളിലും പിണറായി ഗ്രാമം മുന്നിട്ടു നിന്നു. അവിടെ ആദ്യം സംഘടിപ്പിച്ചത് വായനശാലകളാണ്. വായനശാലകളിൽ നിശാപാഠശാലകൾ നടത്തിയിരുന്നു. പെരളശ്ശേരിയിൽ എ കെ ജി നിശാപാഠശാലയിൽ പഠിപ്പിച്ച കാര്യം ആത്മകഥയിൽ അനുസ്മരിക്കുന്നുണ്ട്. കമ്യൂണിസ്റ്റുപാർട്ടി രൂപീകരണയോഗം നടന്നതു തന്നെ വിവേകാനന്ദ വായനശാലാമുറ്റത്താണ്. ഗ്രാമത്തിലെ പടന്നക്കര പൊതുജനവായനശാല 1937 ൽ തുടങ്ങിയതാണ്. നാടകപ്രവർത്തകരും സാഹിത്യകാരന്മാരും ഈ ഗ്രാമത്തിന്റെ ചരിത്രബോധം വളർത്തിക്കൊണ്ടുവന്നിരുന്നു.

1948 പിണറായി ഗ്രാമത്തിനും ദുരിതകാലമായിരുന്നു. കൽക്കത്ത സമ്മേളനത്തെത്തുടർന്ന് ഇന്ത്യയിലാകെ കമ്യൂണിസ്റ്റുകാരെ അറസ്റ്റുചെയ്തുകൊണ്ടിരുന്നു. കമ്യൂണിസ്റ്റുപാർട്ടി രൂപംകൊണ്ട പ്രദേശമെന്ന നിലയിൽ പിണറായി ഗ്രാമം അധികൃതരുടെ നോട്ടപ്പുള്ളിയായി മാറി. എൻ ഇ ബാലറാം, പാണ്ട്യാല ഗോപാലൻമാസ്റ്റർ തുടങ്ങിയ നേതാക്കളെ പിടികൂടണമെന്ന് തലശ്ശേരി സർക്കിൾ ഇൻസ്പെക്ടർ ഭണ്ഡാരി നിശ്ചയിച്ചു. അമ്പതോളം പൊലീസുകാരാണ് പിണറായി ഗ്രാമത്തിലിറങ്ങിയത്. അവർ പല വഴികളിലായി സഞ്ചരിച്ച് ഭീകരാന്തരീക്ഷം സൃഷ്ടിച്ചു. വീടുകൾ വളയുക, വീട്ടുകാരെ ഭീഷണിപ്പെടുത്തുക, വീട്ടുപകരണങ്ങൾ നശിപ്പിക്കുക, അസഭ്യവർഷം ചൊരിയുക എന്നിവ നിത്യേന നടന്നു. കൈയിൽക്കിട്ടിയ പുരുഷന്മാരെ തല്ലിച്ചതച്ചു. ഒളിവിൽപ്പോയ നേതാക്കളെ കാട്ടിക്കൊടുക്കണമെന്നു പറഞ്ഞാണ് മർദിച്ചത്. പടന്നക്കര ഭാഗത്ത് പൊലീസ് നടത്തിയ അതിക്രമങ്ങളെക്കുറിച്ച് അനുഭവസ്ഥനായ കെ വി കുമാരന്റെ ഓർമ കെ പി ബി പിണറായി മാസ്റ്റർ തന്റെ ഗ്രാമചരിത്രത്തിൽ രേഖപ്പെടുത്തിയിട്ടുണ്ട്:

എനിക്കന്ന് പതിനേഴ് വയസായിരുന്നു. വീട് ഓലമേഞ്ഞതായിരുന്നു. പൊലീസ് സംഘം ഓടിക്കയറി വന്ന ഉടൻ ചീത്തവിളിക്കാൻ തുടങ്ങി. വീട്ടിൽ ഒളിപ്പിച്ചവരെക്കുറിച്ച് പറയണമെന്നാവശ്യപ്പെട്ടു. വീട്ടിൽ ആരെയും ഒളിപ്പിച്ചിരുന്നില്ല. എങ്കിലും എന്നെ അവർ കൂടെകൂട്ടി. എൻ ഇ ബാലറാമിന്റെ വീട്ടിലേക്കാണ് പോയത്. അവിടെ ആരുമില്ലായിരുന്നു. അവിടെനിന്നും പിണറായിതെരുവു വഴി നടത്തിച്ചു. പാർട്ടി ബ്രാഞ്ചു സെക്രട്ടറി കാനത്തായി പൈതലിന്റെ വീട്ടിലേക്കാണ് പോയത്. പൊലീസിന്റെ വരവ് മണത്തറിഞ്ഞ പൈതൽ കുറ്റിക്കാട്ടിൽ ചെന്നൊളിച്ചു. പൊലീസ് വീടാകെ പരിശോധിച്ചു. പിന്നെ സമീപത്തെ കാടുകളിൽ അന്വേഷിച്ചു. അവിടെ ഒളിച്ചിരുന്ന പൈതലിനെ ഒരു പൊലീസുകാരൻ വലിച്ചിഴച്ച് വീട്ടുമുറ്റത്ത് കൊണ്ടുവന്നു. പൈതലിന്റെ ട്രൗസറിൽ എന്തോ വീർത്തു കാണപ്പെട്ടു. പൊലീസ് കീശയിൽ കൈയിട്ട് പുറത്തെടുത്തത് ഒരു കെട്ട് നോട്ടീസാണ്. കമ്യൂണിസ്റ്റുകാരോട് കളിച്ചാലുള്ള ഭവിഷ്യത്തിനെക്കുറിച്ച് പ്രതിപാദിക്കുന്ന നോട്ടീസായിരുന്നു. നോട്ടീസിന്റെ പേരിൽ പൈതലിനെ അതിക്രൂരമായി മർദിച്ചു. കുനിച്ചുനിർത്തി നട്ടെല്ലിൽ മുഷ്ടിചുരുട്ടിയിടിച്ചു. ജീവച്ഛവമായിത്തീർന്ന പൈതലിനെ തുറസായ ഒരു സ്ഥലത്തേക്ക് കൊണ്ടുപോയി. അവിടെ വേറെയും പ്രവർത്തകരെ കൊണ്ടുവന്നിട്ടുണ്ടായിരുന്നു. അവിടെവച്ചും ചോദ്യം ചെയ്തു. ചോദ്യം ചെയ്തവരെയെല്ലാം വീണ്ടും മർദിച്ചു. എന്നെയും ചോദ്യം ചെയ്തു. എന്നെ ഇടിക്കാൻ തുനിഞ്ഞപ്പോൾ ആരോ തടഞ്ഞു. അങ്ങനെ തല്ലുകൊള്ളാതെ രക്ഷപ്പെട്ടു.

പൊലീസുകാർ പിണറായിയിലെ ബീഡിക്കമ്പനിയിലും ഓടിക്കയറിയിരുന്നു. കമ്യൂണിസ്റ്റുകാരായ തൊഴിലാളികളെ അന്വേഷിച്ചാണ് പൊലീസെത്തിയത്. ഓരോരുത്തരെയും നിർത്തി പേരും സ്ഥലവും ചോദിച്ചു. പേരും സ്ഥലവും പറഞ്ഞതുകൂടാതെ ഞാൻ കോൺഗ്രസാണെന്ന് ഓരോരുത്തരും അറിയിച്ചു. അതുകേട്ട് പൊലീസ് സർക്കിൾ ഇൻസ്പെക്ടർ ഭണ്ഡാരിക്ക് കലികയറി. പിന്നാരാടാ കമ്യൂണിസ്റ്റ് എന്നു ചോദിച്ചുകൊണ്ടായിരുന്നു അടുത്ത പരാക്രമം. തൊഴിലാളികളിൽ ജയിലിൽ പോയവർ ആരൊക്കെ എന്നായി അടുത്ത ചോദ്യം. ഈ ചോദ്യം ചെയ്യലിൽ രണ്ടുപേർ ജയിലിൽ പോയിട്ടുണ്ടെന്ന് മനസിലായി. അവർ കെ വി കുമാരനും, ടി കുമാരനുമായിരുന്നു. അവരെ പിടികൂടി സ്റ്റേഷനിലേക്ക് കൊണ്ടുപോയി പിന്നീട് വിട്ടയയ്ക്കുകയും ചെയ്തു.

നാൽപ്പത്തെട്ടിലെ പൊലീസ് മർദനത്തിൽ അവശനായിത്തീർന്ന മറ്റൊരു നേതാവ് പാണ്ട്യാല ഗോപാലൻ മാസ്റ്ററാണ്. 1920 ൽ ജനിച്ച ഗോപാലൻ അൺട്രെയിന്റ് അധ്യാപകനായിരുന്നു. കോൺഗ്രസ് വളണ്ടിയറായിരുന്ന അദ്ദേഹം കർഷകസംഘത്തിന്റെയും കമ്യൂണിസ്റ്റുപാർട്ടിയുടെയും സജീവപ്രവർത്തകനായി. കോട്ടയം കോവിലകത്തേക്ക് പോയ

ജാഥയിൽ ഗോപാലൻമാസ്റ്ററുമുണ്ടായിരുന്നു. 1939 ൽ പാറപ്രത്തെ പാർട്ടി രൂപീകരണയോഗത്തിന്റെ സംരക്ഷണചുമതലക്കാരിൽ അദ്ദേഹവും പെടുന്നു. പിൽക്കാലത്ത് അധ്യാപനപരിശീലനംനേടിയ അദ്ദേഹം യൂണിയൻ കെട്ടിപ്പടുക്കുന്നതിൽ നിർണായക പങ്ക് വഹിച്ചു. ഒരു രാത്രിയിലാണ് പൊലീസ് അദ്ദേഹത്തിന്റെ വീട് വളഞ്ഞത്. വാതിൽ തുറന്ന് അദ്ദേഹത്തിന്റെ സഹോദരി മാണിക്കം പുറത്തിറങ്ങി. ഗോപാലനെവിടെ എന്ന് ചോദിച്ച് പൊലീസുകാർ അകത്തുകയറി വീടാകെ പരിശോധിച്ചു. അകത്തെ ഒരു മൂലയിൽ മാണിക്കത്തിന്റെ ഭർത്താവ് പട്ടാളത്തിൽനിന്നും ലീവിൽ വരുമ്പോൾ കൊണ്ടുവന്ന ഒരിരുമ്പ് പെട്ടിയുണ്ടായിരുന്നു. പൊലീസ് അത് കുത്തിപ്പൊളിക്കാൻ തുടങ്ങി. മാണിക്കം അവരോട് ധീരതയോടെ പറഞ്ഞു: "അത് എന്റെ ഉടുപ്പിട്ടപെട്ടിയാ. അതിനകത്ത് ഗോപാലേട്ടനെ ഒളിപ്പിച്ച് വെച്ചിട്ടില്ല. അത് തച്ചുടയ്ക്കരുത്." പൊലീസുകാർ അമ്പരപ്പോടെ മാണിക്കത്തെ നോക്കി. മാണിക്കത്തിന്റെ ഭർത്താവ് പട്ടാളക്കാരൻ കണാരിയും അവിടെയുണ്ടായിരുന്നു. അദ്ദേഹം തന്റെ ഐഡന്റിറ്റി കാർഡ് കാണിച്ചു. അതോടെ പൊലീസുകാർ സ്ഥലം വിട്ടു.

പിണറായി ഗ്രാമത്തിന്റെ പോരാട്ടവഴികളിൽ തിളങ്ങിനിന്ന അനേകം സ്ത്രീകളുണ്ട്. വി സി കല്യാണിയമ്മ, ഏടക്കണ്ടി ജാനകി, വി പി ദേവകി, ടി ജാനകി, പി യശോദ എന്നിവർ അക്കൂട്ടത്തിൽപ്പെടുന്നു. പൊലീസും ഗുണ്ടകളും നാടടക്കി വാണകാലത്ത് വീടും നാടും സംരക്ഷിച്ചു നിർത്തുന്നതിൽ അമ്മമാരും സഹോദരിമാരും ത്യാഗപൂർണസേവനം നിർവഹിച്ചിട്ടുണ്ട്. പിണറായിയിലെ സ്ത്രീമുന്നേറ്റത്തിന്റെ മറ്റൊരു അപൂർവാനുഭവം അടിയന്തരാവസ്ഥക്കാലത്താണുണ്ടായത്. പുരുഷന്മാരാരും പുറത്തിറങ്ങാനാകാതെ ഒളിവിൽ കഴിഞ്ഞപ്പോൾ ചൂലുകൾ കൈയിലേന്തി സ്ത്രീകൾ റോഡിലിറങ്ങി പ്രകടനം നടത്തിയത്രെ. അന്ന് പിണറായി ഓലയമ്പലത്തുള്ള പാർട്ടി ഓഫീസ് തകർത്തിരുന്നു. പൊലീസും ഗുണ്ടകളും ക്രിമിനൽസംഘങ്ങളെപ്പോലെ പ്രവർത്തിച്ചിരുന്നു. പന്തക്കപ്പാറ ബീഡി തെറുപ്പുകേന്ദ്രത്തിൽ അന്നുനടന്ന സംഘടിതാക്രമണത്തിൽ ബീഡിത്തൊഴിലാളിയായ കൊളങ്ങരേത്ത് രാഘവൻ കൊലചെയ്യപ്പെടുകയുണ്ടായി.

പിണറായി ഗ്രാമത്തിൽ നടന്ന മറ്റൊരു പ്രധാനസംഭവം കച്ചേരി കൈയേറ്റമാണ്. ഓലയമ്പലം ടൗണിലാണ് കച്ചേരി സ്ഥിതിചെയ്തിരുന്നത്. ഒരു ദിവസം അണ്ടലൂർ പ്രദേശത്തെ പാർട്ടിപ്രവർത്തകരായ ചെങ്കൊടി കണ്ണനെയും തമ്പ് ഗോപാലനെയും പൊലീസ് പിടികൂടി. അവരെ കച്ചേരിയിലെ ഒരു മുറിയിൽ അടച്ചിട്ടിരിക്കുകയായിരുന്നു. ഈ വാർത്ത നാട്ടുകാരറിഞ്ഞു. കച്ചേരിക്കുള്ളിൽ കമ്യൂണിസ്റ്റുകാരെ പൂട്ടിയിട്ടിരിക്കുന്നു എന്ന വാർത്ത കേട്ടവർ കേട്ടവർ അങ്ങോട്ട് കുതിച്ചു. കച്ചേരിക്ക് പൊലീസും ഗുണ്ടകളും കാവൽനിന്നിരുന്നു. കച്ചേരിക്കുള്ളിലെ പാർട്ടിപ്രവർത്തകർ മുദ്രാവാക്യം വിളിക്കുന്നുണ്ടായിരുന്നു. പുറത്തുള്ളവർ ഏറ്റുവിളിക്കുകയും ചെയ്തു. അൽപ്പം കഴിഞ്ഞപ്പോൾ അഞ്ചുപത്താ

പിണറായി വിജയൻ

ളുകൾ കച്ചേരിക്കുള്ളിലേക്ക് ഓടിക്കയറി. കാവൽ നിന്നിരുന്ന പൊലീസുകാർ ജീവനും കൊണ്ടോടിപ്പോയി; ഗുണ്ടകളും ഓടിരക്ഷപ്പെട്ടു. എം സി കുഞ്ഞിക്കണ്ണൻ, ചെറായി അനന്തൻ, പി സി ചാത്തുക്കുട്ടി തുടങ്ങിയവരാണ് കച്ചേരിക്കുള്ളിൽ കടന്നത്. പാർട്ടി പ്രവർത്തകരെ പൂട്ടിയിട്ട വാതിൽ തകർത്ത് അവരെ മോചിപ്പിച്ചു. പിന്നീട് മുദ്രാവാക്യം വിളിച്ച് ജാഥയായി എല്ലാവരും മുന്നോട്ടുനീങ്ങി. കൂത്തുപറമ്പ് ഭാഗത്തേക്കാണ് ജാഥ പോയത്.

കച്ചേരി കൈയേറ്റത്തെത്തുടർന്ന് പൊലീസ് സായുധരായി നാട്ടിലിറങ്ങി കച്ചേരി കൈയേറിയവരെ പിടികൂടാൻ പരക്കം പാഞ്ഞു. എന്നാൽ ആരെയും പിടികിട്ടിയില്ല. ഒളിവിൽപ്പോയവരെ പിന്നീട് പിടികൂടുകയുണ്ടായി.

പട്ടിണിയും പീഡനവും മറികടന്നുകൊണ്ടാണ് പിണറായി ഗ്രാമം വികസനത്തിലേക്കും പുരോഗതിയിലേക്കും കുതിച്ചത്. ഇന്നിവിടെ ശക്തമായ തൊഴിലാളി പ്രസ്ഥാനവും വർഗബഹുജന പ്രസ്ഥാനവും ഉണ്ട്. കലാ–സാംസ്കാരികരംഗത്തും ഗ്രന്ഥശാലാരംഗത്തും ശക്തമായ സാന്നിധ്യവുമുണ്ട്. എ കെ ജിയുടെ പേരിൽ ഒരു ഹയർസെക്കന്ററി വിദ്യാലയവും പ്രവർത്തിക്കുന്നു. സഹകരണരംഗത്താണ് ഈ നാട് ഏറെ മുന്നിട്ട് നിൽക്കുന്നത്. പിണറായിയിലെ വികസനകുതിപ്പിന് ആക്കം കൂട്ടുന്നത് പിക്കോസ് ലിമിറ്റഡ് കമ്പനിയാണ്. പിണറായിയിലെ പഴയ ഓട്ടുകമ്പനി പൂട്ടിയപ്പോൾ അവിടത്തെ തൊഴിലാളികളുടെ പങ്കാളിത്തത്തോടെയാണ് പിണറായി ഇൻഡസ്ട്രിയൽ സെൻട്രൽ കോ–ഓപ്പറേറ്റീവ് സൊസൈറ്റി രൂപീകരിച്ചത്. വൈദ്യുത തൂണുകൾ നിർമിക്കുന്ന സഹകരണരംഗത്തെ ഏകസ്ഥാപനമാണ് ഇത്. സഹകരണരംഗത്ത് ബാങ്കും, നെയ്ത്തുസംഘവും കാന്റീനും എജുക്കേഷൻ സൊസൈറ്റിയും വീവേഴ്സ് സൊസൈറ്റിയും തുടങ്ങി ഒട്ടുവളരെ സഹകരണപ്രസ്ഥാനങ്ങൾ ഈ ഗ്രാമത്തിലുണ്ട്. ഇന്ന് പിണറായി ഗ്രാമം പുരോഗമനവിപ്ലവപ്രസ്ഥാനങ്ങളുടെയെല്ലാം ശക്തികേന്ദ്രമാണ്. സി പി ഐ (എം)ന്റെ സംസ്ഥാന സെക്രട്ടറി പിണറായി വിജയന്റെ വീട് ഇവിടത്തെ പാണ്ട്യാലമുക്കിലാണ്. പിണറായി എന്ന് പറഞ്ഞാൽ ഇന്ന് ഒരു ഗ്രാമം മാത്രമല്ല, കമ്യൂണിസ്റ്റുപ്രസ്ഥാനത്തിന്റെ ഈറ്റില്ലമാണ്. ആ പാർട്ടിയെ നയിക്കുന്ന നേതാവും ഗ്രാമപ്പേരിൽ അറിയപ്പെടുന്നു.

കവി ടി എസ് തിരുമുമ്പ് പാടുന്നു....

ഇക്കാണുമേതു വിഭവസമൃദ്ധിക്കു–
മിക്കൂലിവേലക്കാർ കാരണക്കാർ...

ജന്മിമുതലാളിമാർക്കും മറ്റേവർക്കും
നമ്മളില്ലാഞ്ഞാൽ ജീവിക്കാൻ വയ്യാ...
ഭൂമികിളയ്ക്കാനും പാട്ടം കൊടുക്കാനും
യന്ത്രം തിരിക്കാനും നമ്മൾ വേണ്ടേ?
നമ്മളൊത്തെന്നാൽ സാധിക്കാത്തതില്ലൊന്നും
നമ്മളെ നമ്മളറിഞ്ഞാൽ പോരും.
ആയിരമായിരം പാവങ്ങൾക്കിക്കൊടി
നേടിക്കൊടുത്തു ജന്മാവകാശം....
ഒത്തു കഴിഞ്ഞുനാം ചോരക്കുഴൽകളി-
ലിത്തിരിച്ചോരയൊഴുകും വരെ.
പൊക്കിപ്പിടിക്കും നാമിക്കൊടിയിക്കൈകൾ-
കൂക്കുള്ള കാലം വരെയ്ക്കുമൊപ്പം...

2

കല്യാശേരിയുടെ കരുത്ത്

മലബാറിലെ കർഷകസംഘത്തോടും കമ്യൂണിസ്റ്റു പ്രസ്ഥാനത്തോടും ചേർത്തുവായിക്കേണ്ട ഒരു പേരാണ് കല്യാശേരി. ആ നാടിന്റെ ജീവചരിത്രം പുരോഗതിയിലേക്ക് കുതിക്കുന്നവർക്കെല്ലാം ആദർശപാഠമാണ്. അടിമകളായി, ജന്മി–നാടുവാഴിമാരുടെ ആജ്ഞാനുവർത്തികളായി ആരും കഴിഞ്ഞുകൂടരുത് എന്നാണ് നാട് ആഹ്വാനം ചെയ്യുന്നത്. ഭൂസ്വാമിമാരുടെ മുന്നിൽ ഭയന്നുവിറച്ച് അടിയാളന്മാരായി നിലകൊള്ളാനുള്ളതല്ല മനുഷ്യജീവിതമെന്ന് കല്യാശ്ശേരി തെളിയിച്ചു. പിണറായി പാറപ്രത്ത് ഉദയം കൊണ്ട കമ്യൂണിസ്റ്റ് പ്രസ്ഥാനം കല്യാശേരി പോലുള്ള ഗ്രാമങ്ങളിലൂടെയാണ് കേരളമാകെ പടർന്നെത്തിയത്. കർഷകരെയും തൊഴിലാളികളെയും നിതാന്ത നിദ്രയിൽ നിന്നുണർത്തുകയും അവരെ സംഘടിപ്പിച്ച് ആരുടെ മുന്നിലും നിവർന്നു നിൽക്കാൻ കരുത്തുപകരുകയും ചെയ്ത നേതാക്കളുടെ ജന്മം കൊണ്ട് ധന്യവുമാണ് കല്യാശേരി. മലബാറിലെ കർഷകരുടെയും തൊഴിലാളികളുടെയും ചരിത്രം സ്വാതന്ത്ര്യസമരത്തിലെ വീരേതിഹാസമായി വിലയിരുത്താറുണ്ട്. ചരിത്രകാരനും എഴുത്തുകാരനുമായ കീച്ചേരി രാഘവൻ ഒരു ലേഖനത്തിൽ പരാമർശിക്കുന്നതിങ്ങനെ:

> വടക്കൻകേരളത്തിന്റെ തിലകക്കുറിയാണ് കല്യാശേരി. വടക്കൻകേരളം വീരഭൂമിയാണ്. അങ്കക്കച്ചമുറുക്കി സത്യത്തിനുവേണ്ടി പടപൊരുതിയ ചേകവന്മാരുടെ ഈ മണ്ണ് ജന്മി–നാടുവാഴിത്ത കിരാതവാഴ്ചയ്ക്കെതിരെ ഉയിര് കൊടുത്ത് പോരാടിയ ധീരകർഷകയോദ്ധാക്കളുടെ നാടുമാണ്. മൊറാഴ സംഭവം പോലുള്ള ഇതിഹാസ സമരത്തിന് മുന്നിൽ നിന്ന കെ പി ആർ ഗോപാലന്റെയും ഇ കെ നായനാരുടെയും സംഗ്രാമഭൂമിയുമാണ്

കല്യാശേരി. സമരോത്സുകതയും പോരാട്ടവീര്യവും തളരാതെ കാത്തു സൂക്ഷിച്ച പി യശോദ ടീച്ചറെ പോലൊരു വനിതാ നേതാവിനെ വിപ്ലവകേരളത്തിന് സംഭാവന നൽകിയ ഗ്രാമവുമാണ് കല്യാശേരി.

എന്തു ചേലാണീ നിലാവി, നി-
തെന്റെ നാടിനുറക്കു പാട്ട്..
വെണ്ണിലാവുമയങ്ങുമെൻ പ്രിയ-
നാടിനെപ്പിരിയില്ല, ഞാനൊരിക്കലും
എന്റെ നാടേ..., ഞാൻ തിരിച്ചു-
വരുന്നതുണ്ടാ മടിയിൽ...
വീണുമയങ്ങുവാൻ...

എന്ന് ഇ കെ നായനാർ കല്യാശേരിയെക്കുറിച്ച് പാടിയിട്ടുണ്ട്. നാടിനോടുള്ള സ്നേഹം വറ്റാത്ത ഉറവയായി അദ്ദേഹത്തിന്റെ മനസിലുണ്ടായിരുന്നു. എങ്കിലും നായനാർ പറയും... "ഞാനൊരു കല്യാശേരിക്കാരൻ മാത്രമല്ല, കേരളീയനുമാണ്." സാമ്രാജ്യത്വത്തിനും ജന്മിത്വത്തിനുമെതിരെ ഈ വിപ്ലവമണ്ണിൽ നടന്ന പോരാട്ടങ്ങൾ ദേശീയതലത്തിലുള്ള പ്രക്ഷോഭങ്ങൾക്കുപോലും ആവേശം പകരുകയുണ്ടായി.

കല്യാശേരിയെന്നു കേൾക്കുമ്പോൾ ആദ്യം ഓർമ വരിക കെ പി ആർ ഗോപാലന്റെ പേരാണ്. കേരളത്തിലെ ബോൾഷെവിക് വീരൻ എന്നാണ് കൃഷ്ണപിള്ള അദ്ദേഹത്തെ വിശേഷിപ്പിച്ചത്. കണ്ണൂരിൽ നിന്നും മദിരാശിയിലേക്കു പോയ കാൽനടജാഥയിലെ പ്രധാന സംഘാടകൻ കെ പി ആർ ആയിരുന്നു. എ കെ ജിയാണ് പട്ടിണിജാഥ നയിച്ചത്. മൊറാഴ സംഭവത്തിന്റെ പേരിൽ അദ്ദേഹത്തെ വധശിക്ഷയ്ക്ക് വിധിച്ചിരുന്നു. പിന്നീടുണ്ടായ ജനകീയ പ്രക്ഷോഭങ്ങളുടെ ഫലമായി ശിക്ഷ ജീവപര്യന്തമായി ഇളവു ചെയ്തു. കുലുക്കവും കൂസലുമില്ലാത്ത മനുഷ്യനെന്നും കൃഷ്ണപിള്ള കെ പി ആറിനെ വിശേഷിപ്പിച്ചു. ഇ കെ നായനാരുടെ അമ്മാവന്റെ മകനാണദ്ദേഹം. നായനാരുടെ രാഷ്ട്രീയ ഗുരുവും കെ പി ആർ തന്നെ. അദ്ദേഹത്തിന് രജിസ്ട്രാഫീസിൽ പണിയുണ്ടായിരുന്നു. അതുപേക്ഷിച്ചാണ് രാഷ്ട്രീയത്തിലിറങ്ങിയത്.

കണ്ണൂർ ജില്ലയിലെ പ്രധാനപ്പെട്ട പഞ്ചായത്താണ് കല്യാശേരി. പാപ്പിനിശേരിക്കും കണ്ണപുരത്തിനും തളിപ്പറമ്പിനും ഇടയിൽ സ്ഥിതി ചെയ്യുന്ന ഈ ഗ്രാമത്തിലെത്താൻ കണ്ണൂർ നഗരത്തിൽ നിന്നും ബസിൽ പത്തുകിലോമീറ്ററോളം സഞ്ചരിക്കണം. വളപട്ടണം പാലത്തിലൂടെ പാപ്പിനിശേരിയും കീച്ചേരിയും പിന്നിട്ട് കല്യാശേരിയിലെത്തിച്ചേരാം. കീച്ചേരിയുടെ പേര് മുമ്പ് കീഴ്ചേരി എന്നായിരുന്നു. കീഴ് ജാതിക്കാർ മാത്രം താമസിച്ചിരുന്ന പ്രദേശം എന്ന അർഥത്തിലാണ് സ്ഥലനാമമുണ്ടായത്. ജന്മിമാരുടെ നിലങ്ങളിൽ പണിയെടുത്തിരുന്ന ഹരിജനങ്ങൾ അവിടെ കൂട്ടമായി താമസിച്ചിരുന്നുവത്രെ. പഴയ കോലത്തുനാടിന്റെ ഭാഗമായ മൂന്നു ചേരി

കളെക്കുറിച്ച് ചരിത്രത്തിൽ പരാമർശമുണ്ട്. കല്ലിൽചേരി, കീഴ്ചേരി, പാപ്പിനിശേരി. ചേരി എന്നാൽ പ്രദേശം എന്നാണർഥം. ചരൽപ്രദേശമാണ് കല്ലിൽചേരി. കീഴാളർ വസിക്കുന്ന ഇടം കീഴ്ചേരി. പാപ്പിനികൾ അധിവസിക്കുന്ന നാട് പാപ്പിനിശേരി. വളപട്ടണം പുഴയ്ക്കും കുറ്റിക്കോൽ പുഴയ്ക്കും മധ്യേയുള്ള ഈ മൂന്നു ചേരികളും കർഷകത്തൊഴിലാളി പോരാട്ടങ്ങളുടെ സിരാകേന്ദ്രമായിരുന്നു. 1934 മുതൽ തന്നെ പാപ്പിനിശേരിയിലെ ആറോൺകമ്പനി സമരകേന്ദ്രമായിരുന്നു.

നവോത്ഥാനത്തിന്റെ കാറ്റ്

അയിത്തം അതിക്രൂരമായി നിലനിന്ന കല്യാശേരി പ്രദേശത്ത് 1927 കളിൽത്തന്നെ നവോത്ഥാനത്തിന്റെ കാറ്റടിച്ചുതുടങ്ങിയിരുന്നു. ഇവിടത്തെ ജന്മിമാരെല്ലാം സവർണരും, കുടിയാന്മാരും പണിക്കാരുമെല്ലാം അവർണരുമായിരുന്നു. ജന്മിയുടെ പറമ്പിലും പാടത്തും പണിയെടുക്കുന്ന കീഴ്സമുദായക്കാർക്ക് താമസിക്കാൻ പ്രത്യേക ചേരിതന്നെയുണ്ടായിരുന്നു. ഹരിജനങ്ങളുടെ മീതെ എന്തു ശിക്ഷ നടപ്പിലാക്കാനും മേൽജാതിക്കാർ മടിച്ചിരുന്നില്ല. ഓരോ പുലയ കുടുംബവും ഇന്ന ജന്മിയുടെ കീഴിൽ പണിയെടുക്കണമെന്ന് നിശ്ചയമുണ്ടായിരുന്നു. വർഷം തോറും വിഷുസംക്രമദിവസമാണ് വയൽപ്പണി പുലയകുടുംബക്കാർ ഏറ്റുവാങ്ങിയിരുന്നത്. ഈ ചടങ്ങിന് 'വിഷുവല്ലിയും കുടയും വാങ്ങൽ' എന്ന് പറഞ്ഞിരുന്നു. ജന്മിയുടെ ഗൃഹത്തിൽ ചെന്ന് മൂത്തപണിക്കാരൻ നെല്ല്, തേങ്ങ, തൊപ്പിക്കുട എന്നിവ ഏറ്റുവാങ്ങും. ആ ജന്മിയുടെ കീഴിൽ ഒരു വർഷക്കാലം പണിയെടുക്കാനുള്ള കരാറാണിത്. ഹരിജനങ്ങൾ വഴിനടക്കുമ്പോൾ ഒച്ചയുണ്ടാക്കണമായിരുന്നു. ആ ഒച്ച കേട്ടാൽ മറുഭാഗത്തു നിന്നും വരുന്ന മേൽജാതിക്കാർ നിൽക്കും. 'പോ...പോ... മാറിപ്പോ' എന്നവർ പറയും. ഉടനെ ഹരിജനങ്ങൾ എവിടെയെങ്കിലും ഓടിയൊളിക്കണം. ഇതിനു വിരുദ്ധമായി മേൽജാതിക്കാരന്റെ മുന്നിൽ പെട്ടുപോയാൽ കഠിനശിക്ഷതന്നെ കിട്ടുമായിരുന്നു. ഒരിക്കൽ ഒരു ഹരിജൻ യുവാവ് വയൽ പണിയെടുക്കുകയായിരുന്നു. മറുവശത്തു നിന്നും മേൽജാതിയിൽപ്പെട്ടവർ വരുന്നുണ്ടായിരുന്നു. യുവാവ് ശബ്ദമുണ്ടാക്കിയില്ല. ഇത് ധിക്കാരമായി വിലയിരുത്തി. ക്രുദ്ധരായ മേൽജാതിക്കാർ ആ യുവാവിനെ പണിയായുധം കൊണ്ട് അടിച്ചു കൊന്നുവത്രെ! ഇതു സംബന്ധിച്ച് കേസൊന്നും ഉണ്ടായതുമില്ല.

1927 ൽ കല്യാശേരിയിൽ ദേശീയ ശ്രദ്ധയാകർഷിച്ച ഒരു സംഭവമുണ്ടായി. ഏറമ്പാല എലിമെന്ററിസ്കൂളിൽ രണ്ടു ഹരിജൻ കുട്ടികളെ പഠിക്കാൻ ചേർത്തതാണ് സംഭവം. കെ പി ആർ ഗോപാലൻ, എം പി കൃഷ്ണൻ നമ്പ്യാർ എന്നിവർ മുൻകൈയെടുത്താണ് ചേർത്തത്. സുമുഖൻ, കുമാരൻ എന്നിവരായിരുന്നു കുട്ടികൾ. കുട്ടികളെ കുളിപ്പിച്ച് പുതിയ വസ്ത്രം ധരിപ്പിച്ചിരുന്നു. ഇത് വലിയ കോലാഹലം സൃഷ്ടിച്ചു. ഹരിജൻകുട്ടികളെ സ്കൂളിലിരുത്തില്ലെന്ന് തറവാട്ടുകാരണവരും സവർണ

മേധാവികളും പറഞ്ഞു. ഒച്ചപ്പാടും ബഹളവുമായി. കുട്ടികളെ അടിച്ചോടിച്ചു. കല്യാശേരിയിലെ സ്വാതന്ത്ര്യപ്രേമികൾക്ക് വാശിയായി. ഹരിജൻകുട്ടികളെ ചേർക്കാത്ത സ്ക്കൂൾ പ്രവർത്തിക്കാനനുവദിക്കില്ലെന്ന് പ്രഖ്യാപിച്ചു. കെ കേളപ്പനെ വിവരമറിയിച്ചു. അടുത്ത ദിവസം കേളപ്പന്റെ നേതൃത്വത്തിൽ ആ കുട്ടികളെ വീണ്ടും സ്കൂളിൽ ചേർത്തു. അന്നാരും എതിർക്കാൻ വന്നില്ല. അയിത്തവിരുദ്ധപ്രസ്ഥാനത്തിന്റെ തിളക്കമാർന്ന ആദ്യത്തെ വിജയമായി ഇതിനെ വിലയിരുത്തുന്നു.

ഹരിജൻ ആശ്രമം

ഗാന്ധിയൻ സമരങ്ങളുടെ ഭാഗമെന്ന നിലയിൽ കല്യാശേരി അഖിലേന്ത്യാ ശ്രദ്ധ പിടിച്ചുപറ്റിക്കൊണ്ടിരുന്നു. ഹരിജനങ്ങൾ കൂടുതൽ പീഡിപ്പിക്കപ്പെടുന്നുവെന്നു മനസിലാക്കിയ ആനന്ദതീർഥൻ അവിടെ ഹരിജൻ ആശ്രമം സ്ഥാപിച്ചു. ഹരിജൻകുട്ടികൾക്ക് സവർണകുട്ടികളുടെ പേരിട്ടു വിളിക്കുവാൻ ആനന്ദതീർഥനും കെ പി ആർ ഗോപാലനും തയാറായി. കെ പി ആർ പറഞ്ഞു. "ഹരിജനങ്ങളും മനുഷ്യരാണ്, മറ്റുമനുഷ്യർക്കുള്ള എല്ലാ അവകാശങ്ങളും അധികാരങ്ങളും അവർക്കുമുണ്ട്. അവരുടെ മക്കൾക്കും നല്ല പേരിടണം. അവർ നല്ല ഭാഷ സംസാരിക്കണം. പൊതുവഴിയിലൂടെ സ്വതന്ത്രമായി സഞ്ചരിക്കാൻ അവർക്കും സ്വാതന്ത്ര്യമുണ്ട്."

കെ പി ആർ ഹരിജൻകുട്ടികളെയും കൂട്ടി പൊതുവഴിയിലൂടെ നടന്നു. കല്യാശ്ശേരി ക്ഷേത്രക്കുളത്തിൽ കൂട്ടിക്കൊണ്ടുപോയി കുളിപ്പിച്ചു. ആശ്രമത്തിലന്ന് ഇരുപതോളം ഹരിജൻകുട്ടികൾ താമസിച്ചിരുന്നതായി കെ പി ആർ രയരപ്പൻ രേഖപ്പെടുത്തുന്നു. സ്ക്കൂളിൽ ഉയർന്ന ജാതിക്കാർ ഇരിക്കുന്ന ബെഞ്ചിൽ ആദ്യമൊന്നും ഹരിജൻകുട്ടികളെ ഇരുത്തിയിരുന്നില്ല. എന്നാൽ സമ്മർദത്തിന്റെ ഫലമായി വിവേചനം മാറി. സവർണകുട്ടികളും ഹരിജൻകുട്ടികളും ഒന്നിച്ചിരുന്ന് പഠിക്കുകയും കളിക്കുകയും ചെയ്തു. കെ പി ആറിന്റെ നേതൃത്വത്തിൽ ഹരിജൻകുട്ടികളെ കോൽക്കളിയും ചെസ്സും പഠിപ്പിച്ചിരുന്നു. കേരളീയനും ഭാരതീയനും ആശ്രമത്തിൽ വരുമായിരുന്നു.

കല്യാശേരിയിലെ കുറുപ്പൻകാവിൽ ഉത്സവം നടക്കുന്ന കാലം. ഹരിജനങ്ങളെ കാവിനടുത്തേക്ക് പ്രവേശിപ്പിച്ചിരുന്നില്ല. ഈ പതിവ് തെറ്റിക്കണമെന്ന് കെ പി ആർ നിശ്ചയിച്ചു. ഇതു സംബന്ധിച്ച് ആശ്രമത്തിലുള്ളവരുമായി ചർച്ചചെയ്തു. കെ പി ആർ കുട്ടികളെയും കൊണ്ട് നീങ്ങാനും മറ്റുള്ളവർ കാവൽ നിൽക്കാനും തീരുമാനിച്ചു. സന്ധ്യാസമയത്താണ് പ്രധാന തെയ്യക്കോലം പുറപ്പെടുക. ആ സമയം കെ പി ആറിന്റെ നേതൃത്വത്തിൽ കുട്ടികളിറങ്ങി. എല്ലാവരും കുളിച്ച് നല്ല വസ്ത്രങ്ങൾ ധരിച്ചിരുന്നു. വലിയൊരു ഓലച്ചൂട്ട് കത്തിച്ചു പിടിച്ചു കൊണ്ടാണ് കെ പി ആറിന്റെ നടത്തം. പിന്നാലെ കുട്ടികൾ. കാവിൽ തടിച്ചുകൂടിയവർ ആ കാഴ്ചകണ്ട് അമ്പരന്നു. അയിത്തക്കുട്ടികൾ കാവ് തീണ്ടാൻ വരുന്നു. കാവ് അശുദ്ധമാക്കാൻ വിടരുത് എന്നു പറഞ്ഞുകൊണ്ട് മാമൂൽ

വാദികൾ ഓടിയെത്തി. കുട്ടികൾ പേടിച്ചുവിറച്ചു. കെ പി ആർ ഗോപാലൻ കൈയിലെ ചൂട്ട് വീശിക്കത്തിച്ചു. കുട്ടികൾ അദ്ദേഹത്തിനോട് ചേർന്നു നിന്നു. വടിയും മടലുമായി അക്രമികൾ കുട്ടികളെ തല്ലാനോടി വന്നു. കെ പി ആർ നെഞ്ചുവിരിച്ച് ചൂട്ടുയർത്തിക്കൊണ്ടു പറഞ്ഞു...! "ഈ കുട്ടികളെ തൊട്ടാൽ... തൊട്ടവന്റെ കൈവെട്ടിയെറിയും..! അതു കേട്ട് അക്രമികൾ തരിച്ചു നിന്നു. കെ പി ആറിന്റെ ഉശിര് എല്ലാവർക്കു മറിയുന്നതാണ്. ക്രമേണ തല്ലുകാർ പിൻവാങ്ങി. കാവിലാകെ ഒച്ചയും ബഹളവും തന്നെ. വിവരമറിഞ്ഞ് കെ പി ആറിന്റെ പിതാവും അധികാരിയുമായ രയരപ്പൻനായനാർ സ്ഥലത്തെത്തി. അച്ഛന്റെ മുന്നിൽ മകൻ ഒതുങ്ങി നിന്നു. "കാവിന്റെ പരിസരത്ത് ഹരിജനങ്ങൾക്ക് വരാൻ പാടില്ലെന്ന് നിനക്കറിയില്ലേ?"- എന്ന് അച്ഛൻ ചോദിച്ചു. "അറിയാം, ആ തെറ്റ് തിരുത്താനാണ് ഞങ്ങൾ വന്നത്'' - മകൻ പറഞ്ഞു. "കുറേനേരം അച്ഛനും മകനും തമ്മിൽ വാക്കുതർക്കം നടന്നു. ഒടുവിൽ മകൻ പറഞ്ഞു.. ഈ കാവിൽ തെയ്യം കളിക്കുകയാണെങ്കിൽ ഞങ്ങൾ കാണും. ഞങ്ങൾ കണ്ടതുകൊണ്ട് കാവിനോ തെയ്യത്തിനോ ദോഷം വരില്ല." മകന്റെ നിശ്ചയദാർഢ്യം പിതാവിനെ അസ്വസ്ഥനാക്കി. എങ്കിലും കാവു തീണ്ടാനനുവദിക്കരുത്. അതുകൊണ്ടദ്ദേഹം പറഞ്ഞു. ഈ കാവിലെ തെയ്യം നിർത്തി വച്ചിരിക്കുന്നു. ഇനിയിവിടെ തെയ്യം കെട്ടിയാടേണ്ട. അച്ഛൻ കോപാകുലനായി സ്ഥലം വിട്ടപ്പോൾ മകൻ ശാന്തനായി കുട്ടികളെയും കൊണ്ട് ആശ്രമത്തിലേക്ക് തിരിച്ചു.. സി എഫ് ആൻഡ്രൂസ് കല്യാശേരി സന്ദർശിച്ചതും അക്കാലത്താണ്. ഗാന്ധിജിയുടെ ഹരിജനോദ്ധാരണ പ്രവർത്തനങ്ങൾക്കായി ജീവിതം ഉഴിഞ്ഞുവച്ച മഹാനായിരുന്നു അദ്ദേഹം. 'ദീനബന്ധു' എന്നാണദ്ദേഹം അറിയപ്പെട്ടത്. കല്യാശേരി സ്കൂളിൽ ഹരിജൻ കുട്ടികൾക്കു നേരിടേണ്ട പീഡനം അറിഞ്ഞാണ് അദ്ദേഹം വന്നത്. ചെമ്പൻ താടിയുള്ള ആൻഡ്രൂസ് ശാന്തമായാണ് പ്രസംഗിച്ചത്. ഇംഗ്ലീഷിലുള്ള പ്രസംഗം മലയാളത്തിലേക്ക് പരിഭാഷപ്പെടുത്തി. അദ്ദേഹത്തിന്റെ വരവ് കല്യാശേരിയെ ആവേശം കൊള്ളിച്ചു. കല്യാശേരിയിലന്ന് ഹരിജൻ വെൽഫെയർ സെന്റർ പ്രവർത്തിച്ചിരുന്നു. ഓലമേഞ്ഞ ഒരു പുരയിലാണ് സെന്റർ പ്രവർത്തിച്ചത്. ആൻഡ്രൂസിന് അവിടെവച്ചു നൽകിയ സ്വീകരണത്തിൽ ധാരാളം പേർ സംബന്ധിച്ചു.

ഉപ്പുസത്യാഗ്രഹജാഥയ്ക്ക് സ്വീകരണം

ലാഹോർ കോൺഗ്രസ് സമ്മേളനം 1930 ജനുവരി 26 ന് ഭാരതമൊട്ടാകെ പതാക ഉയർത്താനും സ്വാതന്ത്ര്യപ്രതിജ്ഞയെടുക്കുവാനും തീരുമാനിച്ചു. ഭാരതത്തിന് പരിപൂർണ സ്വാതന്ത്ര്യം ആവശ്യപ്പെടുന്ന പ്രമേയം ലാഹോർ കോൺഗ്രസ് അംഗീകരിച്ചിരുന്നു. കല്യാശേരിയിലും പരിപാടി നടന്നു. പതാകയെ വന്ദിക്കാൻ ഇ കെ നായനാരുടെ നേതൃത്വത്തിൽ ഒരു സംഘം കുട്ടികൾ എത്തിച്ചേർന്നിരുന്നു. കുട്ടികളിൽ ഉണർവും സ്വാതന്ത്ര്യബോധവും വളർത്തിയ സംഭവമായിരുന്നു.

ശാരദ ടീച്ചർ

മധ്യവേനലവധിക്ക് സ്കൂളടച്ച ഏപ്രിൽമാസത്തിലാണ് ഉപ്പുസത്യാഗ്രഹജാഥ. ജാഥാംഗങ്ങൾക്ക് ഉച്ചഭക്ഷണമൊരുക്കിയതും കല്യാശേരിയിൽ തന്നെ. സ്വീകരണത്തിനും മറ്റും നേതൃത്വം നൽകിയ എം പി കൃഷ്ണൻ നമ്പ്യാരും കെ പി ആർ ഗോപാലനുമാണ്. ജാഥയുടെ മുന്നിൽ പാട്ടുപാടിക്കൊണ്ട്, നടന്നു വന്ന കറുത്ത മനുഷ്യൻ ജനങ്ങളുടെയെല്ലാം ശ്രദ്ധ പിടിച്ചു പറ്റിയിരുന്നു. പി കൃഷ്ണപിള്ളയെ കല്യാശേരിക്കാർ ആദ്യമായി കാണുകയായിരുന്നു. വളണ്ടിയർമാരെല്ലാം ഖദർധാരികളായിരുന്നു. എല്ലാവരും ഗാന്ധിത്തൊപ്പിയും ധരിച്ചിരുന്നു. അവിടെ റോഡരികിലുണ്ടായിരുന്ന ആൽമരച്ചുവട്ടിലാണ് ജാഥാസ്വീകരണമേർപ്പെടുത്തിയത്. ജാഥാ ലീഡർ കേളപ്പന്റെ ആവേശം നിറഞ്ഞ പ്രസംഗം കല്യാശേരിയെ ഇളക്കിമറിക്കുന്നതായിരുന്നു. ഉച്ചഭക്ഷണവും വിശ്രമവും കഴിഞ്ഞ് ജാഥ തട്ടിപ്പറമ്പിലേക്ക് പുറപ്പെട്ടു. കല്യാശേരിയിലെ നേതാക്കളെല്ലാം ജാഥയെ അനുഗമിച്ചു. ഇ കെ നായനാരടക്കമുള്ള കുട്ടികളും തളിപ്പറമ്പിലേക്ക് നടന്നു പോയിരുന്നു. അവിടെ വമ്പിച്ച സ്വീകരണമാണ് ലഭിച്ചത്. ഉപ്പു സത്യാഗ്രഹ ജാഥ കടന്നു പോയതോടെ കല്യാശേരി ഗ്രാമത്തിന് പുതിയ ഉണർവും ഉത്സാഹവും വന്നു ചേർന്നു.

ശ്രീഹർഷൻ വായനശാല

കർഷകസംഘത്തിന്റെയും കമ്യൂണിസ്റ്റുപ്രസ്ഥാനത്തിന്റെയും വളർച്ചയിൽ പ്രധാനപ്പെട്ടൊരു കേന്ദ്രമായി നിലകൊണ്ടത് കല്യാശേരി

ശ്രീഹർഷൻ വായനശാലയാണ്. നിയമലംഘനത്തിൽ പങ്കെടുത്ത് അറസ്റ്റുവരിച്ച സ്വതന്ത്രസമര സേനാനിയാണ്, ശ്രീഹർഷൻ. അറസ്റ്റിനെ തുടർന്ന് കണ്ണൂർ സെൻട്രൽ ജയിലിൽ പാർപ്പിച്ച അദ്ദേഹം ഭീകരമർദനത്തിന്റെ ഭാഗമായി രോഗിയായി. അവശനായിത്തീർന്ന അദ്ദേഹത്തെ ജയിലിൽ നിന്നും വിട്ടയച്ചു. കണ്ണൂരിൽ ആനന്ദതീർഥൻ നടത്തിയിരുന്ന ആശ്രമത്തിലാണ് അദ്ദേഹം കഴിഞ്ഞുകൂടിയത്. പി കൃഷ്ണപിള്ള ആശ്രമത്തിൽ വച്ച് ശ്രീഹർഷനെ കണ്ടിരുന്നു. മാതൃഭൂമിയെ സ്വതന്ത്രമാക്കാനുള്ള പരിശ്രമത്തിലേർപ്പെട്ടിരുന്ന ആ കർമഭടൻ ആനന്ദതീർഥന്റെ ആശ്രമത്തിൽക്കിടന്ന് അന്ത്യശ്വാസം വലിച്ചു. കല്യാശേരിയിൽ വായനശാല തുടങ്ങാൻ ആലോചിച്ചപ്പോൾ എന്ത് പേരിടണമെന്ന ചർച്ച വന്നു. കെ പി ആർ ഗോപാലനാണ് ശ്രീഹർഷന്റെ പേര് നിർദേശിച്ചത്. വായനശാലയുടെ നേതൃത്വത്തിൽ കെ പി ആറിന്റെ മുൻകൈയോടെ യൂത്ത് ലീഗ് സംഘടിപ്പിച്ചിരുന്നു. യുവാക്കളുടെ സംഘടനയാണത്. നാട്ടിലെ സേവനപ്രവർത്തനങ്ങളാണ് യൂത്ത് ലീഗ് ഏറ്റെടുത്തത്. നീലയൂണിഫോമായിരുന്നു വേഷം. ഒരു പഠനകേന്ദ്രവും വായനശാലയിൽ തുടങ്ങി. പി കൃഷ്ണപിള്ള, എ കെ ജി, കേരളീയൻ, ഭാരതീയൻ, എ വി കുഞ്ഞമ്പു, കെ പി ഗോപാലൻ തുടങ്ങി രാഷ്ട്രീയരംഗത്തെ പ്രമുഖരെല്ലാം ശ്രീഹർഷൻ വായനശാലയിൽ വന്നുകൊണ്ടിരുന്നു. വായനശാലയിൽ വന്നെത്തുന്ന തൊഴിലാളികളെയും കൃഷിക്കാരെയും നിത്യവും പത്രംവായിച്ചുകേൾപ്പിച്ചിരുന്നത് കേരളീയനാണ്. വായനകഴിഞ്ഞ് അദ്ദേഹം ചോദ്യങ്ങൾ ചോദിക്കും. വാർത്ത കേട്ടവർക്കും സംശയമുണ്ടാകും. എല്ലാറ്റിനും കേരളീയൻ ഉത്തരം പറയും. വായനശാലയിലെ പൊതുചടങ്ങുകളിലെല്ലാം എ കെ ജി പ്രസംഗിക്കുമായിരുന്നു.

കൈയെഴുത്തുമാസികയാണ് വായനശാലയിലെ മറ്റൊരു പ്രവർത്തനം. ശ്രീഹർഷൻ എന്ന പേരിലാണ് മാസിക പുറത്തിറക്കിയത്. മാസികയിൽ സ്ഥിരമായി എഴുതിയത് ഇ കെ നായനാരാണ്. അദ്ദേഹത്തിന്റെ കഥകളും കവിതകളും ലേഖനങ്ങളും വായിച്ച് കേരളീയൻ അഭിനന്ദിക്കുമായിരുന്നു. കൃഷ്ണപിള്ള കൈയെഴുത്തുമാസിക വായിച്ച് പ്രവർത്തകരെ അഭിനന്ദിച്ചിരുന്നു. കേരളത്തിലെ വായനശാലകളിൽ ആദ്യമിറങ്ങിയ മാസികയെന്ന നിലയിൽ അതിനുള്ള പ്രാധാന്യം അദ്ദേഹം ചൂണ്ടിക്കാട്ടി. മാസികയുടെ ഒരു കോപ്പി മാസന്തോറും ആലപ്പുഴ കയർഫാക്ടറി തൊഴിലാളിയൂണിയൻ ഓഫീസിലേക്കയക്കണമെന്നും കൃഷ്ണപിള്ള നിർദേശിച്ചു. അതുപ്രകാരം തുടർന്നുള്ള മാസങ്ങളിലെല്ലാം ഓരോപ്രതി ആലപ്പുഴയിലേക്കയക്കുമായിരുന്നു. കല്യാശേരിയെയും അവിടെ വളർന്നുവരുന്ന രാഷ്ട്രീയപ്രബുദ്ധതയെയും കുറിച്ച് തിരുവിതാംകൂർകാരറിഞ്ഞത് ശ്രീഹർഷൻ മാസികയിലൂടെയാണ്. വായനശാലയുടെ ആഭിമുഖ്യത്തിൽ വോളിബോളും ഫുട്ബോളും പരിശീലിപ്പിച്ചു. അഭിനയരുചി വളർത്തിയെടുക്കാൻ നാടകസമിതിയും ഉണ്ടാക്കി.

കല്യാശേരിപ്രദേശത്ത് കർഷകസംഘം പ്രവർത്തിച്ചതും വായന

ശാലയിലാണ്. വിദ്യാർഥി-യുവജന സംഘടനകളുടെയും ആസ്ഥാനം വായനശാലതന്നെ. മലബാർ പ്രദേശത്ത് ആദ്യത്തെ സ്റ്റുഡൻസ് യൂണിയൻ കൃഷ്ണപിള്ള സംഘടിപ്പിച്ചതും ശ്രീഹർഷൻ വായനശാല കേന്ദ്രീകരിച്ചാണ്. പുരോഗതി, സ്വാതന്ത്ര്യം, സമാധാനം-എന്നതായിരുന്നു വിദ്യാർഥി സംഘടനയുടെ മുദ്രാവാക്യം.

കല്യാശേരി സന്ദർശിച്ച മറ്റൊരു ദേശീയ നേതാവ് ബാബുരാജേന്ദ്രപ്രസാദാണ്. കെ കേളപ്പന്റെ കൂടെയാണ് വന്നത്. അദ്ദേഹത്തെ മാലയിട്ട് സ്വീകരിച്ചത് ഇ കെ നായനാരാണ്. നായനാരുടെ ചുമലിൽത്തട്ടി പേരും പഠിക്കുന്ന ക്ലാസും രാജേന്ദ്രപ്രസാദ് ചോദിച്ചിരുന്നു. ഒടുവിൽ ഒരു സന്ദേശവും... 'ഭാരതത്തിന്റെ ഭാവി നിങ്ങളെപ്പോലുള്ള കുട്ടികളുടെ കൈകളിലാണ്'. രാജേന്ദ്രബാബുവിനെ സ്വീകരിക്കാൻ ചെന്നത് നായനാരുടെ വീട്ടിൽ വലിയ കോലാഹലമുണ്ടാക്കി. നായനാരുടെ പിതാവ് വല്ലാതെ കോപിച്ചു. ബ്രിട്ടീഷുകാർ തരുന്നചോറാണ് നമ്മളുണ്ണുന്നതെന്നകാര്യം മറക്കരുതെന്ന് അച്ഛനുപദേശിച്ചു. അതിന് നായനാരുടെ മറുപടി ഇങ്ങനെയായിരുന്നു. "നമ്മുടെ കണ്ടത്തിൽ വിളയുന്ന ചോറാണ് നമ്മളുണ്ണുന്നത്. ബ്രിട്ടീഷുകാർ നമ്മളുണ്ടാക്കുന്ന അരി കടത്തിക്കൊണ്ടുപോവുകയാണ് ചെയ്യുന്നത്. അതിന്റെ ഫലമായിട്ടാണ് നാട്ടിൽ പട്ടിണിയുണ്ടാവുന്നത്. സ്വാതന്ത്ര്യം കിട്ടിയാലേ പട്ടിണിമാറൂ.."

ബാലസംഘത്തിന്റെ നാട്

കേരളത്തിലെ കുട്ടികളുടെ ഏറ്റവും ശക്തവും പ്രതിബദ്ധവുമായ സംഘടന ബാലസംഘം രൂപം കൊണ്ടതും കല്യാശേരിയിലാണ്. സമാന്തര വിദ്യാഭ്യാസ സാംസ്കാരിക സ്ഥാപനം എന്നനിലയിൽ ഈ സംഘടനയുടെ പ്രസക്തി വിപുലമാണ്. കുട്ടികളുടെ ന്യായമായ അവകാശങ്ങളും അധികാരങ്ങളും സ്ഥാപിച്ചെടുത്ത് അവരുടെ വിദ്യാഭ്യാസം, ഭക്ഷണം, ആരോഗ്യം, സുരക്ഷ എന്നിവ ഉറപ്പുവരുത്താനുള്ള നീക്കത്തിലാണ് സംഘടന ഏർപ്പെട്ടിരിക്കുന്നത്. കർഷകരെയും തൊഴിലാളികളെയും സംഘടിപ്പിച്ചതുപോലെ കുട്ടികളെയും സംഘടിപ്പിക്കണമെന്നത് കൃഷ്ണപിള്ളയുടെ തീരുമാനമായിരുന്നു. കല്യാശേരിയിലെ ശ്രീഹർഷൻ വായനശാലയും അവിടെ കുട്ടികൾ നടത്തുന്ന ഇടപെടലും കൃഷ്ണപിള്ള മനസിലാക്കിയിരുന്നു. അതുകൊണ്ട് ബാലസംഘം രൂപീകരണത്തിനും പറ്റിയ മണ്ണ് കല്യാശേരിയാണെന്നദ്ദേഹം തിരിച്ചറിഞ്ഞു. ഭാരതത്തിൽ അങ്ങിങ്ങായി കുട്ടികൾ സംഘടിച്ചിരുന്നു. മലബാറിൽ തന്നെ പീലിക്കോട് എന്ന പ്രദേശത്ത് ദേശസേവാബാലഭാരതസംഘം എന്നൊരു സംഘടന പ്രവർത്തിച്ചിരുന്നു. എന്നാൽ മലബാറിലെ കുട്ടികളുടെ പൊതുസംഘടന എന്ന നിലയിൽ ദേശീയബാലസംഘം രൂപംകൊണ്ടത് കല്യാശേരി ശ്രീഹർഷൻ വായനശാലാപരിസരത്തുവെച്ചാണ്. 1938 ഡിസംബർ 28 നാണത് നടന്നത്. ഇന്ത്യയിൽ വെള്ളക്കാരുടെ ഭരണം അവസാനിപ്പിക്കാനുള്ള സമരത്തിൽ കുട്ടികളും അവരുടേതായ പങ്ക് നിർവഹിക്കണമെന്ന്

കൃഷ്ണപിള്ള പറഞ്ഞു. സോവിയറ്റുറഷ്യയിലെ 'യംഗ് പയനീർ' എന്ന സംഘടനയുടെ മാതൃക സ്വീകരിച്ചാണ് ചിറയ്ക്കൽ താലൂക്കിൽ സംഘടന രൂപീകരിച്ചത്. ഇ കെ നായനാരെയാണ് ആദ്യത്തെ പ്രസിഡന്റാക്കിയത്. സെക്രട്ടറി പി കെ കുഞ്ഞനന്തൻ നായരും. രൂപീകരണത്തെത്തുടർന്ന് ചിറയ്ക്കൽ താലൂക്കിലാകെ ബാലസംഘം പ്രചാരണം നടത്തി.

ദേശീയ ബാലസംഘം എന്നപേര് പിൽക്കാലത്ത് മാറി. ദേശാഭിമാനി ബാലസംഘം എന്നാക്കി. ജനകീയ ജനാധിപത്യ വിപ്ലവത്തിന്റെ പാതയിൽ എല്ലാവിഭാഗം കുട്ടികളെയും അണിനിരത്തണമെന്ന നിലയുണ്ടായപ്പോൾ സംഘടനയുടെ പേരിൽ വീണ്ടും മാറ്റംവരുത്തി. 'ബാലസംഘം' എന്നായി പേര്. കുട്ടിക്കാലത്തുതന്നെ ദേശീയബോധവും രാജ്യതാൽപ്പര്യവും ത്യാഗസന്നദ്ധതയും കുട്ടികളിൽ വളർത്തിയെടുക്കുന്ന സുപ്രധാന ദൗത്യത്തിലാണ് സംഘടന ഏർപ്പെട്ടിരിക്കുന്നത്. സംഘടന പാടുന്നു.

തോക്കുചുമന്നുനടന്നീടാൻ
തോളിനു ബലമില്ലെന്നാലും
നാടിനെ നന്നായ് രക്ഷിക്കാൻ...
ബാലകർ നമ്മൾ കരുത്തൻമാർ...

യശോദ ടീച്ചറുടെ നാട്

ജീവിതം സമരരൂപകമാക്കിയ പി യശോദടീച്ചറുടെ നാടും കല്യാശേരിയാണ്. അവിടത്തെ രാഷ്ട്രീയ പ്രബുദ്ധതയിലാണ് ടീച്ചർ വളർന്ന് അധ്യാപികയായത്. അധ്യാപനത്തെ ഉപജീവനമാർഗമായിട്ടല്ല ടീച്ചർ കണ്ടത്. സമൂഹത്തെ മാറ്റിത്തീർക്കാനുള്ള ഒരു വഴിയെന്ന നിലയിലാണ് ടീച്ചർ അധ്യാപനത്തെ പ്രയോജനപ്പെടുത്തിയത്. ചുറ്റുപാടും നടന്നുകൊണ്ടിരുന്ന അയിത്തത്തോടും അടിമത്തത്തോടും ചൂഷണത്തോടും അവർ വിട്ടുവീഴ്ചയില്ലാതെ പൊരുതി. അക്ഷരത്തിന്റെയും അറിവിന്റെയും മനുഷ്യസ്നേഹത്തിന്റെയും പുതിയൊരന്തരീക്ഷം സൃഷ്ടിക്കാൻ ടീച്ചർ പ്രയത്നിച്ചു. കർഷകരും തൊഴിലാളികളും സംഘടിച്ചുകൊണ്ടിരുന്ന കാലമാണത്. സ്ത്രീകൾ അധ്യാപകവൃത്തി ചെയ്യുന്നത് അന്നത്തെ സമുദായം അംഗീകരിച്ചിരുന്നില്ല. പക്ഷേ, യശോദടീച്ചർ സാമ്പ്രദായിക നീതികളെ മറി കടന്നുകൊണ്ട് അധ്യാപികയും രാഷ്ട്രീയ പ്രവർത്തകയുമായി. മഹിളകളെ സംഘടിപ്പിക്കുന്നതിൽ മുന്നിട്ടിറങ്ങി. *ദേശാഭിമാനി* പത്രത്തിന്റെ റിപ്പോർട്ടറായി. സാക്ഷരതാ ക്ലാസുകളും ബോധവൽക്കരണ ക്ലാസുകളും സംഘടിപ്പിച്ചു. *ദേശാഭിമാനി*യിലുള്ള അവരുടെ റിപ്പോർട്ടുകൾ അധികാരികളെ രോഷം കൊള്ളിക്കുകയുണ്ടായി. അതിന്റെ പേരിൽ ക്രൂരമർദനം ഏൽക്കേണ്ടി വന്നു. *ദേശാഭിമാനി*യുടെ സ്വ.ലേ എന്നുപറഞ്ഞുകൊണ്ടാണ് തല്ലിച്ചതച്ചത്. എങ്കിലും ടീച്ചർ തളർന്നില്ല. കല്യാശ്ശേരി നൽകിയ രാഷ്ട്രീയ കരുത്തിൽ അവർ വർധിത വീര്യത്തോടെ പ്രവർത്തനങ്ങളിൽ മുഴുകി.

നായനാർ ശാരദടീച്ചർക്കൊപ്പം

കല്യാശേരിപോലെ ടീച്ചറുടെ ജീവിതവും സംഭവബഹുലമാണ്. പ്രദേശത്ത് സ്കൂളിൽ ചേർന്ന ആദ്യ പെൺകുട്ടി യശോദടീച്ചറായിരുന്നു. 1931 ൽ എട്ടാം തരം പാസായി അധ്യാപികയായി. പിന്നീട് ട്രെയിനിങ് കഴിച്ചു. കോൺഗ്രസിലൂടെ പൊതുരംഗത്തിറങ്ങിയ ടീച്ചർ കമ്യൂണിസ്റ്റു പാർട്ടിയുടെ സജീവ പ്രവർത്തകയായി.

മഹിളാ സമാജത്തിന്റെ സംഘാടകയായി തെക്കൻ മലബാർ പ്രദേശത്തും അന്തിക്കാട്ടും ചെന്ന ടീച്ചർ അവിടെ നടന്ന ഉജ്വലമായ ചെത്ത് തൊഴിലാളി സമരത്തിൽ പങ്കെടുത്തു. അവരുടെ കുടുംബങ്ങളിൽ ചെന്ന് സ്ത്രീകൾക്കിടയിൽ പ്രവർത്തനം നടത്തി. 1946 ൽ ആറോൺമിൽ സമരത്തെ സഹായിക്കുന്നതിനുവേണ്ടി പാപ്പിനിശേരി മേഖലയിൽ സജീവമായി പ്രവർത്തിച്ചു.

1948 ൽ കമ്യൂണിസ്റ്റ് പാർട്ടി നിരോധിക്കപ്പെട്ട കാലത്ത് കോൺഗ്രസുകാരും എം എസ് പിക്കാരും ചേർന്ന് ടീച്ചറുടെ വീട് വളയുകയും ആക്രമിക്കുകയും ചെയ്തു. ടീച്ചറെ പിടികൂടുകയായിരുന്നു ലക്ഷ്യം. രക്ഷപ്പെട്ട ടീച്ചർ പറശിനിക്കടവിൽ പി എം ഗോപാലന്റെ വീട്ടിൽ ഒളിവിൽ കഴിഞ്ഞു. ഇവിടെവച്ച് പൊലീസ് പിടികൂടി മൃഗീയമായി മർദിച്ചു. മുടി

കുത്തിപ്പിടിച്ച് ചുമരിലിടിച്ചു. അബോധാവസ്ഥയിലായ ടീച്ചറെ ഉപേക്ഷിക്കുകയായിരുന്നു.

പ്രമുഖ കമ്യൂണിസ്റ്റ് നേതാവും മുൻമന്ത്രിയുമായിരുന്ന കാന്തലോട്ട് കുഞ്ഞമ്പുവായിരുന്നു യശോദയുടെ ജീവിതസഖാവ്. 1952 മെയ് 17 നായിരുന്നു വിവാഹം. കണ്ണൂരിലെ ടുബാക്കോ യൂണിയൻ ഓഫീസിലാണ് വിവാഹച്ചടങ്ങ് നടന്നത്. വധുവരന്മാരെ പാർട്ടിക്ക് സംഭാവന നൽകുന്നുവെന്ന യശോദടീച്ചറുടെ അമ്മ അടിയേരി ജാനകിയുടെ പ്രഖ്യാപനം നീണ്ട കരഘോഷത്തോടെയാണ് സദസ്യർ സ്വീകരിച്ചത്.

വളണ്ടിയർ ക്യാപ്റ്റന്റെ നാട്

പാർട്ടി സംസ്ഥാന വളണ്ടിയർ ക്യാപ്റ്റൻ എം പി നാരായണൻ നമ്പ്യാരുടെ നാടും കല്യാശേരിയാണ്. ദേശീയ പ്രസ്ഥാനത്തിന്റെയും സ്വാതന്ത്ര്യസമരത്തിന്റെയും ആവേശമുൾക്കൊണ്ടുകൊണ്ട് വളർന്നുവന്ന നാരായണൻ നമ്പ്യാർ വർഗ ബഹുജനപ്രസ്ഥാനങ്ങൾ ശക്തിപ്പെടുത്തുന്നതിൽ നിർണായകപങ്ക് വഹിച്ചു. അധ്യാപകനായി പൊതുജീവിതം തുടങ്ങിയെങ്കിലും അതുപേക്ഷിച്ച് രാഷ്ട്രീയത്തിലിറങ്ങി. പ്രദേശത്തെ കലാ–സാംസ്കാരിക പ്രവർത്തനങ്ങളിലെല്ലാം അദ്ദേഹം മുന്നിട്ടിറങ്ങി. കെ പി ആർ ഗോപാലൻ, കേരളീയൻ, ഭാരതീയൻ തുടങ്ങിയവരോടൊപ്പം കർഷകസംഘവും തൊഴിലാളി പ്രസ്ഥാനവും ശക്തിപ്പെടുത്തുന്നതിൽ വ്യാപരിച്ചു. 1930 ൽ ഉപ്പു സത്യഗ്രഹജാഥയ്ക്ക് ഉച്ചഭക്ഷണം നൽകിയത് നാരായണൻ നമ്പ്യാരുടെ അമ്മാവൻ എം പി കൃഷ്ണൻ നമ്പ്യാരുടെ വീട്ടിലാണ്. കല്യാശേരിയിലും പരിസരങ്ങളിലും നടന്ന കള്ളുഷാപ്പ് പിക്കറ്റിംഗിലും വിദേശവസ്ത്രബഹിഷ്കരണത്തിലും പങ്കെടുത്തു. ഉത്തരവാദ ഭരണത്തിനു എ കെ ജിയുടെ നേതൃത്വത്തിൽ പോയ കാൽനട ജാഥയിലെ ഏറ്റവും പ്രായംകുറഞ്ഞ വളണ്ടിയറായിരുന്നു അദ്ദേഹം. തിരുവിതാംകൂറിൽ പാർട്ടിപ്രവർത്തനങ്ങൾക്കായി അദ്ദേഹം നിയോഗിക്കപ്പെട്ടിരുന്നു. ജനകീയയുദ്ധകാലത്ത് പട്ടാളത്തിൽ ചേർന്നു. പിരിഞ്ഞുവന്നതിനുശേഷം പാർട്ടിപ്രവർത്തനത്തിൽ മുഴുകി. ബോംബെയിൽ ലോക സമാധാന സമ്മേളനം ചേർന്നപ്പോൾ മലബാറിന്റെ പ്രതിനിധിയായി പങ്കെടുത്തു. വളണ്ടിയർമാരെ പരിശീലിപ്പിക്കുന്നതും അദ്ദേഹത്തിന്റെ ചുമതലയായിരുന്നു. ആദ്യം മലബാർ വളണ്ടിയർ ക്യാപ്റ്റനും പിന്നെ സംസ്ഥാന ക്യാപ്റ്റനുമായി. പഞ്ചായത്തു പ്രസിഡന്റുമാരുടെ സംസ്ഥാന അസോസിയേഷൻ പ്രസിഡണ്ടായും സേവനമനുഷ്ഠിച്ചു.

കലാ–കായിക രംഗങ്ങളിലും കല്യാശേരിക്ക് തിളക്കമുണ്ട്. പ്രശസ്ത നാടകകൃത്തും എഴുത്തുകാരനുമായ കെ എം രാഘവൻ നമ്പ്യാർ കല്യാശേരിക്കാരനാണ്.

എണ്ണമറ്റ പോരാട്ടങ്ങളിലൂടെയാണ് കല്യാശേരി കരുത്ത് നേടിയത്. കർഷകകമ്യൂണിസ്റ്റ് പ്രസ്ഥാനങ്ങൾക്കും ബഹുജനസംഘടനകൾക്കും

നായനാരുടെ ചിത്രത്തിനു മുന്നിൽ ശാരദടീച്ചർ

പ്രഭവകേന്ദ്രമെന്നനിലയിലും ഈ നാടിന് പ്രസക്തിയുണ്ട്. മൊറാഴ സംഭവത്തിന്റെ പ്രധാനശിൽപ്പി കല്യാശേരിക്കാരൻ കെ പി ആർ ഗോപാലനാണ്. കേരളത്തിന്റെ മുഖ്യമന്ത്രിയായി ദീർഘകാലം ഭരിച്ച ഇ കെ നായനാരുടെ വീടും കല്യാശേരി തന്നെ. സി ഐ ടി യു അഖിലേന്ത്യാ പ്രസിഡന്റ് എ കെ പത്മനാഭൻ പാപ്പിനിശേരിക്കാരനായാണ് ജനിച്ചതെങ്കിലും കല്യാശ്ശേരിയുടെ പ്രബുദ്ധതയിലാണ് വളർന്നത്. ഇവിടെ ഹയർസെക്കണ്ടറി സ്കൂളും പോളിടെക്നിക്കുമുണ്ട്. ഈ നാടിനു തൊട്ടുകിടക്കുന്ന ധർമശാലയിലാണ് കെൽട്രോൺ വ്യവസായകേന്ദ്രം. പറശിനിക്കടവിലേക്കുള്ള വഴിയിൽ എഞ്ചിനീയറിങ് കോളേജും വിസ്മയാപാർക്കും സ്നേക്ക് പാർക്കുമുണ്ട്. സ്വാതന്ത്ര്യസമരകാലത്തുതന്നെ ഇവിടെ കമ്യൂണിസ്റ്റ് പ്രസ്ഥാനത്തിന് സ്വാധീനമുണ്ടായിരുന്നു. ഒട്ടും കോട്ടംതട്ടാതെ ഇന്നും സാധാരണക്കാരന്റെ അത്താണിയായി പാർട്ടി നിലകൊള്ളുന്നു.

3

തേജസ്വിനിയുടെ തീരഭൂമി

സ്വാതന്ത്ര്യത്തിനുവേണ്ടി നെഞ്ച് കീറിയൊരു നാട്. പോരാട്ടവഴിയിലെ തിളങ്ങിനിൽക്കുന്നൊരു പേര്. നാടുവാഴിത്തത്തിനും ജന്മിത്തത്തിനുമെതിരെ പട നയിച്ചൊരു ഗ്രാമം; കയ്യൂർ. ആ ഗ്രാമത്തെ വിശേഷിപ്പിക്കാൻ ഏറെ പദങ്ങൾ ഇനിയുമുണ്ട്. കയ്യൂരെന്നത് ഒരു സ്ഥലനാമം മാത്രമല്ല. ചരിത്രത്തിന്റെ നിയോഗമേറ്റെടുത്ത് അടിമത്തവും ചൂഷണവും പറിച്ചെറിയാൻ പാടുപെട്ട ഒരുപറ്റം സാമൂഹ്യപ്രതിബദ്ധരുടെ കരുത്താണ്. പഴങ്കഥകളുടെയും ഐതിഹ്യങ്ങളുടെയും പരിവേഷമുണ്ടെങ്കിലും നാലു വീരയോദ്ധാക്കളുടെ നക്ഷത്രശോഭകലർന്ന കഥകൾ അയവിറക്കുന്ന സംഗ്രാമഭൂമിയെന്ന പ്രശസ്തി കയ്യൂരിനുണ്ട്. കണ്ണൂർ സെൻട്രൽ ജയിലിലെ കറുത്ത ഭിത്തിക്കുള്ളിൽ കറുപ്പുതുണികൊണ്ട് മുഖം മറയ്ക്കാതെ "ഇങ്കിലാബ് സിന്ദാബാദ്" എന്ന് മുഴക്കിക്കൊണ്ട് രക്തസാക്ഷിത്വം വരിച്ചവർ കാലത്തെ അതിജീവിച്ച് നെഞ്ചിലെ നെരിപ്പോടായി വളരുന്നു. മനുഷ്യന്റെ ചോര പെരുമഴപോലെ മണ്ണിൽ വീണുകൊണ്ടിരുന്ന നാളുകളിലാണ് കയ്യൂരിന്റെ വിപ്ലവപ്പിറവി. 1943 ഏപ്രിൽ 11 ന് *പീപ്പിൾസ് വാറിൽ* കയ്യൂർസഖാക്കളെക്കുറിച്ച് പി സി ജോഷി എഴുതിയ ലേഖനത്തിലിങ്ങനെ പറയുന്നു:

> അവർ നാലുപേർ നാലു സെല്ലുകളിലായിരുന്നു. ഞങ്ങളെ കണ്ട ഉടൻ മുഷ്ടിചുരുട്ടി ഉറക്കെ വിളിച്ചു: "ലാൽസലാം." കൊലക്കയർ മുറുകുമ്പോഴും അവർ "കമ്യൂണിസ്റ്റുപാർട്ടി സിന്ദാബാദ്" വിളിക്കുമെന്ന് എനിക്കുറപ്പുണ്ടായിരുന്നു. സഖാക്കൾക്ക് ഇംഗ്ലീഷോ ഹിന്ദിയോ അറിയില്ല. എനിക്ക് മലയാളവും അറിയില്ല. കൃഷ്ണപിള്ളയാണ് മൊഴിമാറ്റം നടത്തിയത്. സംസാരത്തിനിടയിൽ ഞാൻ വികാരാധീനനായി. കണ്ണുകൾ നിറഞ്ഞു. വാക്കുകൾ മുറിഞ്ഞു.

തേജസ്വിനി പുഴ

> പാർട്ടിയുടെ സന്ദേശം ഞാനവരെ അറിയിച്ചു. ജന്മനാടിന്റെ സ്വാതന്ത്ര്യത്തിനും ഐശ്വര്യത്തിനും വേണ്ടിയാണ് നിങ്ങൾ മരിക്കുന്നതെന്ന് പറഞ്ഞു. നമ്മുടേത് നീതിക്കുവേണ്ടി നിലകൊള്ളുന്ന പാർട്ടിയാണ്. നമുക്ക് ജയിച്ചേ മതിയാകൂ. ഈ വിജയത്തിനു വേണ്ടിയാണ് നിങ്ങൾ ജീവൻ ബലിദാനമായി നൽകുന്നത്. ഇല്ല, നിങ്ങൾ മരിക്കാൻ പോകുന്നില്ല. നിങ്ങൾ അമരന്മാരാണ്. ഞങ്ങളിലൂടെ നിങ്ങളെന്നെന്നും ജീവിക്കും.

ആ നാല് പോരാളികളുടെ വാക്കുകളും ലേഖനത്തിൽ ഉദ്ധരിക്കുന്നുണ്ട്. ജനങ്ങൾക്കുവേണ്ടി ജീവിക്കണം എന്ന് പഠിപ്പിച്ചത് പാർട്ടിയാണ്. ആ കർമ്മം സമർഥമായി നിർവഹിക്കാൻ കഴിഞ്ഞതിൽ ചാരിതാർഥ്യമുണ്ടെന്ന് നാലുപേരും പറഞ്ഞു. പാർട്ടി ശക്തിപ്പെടുന്നെന്ന മഹത്തായ വാർത്തയുംകൊണ്ടാണ് താങ്കൾ വന്നിരിക്കുന്നതെന്ന് അപ്പു സൂചിപ്പിച്ചു. ഈ വാർത്ത കൂടുതൽ ഉറപ്പോടെ തൂക്കുമരത്തിലേറാനുള്ള ശക്തി ഞങ്ങൾക്ക് പകരുന്നു. ഞങ്ങൾ നാല് കർഷകമക്കൾ മാത്രമാണ്. എന്നാൽ പുറത്ത് ആയിരക്കണക്കിനാളുകൾ ഞങ്ങൾക്കുവേണ്ടി കാത്തുനിൽക്കുന്നു. ഞങ്ങളെ തൂക്കിലേറ്റാം. പക്ഷേ, അവരെ നശിപ്പിക്കാനാവില്ലെന്ന് ചിരുകണ്ടൻ പറഞ്ഞു. അബൂബക്കറും കുഞ്ഞമ്പുനായരും അവ

രുടെ അഭിപ്രായം അറിയിച്ചു. ആ നാലുപേരുടെയും കൈകൾ പിടിച്ചു കുലുക്കണമെന്ന് ജോഷിക്ക് തോന്നി. ജയിലറുടെ അനുവാദത്തോടെ അദ്ദേഹം മുന്നോട്ട് നടന്നു. ഇരുമ്പുകവാടങ്ങൾക്കിടയിലൂടെ അദ്ദേഹം കൈനീട്ടി. ഓരോരുത്തരും ആ കൈ പിടിച്ചു കുലുക്കി. അപ്പു വികാരാധീനനായിപ്പോയി. അദ്ദേഹത്തിന്റെ കണ്ണുകൾ നനഞ്ഞു. ജോഷിയും വിങ്ങിപ്പൊട്ടിപ്പോയി.

നേതാക്കൾ കയ്യൂരിലെത്തുന്നു

ജോഷിയും സുന്ദരയ്യയും കൃഷ്ണപിള്ളയും വി വി കുഞ്ഞമ്പുവും കണ്ണൂർ ജയിലിൽനിന്ന് കയ്യൂരിലേക്ക് പോയി. ചെറുവത്തൂരിൽ വണ്ടിയിറങ്ങി. കാര്യങ്കോട് പ്രദേശംവരെ നടന്നു. പിന്നെ തോണിയിൽ കയ്യൂരിലേക്ക്. അകമ്പടിയായി വേറെയും തോണികൾ. നിറയെ ആളുകളും നിരഞ്ജനയും കൂട്ടത്തിലുണ്ടായിരുന്നു. മഠത്തിൽ അപ്പുവിന്റെ വീട്ടിലാണ് സ്വീകരണമൊരുക്കിയത്. അപ്പുവിന്റെ സഹോദരൻ കുഞ്ഞിരാമൻ വീട്ടുമുറ്റത്ത് ഓലപ്പന്തലൊരുക്കിയിരുന്നു. അബൂബക്കറുടെ ഉമ്മയൊഴിച്ച് ബാക്കിയുള്ളവരുടെയെല്ലാം ബന്ധുക്കൾ സന്നിഹിതരായിരുന്നു. കൃഷ്ണപിള്ള നേതാക്കളെ പരിചയപ്പെടുത്തി. ജോഷി ആദ്യം സംസാരിച്ചു.. "ഞങ്ങൾ ജയിലിൽ പോയിട്ടാണ് വരുന്നത്. എല്ലാവരോടും ധൈര്യമായിരിക്കാൻ അവർ പറഞ്ഞു. ആ നാല് ധീരസന്താനങ്ങളെ പ്രസവിച്ച അമ്മമാരും അവരുടെ ഈ നാടും ധന്യമാണ്. പാർട്ടി സഖാക്കളെല്ലാം നിങ്ങളുടെ മക്കളാണ്. സ്വന്തം മക്കളെപ്പോലെ നിങ്ങൾ ഞങ്ങളെയും കണക്കാക്കണം." ബ്രിട്ടീഷ് കമ്യൂണിസ്റ്റുപാർട്ടി സ്വരൂപിച്ച ഫണ്ട് ജോഷി കുടുംബാംഗങ്ങൾക്ക് നൽകി. അന്ന് നേതാക്കളെല്ലാം പാലായിലെ ഒരുവീട്ടിൽ താമസിച്ചു. അടുത്തദിവസം രാവിലെയാണ് മടങ്ങിയത്. മടക്കയാത്രയിൽ അബൂബക്കിന്റെ ഉമ്മയെ കണ്ട് ആശ്വസിപ്പിച്ചു. ഉമ്മയെ സമാശ്വസിപ്പിക്കണമെന്ന് ജയിലിൽവച്ച് അബൂബക്കർ അപേക്ഷിച്ചിരുന്നു. മരിക്കുന്നതിനുമുമ്പ് കയ്യൂർ സഖാക്കൾ പി സി ജോഷിക്കെഴുതിയ കത്തിൽ ഇങ്ങനെ സൂചിപ്പിക്കുന്നു:

പി സി ജോഷി

> രാജ്യത്തിനുവേണ്ടി മരിക്കുന്നതിൽ ഞങ്ങൾ അഭിമാനംകൊള്ളുന്നു. ഞങ്ങൾ ഭീരുക്കളല്ല. യഥാർഥ ദേശാഭിമാനികളാണ്. ഞങ്ങളുടെ ജീവത്യാഗം ഭാവിതലമുറകൾ എന്നെന്നും അനുസ്മരിക്കും. നാടിന്റെ സ്വാതന്ത്ര്യത്തിനുവേണ്ടി മരിക്കുന്നതിൽ ഞങ്ങൾക്കഭി

മാനമേയുള്ളൂ. ഭഗത്സിങ്ങിനെപ്പോലുള്ളവരുടെ ധീരജീവിതം ഞങ്ങൾക്കാവേശം നൽകുന്നു. ഞങ്ങൾക്ക് ബേജാറില്ല, വ്യസനമില്ല. നാട്ടിലെ ധീരരക്തസാക്ഷികളുടെ ചരിത്രം ഞങ്ങൾക്കാവേശം പകരുന്നു. കമ്യൂണിസ്റ്റുപാർട്ടി നീണാൾ ജയിക്കട്ടെ. (*സഖാവ് പി കൃഷ്ണപിള്ള*, ഡോ. ചന്തവിള മുരളി)

അപ്പുവിന്റെ കടുക്കൻ നൽകുന്നു

പുഴക്കരയിലുള്ള അപ്പുവിന്റെ പീടിക പാർട്ടി കേന്ദ്രമായിരുന്നു. കയ്യൂരിലെ ഏതുകാര്യത്തിനും. അദ്ദേഹം മുന്നിലുണ്ടാകും. ആർക്കുമുന്നിലും തലകുനിക്കില്ല. അനീതി എവിടെ കണ്ടാലും ചോദ്യം ചെയ്യും. കയ്യൂരിലെ കാവിൽ ഉത്സവത്തിന് ധാരാളം പണം തൊഴുതുവരവായി കിട്ടിയിരുന്നു. അതെല്ലാം മേലാളൻമാരായ നായന്മാർ സ്വന്തമായെടുക്കുകയാണ് പതിവ്. അപ്പു ഇതിനെ എതിർക്കുന്നു. ഉത്സവംകഴിഞ്ഞ് പണത്തളികയുമായി സ്ഥലം വിടാനൊരുങ്ങിയ മേലാളരെ തടഞ്ഞു. നാട്ടുകാരുടെ പണം ഈ നാട്ടിലെ കാവിൽത്തന്നെ ചെലവഴിക്കണമെന്ന് അദ്ദേഹം പറഞ്ഞു. അതിനുശേഷം തൊഴുതുപണം കൊണ്ടുപോയിട്ടില്ലത്രെ.

കയ്യൂരിന്റെ ചരിത്രസാക്ഷ്യമറിയാൻ ഞങ്ങൾ തേജസ്വിനികരയിലൂടെ നടന്നു. ഡി വൈ എഫ് ഐ പ്രവർത്തകനായ കെ പി വേണുഗോപാലനാണ് കൂടെ വന്നത്. കയ്യൂർ രക്തസാക്ഷിമണ്ഡപവും കടന്ന് അൽപ്പസമയം മുന്നോട്ട് നീങ്ങിയാൽ മഹിളാപ്രവർത്തകയായ സുശീലയെ കണ്ടുമുട്ടാം. അവർ രണ്ടുതവണ പഞ്ചായത്ത് മെമ്പറായിരുന്നു. അഭിമുഖം നടത്തുന്ന കാലത്ത് അവർക്ക് 62 വയസാണ്. മഠത്തിൽ അപ്പുവിന്റെ സഹോദരൻ കുഞ്ഞിരാമന്റെ മകളാണ് അവർ. അപ്പുവേട്ടനെക്കുറിച്ച് സ്വന്തം അമ്മയും അമ്മൂമ്മയും പറഞ്ഞുകേട്ട കാര്യങ്ങൾ അവരുടെ മനസിലുണ്ട്. അപ്പുവേട്ടനെ കുഞ്ഞാപ്പു എന്നാണ് എല്ലാവരും സ്നേഹത്തോടെ വിളിക്കുക. അദ്ദേഹം നല്ല പൂരക്കളി കലാകാരനായിരുന്നു. കളരി അഭ്യാസിയുമാണ്.

അപ്പു ധീരതയുടെ ആൾരൂപമായിരുന്നെന്ന് കയ്യൂർ കേസിലെ പതിനാറാം പ്രതി കുറുവാടൻ നാരായണൻനായർ ഓർമിച്ചു. കയ്യൂരിൽ ആദ്യം സംഘടിപ്പിച്ചത് മണ്ണെണ്ണസമരമാണ്. അപ്പുവിന്റെ പീടികയിൽ നിന്നാണ് അതിന്റെ ആലോചനനടന്നത്. പൊതാവൂരിലെ റേഷനുടമ മണ്ണെണ്ണ കരിഞ്ചന്തയിൽ വിൽക്കുന്നുണ്ടായിരുന്നു. അത് തടയുകയും റേഷൻകാർഡുടമകൾക്ക് വിതരണം നടത്തുകയും ചെയ്തു. 1941 മാർച്ച് 26 ന്റെ രാത്രിയിൽ അപ്പുവിന്റെ പീടിക പൊലീസ് ആക്രമിക്കുന്നുണ്ട്. അടിയേറ്റ് അപ്പുവിന്റെ തലമുറിഞ്ഞിരുന്നു. ചോരവാർന്നൊഴുകുകയായിരുന്നു. കളരി അഭ്യാസിയായ അപ്പു പൊലീസുകാരുടെ കൈകളിൽനിന്നും രക്ഷപ്പെട്ടു. വീട്ടിൽ ചോരയൊലിച്ച് കയറി വന്ന മകനെ കണ്ട് അമ്മ ചിരുത പരി

ഭ്രമിച്ചു. ചോരതുടച്ചുകളഞ്ഞ് മുറിവ് കെട്ടിയശേഷം രാത്രിയിൽത്തന്നെ അവിടം വിടുകയായിരുന്നു. അപ്പു അടക്കമുള്ളവർക്ക് വധശിക്ഷവിധിച്ച വാർത്തയറിഞ്ഞ് ആ കുടുംബം തേങ്ങിക്കരഞ്ഞു. അപ്പുവിന്റെ അച്ഛൻ അമ്പാടി അന്തിത്തിരിയൻ മകനുവേണ്ടി നിത്യവും കാവിൽച്ചെന്ന് പ്രാർഥിച്ചു. ഒരിക്കൽ ആ പിതാവ് മകനെയും സുഹൃത്തുക്കളെയും കാണാൻ ജയിലിൽ ചെല്ലുന്നുണ്ട്. തൂക്കിലേറുമ്പോൾ അപ്പുവിന്റെ കാതിൽ സ്വർണകടുക്കനുണ്ടായിരുന്നു. അത് ജയിലധികാരികൾ അപ്പുവിന്റെ വീട്ടിലെത്തിച്ചു. ആ കടുക്കൻ നോക്കി അച്ഛനും അമ്മയും വിങ്ങിപ്പൊട്ടി. ജോഷിയും കൃഷ്ണപിള്ളയും വീട്ടിലെത്തിയപ്പോൾ ആ പിതാവ് ധീരതയോടെ സ്വീകരിച്ചു. സ്വീകരണത്തിനിടയിൽ അച്ഛൻ അകത്തുചെന്ന് അപ്പുവിന്റെ കടുക്കനെടുത്തു കൊണ്ടുവന്നു. ആ സ്വർണാഭരണം കൃഷ്ണപിള്ളയ്ക്കു നേരെ നീട്ടി. അദ്ദേഹം ഇരുകൈയും നീട്ടി അത് വാങ്ങി. "ഇത് പ്രസ്ഥാനത്തിനുള്ളതാണ്. ഇതിവിടെ വെക്കേണ്ട" അച്ഛൻ വികാരാവേശത്തോടെ പറഞ്ഞു. കൃഷ്ണപിള്ളയുടെ മിഴികൾ നിറഞ്ഞൊഴുകുകയായിരുന്നു.

തേജസ്വിനിയുടെ തീരം തേങ്ങിക്കരഞ്ഞു

വടക്കൻ കേരളത്തിലെ നീലേശ്വരത്തിനും ചെറുവത്തൂരിനും ഇടയിലുള്ള പുഴയാണ് തേജസ്വിനി. കയ്യൂർഗ്രാമം ഈ പുഴയുടെ തീരത്താണ്. മുമ്പ് കാര്യങ്കോട് പുഴയെന്നാണ് പറഞ്ഞുവന്നത്. തേജസ്വിനിയെന്ന പേര് വിളിച്ചത് നിരഞ്ജനയാണ്. ചൂരിക്കാടൻ കൃഷ്ണൻനായർ ആത്മകഥ എഴുതിയപ്പോൾ *തേജസ്വിനി നീ സാക്ഷി* എന്നാണ് പേരിട്ടത്. കിഴക്കൻ മലയിടുക്കുകളിൽ നിന്നൊഴുകി പ്രശാന്തസുന്ദരമായി നീങ്ങുന്ന ആ നദിയിലൂടെയാണ് ഗതാഗതം സാധ്യമായിരുന്നത്. പഴയ നീലേശ്വരം ഫർക്കയിലാണ് കയ്യൂർ. ചെറുവത്തൂരിൽ വണ്ടിയിറങ്ങിയാൽ ബസ് വഴി അവിടെ ചെന്നെത്താം. പയ്യന്നൂരിൽനിന്നും നേരിട്ട് കെ എസ് ആർ ടി സി ബസുണ്ട്. കയ്യൂർ എന്ന പദത്തിന് ജലസമൃദ്ധിയുള്ള നാടെന്നാണ് അർഥമാക്കുന്നത്. കയ്യൂർ ജലക്ഷാമം നേരിടാത്ത ഗ്രാമമായിരുന്നു. 1939 ൽ പിണറായി പാറപ്രത്ത് കമ്യൂണിസ്റ്റുപാർട്ടി രൂപംകൊണ്ടതിനു ശേഷം മലബാറിൽ ആദ്യത്തെ വിപ്ലവസമരം നടക്കുന്നത് മൊറാഴയിലാണ്. തുടർന്നുണ്ടായ അതിശക്തമായ ജനമുന്നേറ്റമാണ് കയ്യൂരിൽ ദൃശ്യമായത്. ഗ്രാമീണചാരുത നിലനിന്ന ആ ഗ്രാമം ചെറുത്തുനിൽപ്പുകളുടെ നെരിപ്പോടായിത്തീർന്നു. അടിമത്തത്തിലാണ്ട ജനജീവിതത്തിൽ ഉണർവിന്റെ തീപ്പന്തങ്ങൾ കത്തിപ്പടർന്നു. പുഴയോരത്തെ വയലേലകളിലും കുന്നിൻചരിവിലും യുദ്ധത്തിനെതിരെയും സാമ്രാജ്യത്വത്തിനെതിരെയും മുദ്രാവാക്യങ്ങൾ ഉയർന്നു. ഒരു തുണ്ട് നിലത്തിനും ഒരു പിടി അന്നത്തിനും വേണ്ടി അലഞ്ഞുനടന്നവർ കൈയൂക്കിനും അധികാരക്കൊതിക്കുമെതിരെ കൊടികൾ പാറിച്ചു മുന്നേറുകയായിരുന്നു. ആ കയ്യൂരിലെ നാല് ധീരയോദ്ധാക്കളാണ് 1943 മാർച്ച് 29 ന്റെ പ്രഭാതത്തിൽ

രക്തസാക്ഷിത്വം വരിച്ചത്. ശിക്ഷനടപ്പിലാക്കുന്ന ദിവസം ഏതെന്ന് ആരെയും അറിയിച്ചിരുന്നില്ല എങ്കിലും തടവിലുള്ളവർ ആ വിവരം മണത്തറിഞ്ഞു. സാവധാനം നാട്ടിലും വാർത്തയെത്തി. ആ രാത്രി ദേശീയ ഗാനം തടവുകാരെല്ലാം ചേർന്ന് ആലപിച്ചുവത്രെ. തലേന്നുരാത്രി നാലു പേരെയും വധശിക്ഷ നടപ്പാക്കുന്ന വാർത്ത അറിയിച്ചു. അവസാനത്തെ ആഗ്രഹമെന്താണെന്ന് ജയിൽ സൂപ്രണ്ട് ചോദിച്ചു, "സാമ്രാജ്യത്വവും ജന്മിത്തവും നശിക്കുന്നത് കാണണം. ഈ ആഗ്രഹം സാധിച്ചുതരുമോ?" ചിരുകണ്ടൻ ഇങ്ങനെ മറുപടി പറഞ്ഞുവത്രെ. ആ രാത്രി നാലുപേർക്കും ഉറക്കം വന്നില്ല. ജയിലിലുള്ളവരും ഉറങ്ങിയില്ല. നിരഞ്ജനയുടെ *ചിരസ്മരണ* എന്ന നോവലിൽ ആ രംഗം വിവരിക്കുന്നു..

> കൂരാക്കൂരിരുട്ട്. തുറങ്കുകൾക്ക് പുറത്ത് നക്ഷത്രസമൂഹം പരത്തിയ മങ്ങിയ പ്രകാശം. കാവൽക്കാരൻ മണിമുട്ടിക്കൊണ്ടിരുന്നു. ഉറക്കത്തിന് അന്നു രാത്രി അവിടെ ജോലിയുണ്ടായിരുന്നില്ല. ആ നാലുപേരുടെയും ചിന്തകൾ ലോകപര്യടനം നടത്തുകയായിരുന്നു. കയ്യൂരിൽനിന്ന് സ്റ്റാലിൻഗ്രാദിലേക്ക്, അവിടെനിന്ന് ലണ്ടനിലേക്ക്.

ചിരുകണ്ടന്റെ മനസ്സ് കർഷകസംഘം സമ്മേളനം നടക്കുന്ന സന്ദർഭത്തിലേക്ക് അലഞ്ഞുചെന്നു. ആ സുബ്ബരായൻ, അയാൾക്ക് ഭാര്യയും കുട്ടികളുമുണ്ട്. എന്നാൽ അയാൾ വിദേശഭരണത്തിന്റെ കാവൽപ്പട്ടിയായിരുന്നു. അവരവനെ കൊന്നിട്ടില്ല. എന്നാലാമരണത്തിന്റെ മറവിൽ അവർക്ക് കൊലക്കയർ ഒരുക്കി.. സ്വന്തം കാര്യത്തെക്കുറിച്ച് അവരെന്നെങ്കിലും ചിന്തിച്ചിട്ടുണ്ടോ? ഇനി നമ്മളാരും ഒരു വിഷമവും കാട്ടരുതെന്ന് ചിരുകണ്ടൻ പറഞ്ഞു. വീരന്മാരെപ്പോലെ കഴുമരത്തിലേറി എന്ന് നാളത്തെ ചരിത്രകാരന്മാർ രേഖപ്പെടുത്തട്ടെ. നമ്മുടെ കൂട്ടത്തിൽ ഒരു പാട്ടുകാരനില്ലാതെ പോയല്ലോ എന്ന് അപ്പു സങ്കടപ്പെട്ടു. ഉണ്ടായിരുന്നെങ്കിൽ പാടിക്കൊണ്ട് കഴുമരം വരെ നടക്കാമായിരുന്നു. കുഞ്ഞമ്പുവിന് സഹോദരങ്ങളുടെ ഓർമ. ഭാരതത്തിലെ കോടാനുകോടി സഹോദരങ്ങൾ ഇനിയും ജന്മമുണ്ടായാൽ ഇതേവഴി പിന്തുടരും. അബൂബക്കറിന്റെ മനസിലും പോയകാല സംഭവങ്ങൾ തെളിഞ്ഞുവന്നു.

പാതിരാത്രി കഴിഞ്ഞു. കാവൽക്കാർ റാന്തൽവിളക്കുമായി നടക്കുന്നു. കാറ്റ് ശബ്ദത്തോടെ വീശുന്നു. പെട്ടെന്ന് ജയിൽമുറിയിൽനിന്ന് പാട്ടുയർന്നു. അവർക്കിഷ്ടപ്പെട്ട പാട്ട്. കാറ്റിൽ പറന്ന് ആ പാട്ട് അഴികൾക്കിടയിലേക്ക് വന്നുകൊണ്ടിരുന്നു. ഇപ്പോൾ തടവുകാരെല്ലാം ആ പാട്ടേറ്റു പാടുന്നു. "അപ്പു കേൾക്കുന്നുണ്ടോ ആ പാട്ട്..!" ചിരുകണ്ടൻ ചോദിച്ചു. "എല്ലാവരും ഉണർന്ന് നമ്മെ യാത്രയാക്കുകയാണ്." അതുകേട്ട് ഇരമ്പുന്ന ആവേശത്തിൽ കുഞ്ഞമ്പു അലറി: 'അധ്വാനിക്കുന്ന ജനതയുടെ അസ്ഥിപഞ്ജരത്തിൻമേൽ പണിത ഈ സാമ്രാജ്യം നിശ്ചയമായും തകർന്നു തരിപ്പണമാവും."

തന്റെ മുറിക്കകത്തുനിന്നും ആരോ താരാട്ട് പാടുന്നതായി അപ്പുവിന് അനുഭവപ്പെട്ടു. 'ഓമനത്തിങ്കൾ കിടാവോ....' അമ്മയാണ് പാടുന്നത് മകനെ അവസാനമായി പാടിയുറക്കുകയാണ്.

ജയിലറകൾ ഉണർന്നു. ഇനി രണ്ടുമണിക്കൂർ. കോഴികൂവുന്നുണ്ട്. സമയമറിയാതെ മതിലിനുപുറത്തുള്ള മരങ്ങളിൽനിന്ന് കാക്കകൾ കരയുന്നു. തണുത്തകാറ്റടിച്ചു. ഉഷസ്സ് വിടരുകയാണ്. സായുധപൊലീസിന്റെ അകമ്പടിയോടെ ജയിലറും കളക്ടറും മറ്റുദ്യോഗസ്ഥൻമാരുമെത്തി. ആ നാലുപേരെയും നടത്തിച്ചുകൊണ്ടുപോയി. ദൃഢമായ കാൽവെപ്പുകൾ. ജയിൽസൂപ്രണ്ട് സമയം നോക്കി. ഇനിയും അഞ്ചുമിനിട്ടുണ്ട്. കൈയാമങ്ങളഴിച്ചു. ചിരുകണ്ടൻ നിർഭയനായി പറഞ്ഞു: "ശരീരം തൊടരുത്. ഞങ്ങൾ സ്വയം കയറിച്ചെല്ലും," മുഖം മറയ്ക്കാനുള്ള നീക്കവും തടഞ്ഞു. "ഞങ്ങൾക്ക് മറ ആവശ്യമില്ലെന്ന്" ചിരുകണ്ടൻ പ്രഖ്യാപിച്ചു. തുറുങ്കിനകത്തുനിന്ന് ജനകീയപ്രവർത്തകരുടെ പാട്ട്. താഴെ ഇരുൾനിറഞ്ഞ കുഴി. മേലെ കുരുക്കുകൾ തൂങ്ങിനിൽക്കുന്നു. ചിരുകണ്ടൻ ഉറക്കെ വിളിച്ചു.. "ഇങ്ക്വിലാബ്.." അപ്പു കൂട്ടിച്ചേർത്തു. "സിന്ദാബാദ്" "സാമ്രാജ്യത്വം നശിക്കട്ടെ" "ജന്മിത്തം നശിക്കട്ടെ" "വിപ്ലവം ജയിക്കട്ടെ..!" അവർ ഏറ്റുവിളിച്ചു. ജയിൽ സൂപ്രണ്ട് അടയാളം കാണിച്ചു. കുരുക്കുകൾ കഴുത്ത് ഞെരിച്ചു. നാല് ശരീരങ്ങളും കുഴിയിൽ തൂങ്ങിനിന്നു. തൂങ്ങിനിൽക്കുന്ന ശരീരങ്ങളിൽനിന്നും ശബ്ദമുയർന്നില്ല. പക്ഷേ, ജയിലറകളാകെ മുദ്രാവാക്യം വിളികളാൽ മുഖരിതമായി. ജയിലിന് തൊട്ടടുത്ത പ്രദേശമെല്ലാം ഉണർന്നുകഴിഞ്ഞിരുന്നു. കറുത്തമതിലുകൾ ഭേദിച്ച് പുറത്തുകടന്ന മുദ്രാവാക്യങ്ങൾ ആ വാർത്തയെത്തിച്ചു. കയ്യൂർ തേങ്ങിക്കരയുകയായിരുന്നു. ടി എസ് തിരുമുമ്പ് പാടുകയാണ്..

അതാ കേൾപ്പൂ, ദൂരദൂരമുയർന്നുയർന്നലച്ചെത്തും
നിതാന്തഗംഭീരം തൂക്കുമരത്തിൻ വിളി
ചെവിക്കൊൾവിൻ നാട്ടുകാരേ, വിവിക്തതയിലും ത്യാഗ-
പവിത്രപുളകം ചേർക്കും സുധീരനാദം..
പാവങ്ങളാം കൃഷിക്കാർ തന്നരുമപ്പൊൻകിടാങ്ങളേ....
പാവനത്യാഗത്തിൻ പുണ്യകേദാരങ്ങളേ..
ജനിതൊട്ടു മൃതിവരെ മർദിതോന്നമനത്തിന്നായ്
മനംവച്ചുപ്രവർത്തിച്ച വീരയോദ്ധരേ..
മരിക്കുകയല്ല ചെയ്തു നിങ്ങൾ, ഭാരതോർവ്വീധീര-
വരിഷ്ഠ സന്താനങ്ങളിലഗ്രഗണ്യരായ്
അഭിമാനതരംഗിതം ജനഹൃദയത്തിലെന്നു-
മഭിമന്യു പഞ്ചകമായ് ജീവിക്കയത്രെ..

കയ്യൂരിന്റെ പഴയ ഭൂമിക

1930 കളിലെ കയ്യൂരിന്റെ നില ശോചനീയമായിരുന്നു. തേജസ്വിനി പുഴയോട് ചേർന്നു കിടക്കുന്ന ആ നാട് പട്ടിണിയും ദുരിതവും കൊണ്ട്

നീറുന്നതായിരുന്നു. ജനങ്ങളിൽ ഭൂരിഭാഗവും കർഷകത്തൊഴിലാളികൾ. ഉടുതുണിക്ക് മറുതുണിയില്ലാതെ വയലിൽ പണിയെടുത്ത് നരകം തിന്നുന്നവർ. അവർക്ക് എഴുത്തും വായനയും അറിയില്ല. നല്ല വസ്ത്രമില്ല, നല്ല വീടില്ല, വയറുനിറയെ ഭക്ഷണം കഴിക്കാനില്ല. ചെരിപ്പിട്ടു നടക്കാൻ പാടില്ല. തോർത്ത് തലയിൽ കെട്ടരുത്. അയിത്തം കൽപ്പിച്ച് അവർണ സമുദായാംഗങ്ങളെ മാറ്റിനിർത്തിയിരുന്നു. ചുരുക്കത്തിൽ ജന്മിമാരുടെ ദയാദാക്ഷിണ്യത്തെ ആസ്പദമാക്കിയാണ് കുടിയാന്മാർ കഴിഞ്ഞുപോന്നിരുന്നത്. കുടിയാന്മാർ പലതരം അക്രമപ്പിരിവുകളും കൊടുക്കണമായിരുന്നു. 1930 കളിൽ ആഗോളസാമ്പത്തികമാന്ദ്യം അനുഭവപ്പെട്ട കാലമാണ്. കാർഷികവിളകളുടെ വില ഒന്നിച്ചിടിഞ്ഞപ്പോൾ കർഷകർ നികുതി കൊടുക്കാനാകാതെ വിവശരായി. അവരുടെ കൃഷിനിലം ജന്മി ഒഴിപ്പിച്ചെടുത്തു. വഴിയാധാരമാകുന്ന കർഷകരുടെ സങ്കടങ്ങൾ കാണാൻ കടന്നുവന്നത് കർഷകസംഘം പ്രവർത്തകരാണ്. അനിഷ്ടം തോന്നുന്ന കുടിയാന്മാരെ തോന്നുംപോലെ ശിക്ഷിക്കാൻ ജന്മി തുനിഞ്ഞിരുന്നു. അടിക്കുക, പത്തായത്തിൽ പൂട്ടിയിടുക, പിഴചുമത്തുക, കണ്ണിൽ മുളകരച്ച് തേയ്ക്കുക, ചാണകവെള്ളം കുടിപ്പിക്കുക, കള്ളക്കേസിൽ കുടുക്കി ജയിലിലടയ്ക്കുക–തുടങ്ങി ജന്മിമാരുടെ ക്രൂരതയ്ക്ക് കൈയും കണക്കുമില്ലായിരുന്നു. ഓണവും വിഷുവും വരുമ്പോൾ കർഷകരുടെ നെഞ്ച് കലങ്ങും. ജന്മിക്ക് പച്ചക്കറികളും കായഫലങ്ങളും പണവും കാഴ്ചവെക്കണം. അധ്വാനിച്ചുണ്ടാക്കുന്നതെല്ലാം സമർപ്പിക്കണമായിരുന്നു. ജന്മിയോട് സംസാരിക്കുന്നതുപോലും അടിമഭാഷയിലാകണം. തേജസ്വിനി പുഴയുടെ തീരത്തുള്ള കയ്യൂരിലെ ജനജീവിതം ദുരിതപൂർണമായിരുന്നു.

18–ാം നൂറ്റാണ്ടിലാണ് ഈസ്റ്റിന്ത്യാകമ്പനിയുടെ ആധിപത്യം മലബാറിൽ കൂടിവന്നത്. ആദ്യം കച്ചവടത്തെക്കുറിച്ച് സംസാരിച്ചവർ പിന്നീട് അധികാരത്തെക്കുറിച്ച് ചിന്തിച്ചു. മലബാർ ഒരു ജില്ലയായതോടെ ഒരു കളക്ടറെ ഭരണച്ചുമതല ഏൽപ്പിച്ചു. മലബാറിന്റെ വടക്കുവശത്ത് ദക്ഷിണ കന്നഡ ജില്ലയാണ്. അതിനും ഒരു കളക്ടർ. അദ്ദേഹത്തിന്റെ ആസ്ഥാനം മംഗലാപുരം. ദക്ഷിണകന്നഡ ജില്ലയിൽ ചെറുവത്തൂർ, തൃക്കരിപ്പൂർ, നീലേശ്വരം, കയ്യൂർ തുടങ്ങിയ പ്രദേശങ്ങൾ ഉൾപ്പെട്ടിരുന്നു. സ്വാഭാവികമായും ഈ പ്രദേശങ്ങൾ മലബാർ ജില്ലയുടെ ഭാഗമാകേണ്ടതായിരുന്നു. ബ്രിട്ടീഷ് ഭരണതന്ത്രത്തിന്റെ ഭാഗമായിട്ടാണ് ഇവ വേറിട്ടുനിന്നത്. കാസർഗോഡ് താലൂക്കിന്റെ ഭാഗമാണിവ. അതായത് ചിറയ്ക്കൽ താലൂക്കും കാസർഗോഡ് താലൂക്കും അടുത്തടുത്ത പ്രദേശങ്ങളാണ്. ഹോസ്ദുർഗ് ഉപതാലൂക്കിലാണ് കയ്യൂരും ചെറുവത്തൂരും തൃക്കരിപ്പൂരും നീലേശ്വരവും ഉൾപ്പെടുന്നത്. ഇവിടങ്ങളിലെ ഭൂമിയുടെ അവകാശം നീലേശ്വരം രാജകുടുംബത്തിനായിരുന്നു. ഭൂമിയുമായും ബന്ധപ്പെട്ട കാര്യങ്ങൾക്കുവേണ്ടി ജനങ്ങൾ സമീപിച്ചിരുന്നത് നീലേശ്വരം രാജാവിനെയും മംഗലാപുരം കളക്ടറെയുമാണ്. 1938 ൽ ടി എസ് തിരു

മുമ്പിന്റെ നേതൃത്വത്തിൽ ജാഥപോയത് മംഗലാപുരത്തേക്കാണ്. നൂറ്റി മുപ്പത് പേരുള്ള ആ ജാഥ 1938 ഡിസംബർ 8 ന് മംഗലാപുരത്തെത്തി കളക്ടർക്ക് നിവേദനം നൽകി.

നിവേദനത്തിൽ പറയുന്നത്

> ജന്മികളുടെയും ഉയർന്നജാതിക്കാരുടെയും നിരന്തരചൂഷണത്തിനിരയായിക്കൊണ്ടിരിക്കുന്ന കാസർഗോഡ് താലൂക്കിലെ ദരിദ്ര കർഷകരാണ് ഞങ്ങൾ. ഞങ്ങളുടെ സങ്കടങ്ങളും ആവശ്യങ്ങളും സ്ഥിതിഗതികളും നേരിട്ടറിയിക്കുന്നതിനാണ് ഞങ്ങൾ വന്നത്. ഞങ്ങൾ കുറച്ചുകാലമായി സമാധാനപരമായും നിയമവിധേയമായും സംഘടിച്ചുകൊണ്ടിരിക്കുകയാണ്. ജന്മിമാർ, പട്ടേലർ തുടങ്ങിയ അധീശവർഗത്തിൽനിന്നും ഞങ്ങൾക്കനുഭവിക്കേണ്ടിവരുന്ന ബുദ്ധിമുട്ടുകൾക്ക് കണക്കില്ല. അതെല്ലാം ബോധ്യപ്പെടുത്തുക പ്രയാസമാണ്. ദരിദ്രരായ ഞങ്ങളുടെ ജീവിതത്തിന് യാതൊരു ഭദ്രതയുമില്ല. നിലം പാട്ടത്തിനെടുത്ത് കൃഷിചെയ്യുന്നുണ്ടെങ്കിലും അതിന് രേഖയൊന്നും കിട്ടുന്നില്ല. ജന്മിമാർക്ക് ഏതുസമയത്തും കുടിയാന്മാരെ ഇറക്കിവിടാവുന്ന നിലയാണ് ഇന്നുള്ളത്. വെയിലത്തും മഴയത്തും വിശ്രമമില്ലാതെ പണിയെടുക്കുന്നവരാണ് ഞങ്ങൾ. എന്നാൽ വിശപ്പ് മാറ്റാനുള്ള പ്രതിഫലം ഞങ്ങൾക്ക് കിട്ടുന്നില്ല. അധ്വാനത്തിന്റെ ഫലം മുഴുവൻ ജന്മിമാർക്ക് സമർപ്പിക്കപ്പെടേണ്ടിവരുന്നു. ഇത്തരം പീഡനങ്ങളും ചൂഷണങ്ങളും തലകുനിച്ച് സഹിച്ചുപോന്നവരാണ് ഞങ്ങൾ. ഐക്യമില്ലാത്തതിന്റെ കാരണത്താൽ ഈ ദുഃസ്ഥിതി താങ്കളുടെ സമക്ഷം ബോധിപ്പിക്കാൻ ഇതുവരെ ഞങ്ങൾക്ക് സാധിച്ചിട്ടില്ല. ഇപ്പോൾ ഞങ്ങൾ സംഘടിതരാണ്. ഐക്യത്തോടെ നീങ്ങുന്നവരാണ്. അക്രമപ്പിരിവ് ഒരു പരിധിവരെ തടയാൻ ഞങ്ങൾക്ക് കഴിഞ്ഞിട്ടുണ്ട്. ഇക്കാരണത്താൽ ജന്മിമാരും നാടുവാഴികളും അധികാരികളും കർഷകസംഘത്തെ ശത്രുവായി കണക്കാക്കുന്നു. പലതരം കള്ളപ്രചാരണങ്ങളഴിച്ചുവിട്ട് അപമാനിക്കുന്നു. കർഷകസംഘം ഹിന്ദുക്കളുടെ സംഘടനയാണെന്ന് പ്രചരിപ്പിച്ച് മുസ്ലീങ്ങളെ എതിരിടാൻ പ്രേരിപ്പിക്കുന്നു. ഇത്രയുംകാലം ഞങ്ങൾ ഓച്ഛാനിച്ച് കുനിഞ്ഞു നിൽക്കുകയായിരുന്നു. ഇപ്പോൾ ഞങ്ങൾ ശിരസുയർത്തി അവകാശം ചോദിക്കുന്നത് അവർക്ക് സഹിക്കാനാവുന്നില്ല. ഞങ്ങളുടെ സങ്കടങ്ങൾക്ക് പരിഹാരം കാണണമെന്ന് വിനയത്തോടെ അപേക്ഷിക്കുന്നു...
>
> (ചിരസ്മരണെയ കയ്യൂർ, നിരഞ്ജന)

പാകപ്പെട്ടുവന്ന മണ്ണ്

ഇവിടെനിൽക്കുമീ നിസ്വനാം മർത്ത്യനിൽ
ഇരമൃഗമായ് കിതയ്ക്കും മനുഷ്യനിൽ
ഒരു പിടിയരി വെന്തവെള്ളത്തിനായ്
എരിപൊരികൊള്ളുമിക്കൊച്ചു പൈതലിൽ
കരൾ നിറയെ പരദുഃഖഭാരവും
ചുമലിൽ സ്വന്തം കുരിശും ചുമന്നുപോം
നിരപരാധിയിൽ നിസ്സഹായാത്മാവിൽ
ഇടിമുഴക്കമായ് വിദ്യുൽക്ഷണമായ്
ഇവിടെ നിൻവാക്കുറങ്ങാതിരിക്കുന്നു..

മാർക്സിനെക്കുറിച്ച് ഒ എൻ വി എഴുതിയ ഈ വരികൾ കയ്യൂരിന്റെ മണ്ണിലും പ്രസക്തമാവുന്നു. നാടൻപാട്ടും തോറ്റംപാട്ടും അലയടിക്കുന്ന, മതിലുകളും വേലികളുമില്ലാതിരുന്ന കയ്യൂരിലെ വളക്കൂറുള്ള മണ്ണിൽ കർഷകസംഘത്തിന്റെയും കമ്യൂണിസ്റ്റുപാർട്ടിയുടെയും കൊടികൾ പാറിക്കളിക്കുന്നു. ചൂഷണത്തോതുകൾ മാറ്റമില്ലാതെ നിലനിന്നിരുന്ന ആ അവികസിതപ്രദേശത്ത് സോഷ്യലിസത്തിന്റെയും അർഥശാസ്ത്രത്തിന്റെയും പ്രതിധ്വനികൾ മുഴുങ്ങുന്നു. കയ്യൂരിന്റെ കരുത്ത് പൊടുന്നനെ ഒരു സുപ്രഭാതത്തിൽ ഉണ്ടായതല്ല. സമുദായത്തിൽ വിപ്ലവകരമായ മാറ്റങ്ങളുണ്ടാക്കുന്ന സിദ്ധാന്തങ്ങളുമായി നേതാക്കൾ അവിടെ നിത്യസന്ദർശനം നടത്തിയതിന്റെ ഫലമായുണ്ടായതാണ്. അധ്വാനിക്കുന്നവർ ഒന്നിച്ചുനിന്നാൽ നാടുവാഴിത്തവും ജന്മിത്തവും ഇല്ലാതാകുമെന്ന് നേതാക്കൾ പഠിപ്പിച്ചു. അടിമത്തത്തിന്റെ കൈച്ചങ്ങലകൾ പൊട്ടിച്ചെറിഞ്ഞ് കയ്യൂരിലെ പാവങ്ങൾക്കും സ്വാതന്ത്ര്യം നേടാനാകുമെന്ന് ബോധ്യപ്പെടുത്തി. ഇക്കാര്യത്തിൽ മുൻകൈയെടുത്തത് പി കൃഷ്ണപിള്ളയാണ്. ടി എസ് തിരുമുമ്പ്, കെ മാധവൻ, വി വി കുഞ്ഞമ്പു, എ വി കുഞ്ഞമ്പു തുടങ്ങിയ നേതാക്കളെ കയ്യൂരുമായി ബന്ധപ്പെടാൻ കൃഷ്ണപിള്ള നിയോഗിച്ചു. ഒളിവുകാലത്ത് ഇ കെ നായനാരും കയ്യൂരിലെത്തി. കർഷകസംഘം രൂപീകരിച്ചപ്പോൾ ആദ്യം ശ്രദ്ധിച്ചത് എഴുത്തും വായനയും പഠിപ്പിക്കാനാണ്. പത്രങ്ങൾ വായിച്ച് കേൾപ്പിച്ച് നാട്ടിലെ കാര്യങ്ങൾ കർഷകർ കൂട്ടായിരുന്ന് ചർച്ച ചെയ്തു. വിത്തുമുളച്ച് ചെടിയാകുന്നതുപോലെയാണ് കാര്യങ്ങൾ നീങ്ങിയത്. കർഷകർ ഉണർന്നപ്പോൾ, നിവർന്നുനിന്ന് മുദ്രാവാക്യം വിളിച്ചപ്പോൾ നാടുവാഴികൾ രോഷം കൊണ്ടു. തലതിരിഞ്ഞവരാണ് കൃഷിക്കാരെന്ന് ആക്ഷേപിച്ച് അവരെ പാഠം പഠിപ്പിക്കാനുള്ള നീക്കം നടത്തി. എന്നാൽ കയ്യൂരിന്റെ മണ്ണിൽ വിപ്ലവകാരികൾ സംഘം ചേർന്നു തുടങ്ങിയിരുന്നു. അഭൂതപൂർവമായ രാഷ്ട്രീയബോധം കയ്യൂരിന്റെ മക്കളെ വീരരും ത്യാഗധനരുമാക്കിത്തീർത്തു. രഹസ്യമായി സർക്കുലറുകളും ലഘുലേഖകളും അവിടെ

യെത്തി. ലോകത്തിന്റെ സ്ഥിതികൾ ജനം തിരിച്ചറിഞ്ഞു. അവരിൽ ഭൂരി ഭാഗവും കർഷകസംഘം അംഗങ്ങളായി. കയ്യൂരിലെ കീഴ്മാല എന്ന സ്ഥലത്ത് കൃഷ്ണപിള്ള പങ്കെടുത്ത സ്റ്റഡിക്ലാസിൽ തെരഞ്ഞെടുക്കപ്പെട്ട അമ്പതിലേറെ വളണ്ടിയർമാർ സംബന്ധിച്ചിരുന്നു. ടി എസ് തിരുമുമ്പ്, കെ മാധവൻ, മഠത്തിൽ അപ്പു, ചിരുകണ്ടൻ, കെ പി വെള്ളുങ്ങ, കൊയ്യൻ കുഞ്ഞിക്കണ്ണൻ, അബൂബക്കർ, ടി വി കുഞ്ഞിരാമൻ, ടി വി കുഞ്ഞമ്പു തുടങ്ങിയവർ ആ സ്റ്റഡി ക്ലാസിൽ പങ്കെടുത്തിരുന്നതായി പറയപ്പെടുന്നു. 1939 ൽ പിണറായി: പാറപ്രത്ത് പാർട്ടീരൂപീകരണം നടക്കുമ്പോൾ ടി എസ് തിരുമുമ്പിനെയും, വി വി കുഞ്ഞമ്പുവിനെയും പങ്കെടുപ്പിക്കുവാൻ കൃഷ്ണപ്പിള്ള ശ്രദ്ധിച്ചിരുന്നു. രൂപീകരണം കഴിഞ്ഞ് തൃക്കരിപ്പൂരിലും ചെറുവത്തൂരിലും കയ്യൂരിലും മറ്റും വി വി കുഞ്ഞമ്പുവിന്റെ നേതൃത്വത്തിൽ ക്ലാസുകൾ സംഘടിപ്പിച്ചിരുന്നു. കയ്യൂർസംഭവം വികലമായ ഒരു പ്രവൃത്തിയായിരുന്നില്ല. സാമ്രാജ്യത്വത്തിനും ജന്മിത്തത്തിനുമെതിരെയുള്ള ഉജ്ജ്വലമായ ചെറുത്തുനിൽപ്പായിരുന്നു. അടിമത്തത്തിനും ചൂഷണത്തിനും അയിത്തത്തിനുമെതിരെ കർഷകജനത നടത്തിയ പ്രക്ഷോഭമായിട്ടാണ് കയ്യൂർസംഭവം വിലയിരുത്തേണ്ടത്.

ടി എസ് തിരുമുമ്പിന്റെ സാന്നിധ്യം

പാടുന്ന പടവാളെന്ന് പേരുകേട്ട ടി എസ് തിരുമുമ്പിന്റെ നിരന്തര സാന്നിധ്യം കയ്യൂരിന്റെ മണ്ണ് പാകപ്പെടുത്തുന്നതിൽ നിർണായക പങ്കു വഹിച്ചിട്ടുണ്ട്. ഉപ്പുസത്യഗ്രഹം തൊട്ട് കൃഷ്ണപിള്ളയുമായി അദ്ദേഹം ഉറ്റബന്ധം സ്ഥാപിച്ചു. കർഷകസംഘം രൂപംകൊണ്ടതുമുതൽ അതിന്റെ നേതൃത്വം വഹിച്ചു. അയിത്തവിരുദ്ധസമരങ്ങളിൽ തിരുമുമ്പിനെപ്പോലെ ഒരു സവർണ്ണൻ പങ്കെടുത്തത് ജനങ്ങളെ ആവേശംകൊള്ളിച്ചിരുന്നു. ഗുരുവായൂർ സത്യഗ്രഹത്തിന്റെ പ്രചരണാർഥം ജാഥനയിച്ചത് തിരുമുമ്പും എ കെ ജിയും ചേർന്നാണ്. 1937 ൽ കാസർഗോഡ് മലബാർ സംയോജനപ്രക്ഷോഭ ജാഥ തൃക്കരിപ്പൂരിൽ നിന്നും നയിച്ചത് തിരുമുമ്പാണ്. കെ കേളപ്പനാണ് ആ ജാഥ ഉദ്ഘാടനം ചെയ്തത്. ദക്ഷിണ കന്നഡ ജില്ലയുടെ ഭാഗമായിരുന്ന കാസർഗോഡ് മലബാറിന്റെ ഭാഗമാക്കണമെന്ന ആവശ്യം ഇടതുപക്ഷ ചിന്താഗതിക്കാരാണ് മുന്നോട്ട് വെച്ചത്. കർഷകസംഘം ഇതുസംബന്ധിച്ച് പ്രമേയം പാസാക്കി. കയ്യൂരിലെ കർഷകരുടെ നീറുന്ന പ്രശ്നങ്ങൾ മംഗലാപുരം കളക്ടറുടെ ശ്രദ്ധയിൽ കൊണ്ടുവരുന്നതിന് 1938 ൽ കാൽനടജാഥ നയിച്ചതും ടി എസ് തിരുമുമ്പ് തന്നെ. കവിതയും ജീവിതവുംകൊണ്ട് അദ്ദേഹം പോരാടുകയായിരുന്നു. ധീരനും സാഹസികനുമായ വിപ്ലവപ്രവർത്തകനെന്നനിലയിൽ അദ്ദേഹം ആദരിക്കപ്പെടുന്നു. "തലനരയ്ക്കുന്നതല്ല വൃദ്ധത്വത്തിന്റെ ലക്ഷണമെന്ന്" പാടിയ അദ്ദേഹം യുവാക്കളെ ചടുലമാക്കാൻ പോരുന്ന കവി

തകളെഴുതി. കയ്യൂർസംഭവം നടക്കുമ്പോൾ അദ്ദേഹം ജയിലിലായിരുന്നു. അല്ലെങ്കിൽ ഒന്നാം പ്രതിയായി അദ്ദേഹത്തിന്റെ പേരുണ്ടാകുമായിരുന്നു. പ്രസിദ്ധമായ തോൽവിറക് സമരത്തിന് ആവേശംപകർന്ന പാട്ടെഴുതി യതും അദ്ദേഹമാണ്.

തോലുംവിറകും ഞങ്ങളെടുക്കും
കാലൻ വന്നുതടുത്തെന്നാലും
അരിവാൾ തോലരിയാനായി മാത്രം
പരിചൊടു കയ്യിൽ കരുതിയതല്ല.

(തിരുമുമ്പിന്റെ ചില പാട്ടുകൾ)

യുദ്ധത്തിനെതിരെ ജനത ഉണരുന്നു

രണ്ടാം ലോകമഹായുദ്ധത്തിൽ ഇന്ത്യയും പങ്കാളിയാണെന്ന് ഏക പക്ഷീയമായി വൈസ്രോയി പ്രഖ്യാപിച്ചപ്പോൾ ഇന്ത്യയിലെ ദേശാഭിമാനികൾ പ്രകോപിതരാവുകയുണ്ടായി. ബ്രിട്ടീഷ് യുദ്ധയജ്ഞങ്ങളെ ചെറുക്കണമെന്ന ചിന്ത വ്യാപകമായുണ്ടായി. യുദ്ധത്തിന്റെ പ്രത്യാഘാതങ്ങൾ സാധാരണജനതയിൽ എളുപ്പത്തിൽ പ്രതിഫലിച്ചു. സാധനസാമഗ്രികൾ കിട്ടാതായി. ഉള്ളതിനാണെങ്കിൽ തീവിലയും. അപ്പുവിന്റെ പീടികയിലിരുന്ന് ജനങ്ങൾ യുദ്ധം ചർച്ചചെയ്തു. യുദ്ധത്തിന്റെ പേരിൽ പൗരാവകാശങ്ങൾ അടിച്ചമർത്താനുള്ള നീക്കങ്ങളുണ്ടായി. യുദ്ധത്തിനെതിരെ സംസാരിക്കുന്നതും, പ്രവർത്തിക്കുന്നതും നിയമവിരുദ്ധമായി. കമ്യൂണിസ്റ്റുപാർട്ടി യുദ്ധത്തിനെതിരെ വ്യാപകമായി പ്രചാരണം നടത്തി. മലബാറിൽ പൗരസ്വാതന്ത്ര്യദിനാചരണം നടത്താൻ പാർട്ടി ആഹ്വാനം ചെയ്തു. കയ്യൂരിന്റെ മണ്ണിലും യുദ്ധവിരുദ്ധ പ്രവർത്തനങ്ങൾ സജീവമായി. സർക്കാർ പട്ടാളത്തിൽ ആളെ ചേർക്കാനും ഫണ്ട് പിരിക്കാനും ശ്രമിച്ചുകൊണ്ടിരുന്നു. ഇതിനുവിപരീതമായി പട്ടാളത്തിൽ ചേരരുതെന്നും ഫണ്ട് നൽകരുതെന്നും കമ്യൂണിസ്റ്റുപാർട്ടി ജനങ്ങളോടാവശ്യപ്പെട്ടു. 1940 സെപ്തംബർ 15 ന് മലബാറിൽ വ്യാപകമായ പ്രതിഷേധപ്രകടനം നടന്നു. കയ്യൂരിൽ 1941 മാർച്ച് 12നാണ് യുദ്ധവിരുദ്ധം പ്രകടനം നടന്നത്. അപ്പുവും ചിരുകണ്ടനും വെള്ളൂങ്ങയും അടക്കം അറുപതോളം പേർ ആ ജാഥയിൽ പങ്കുകൊണ്ടു. നീലേശ്വരം റവന്യൂ ഇൻസ്പെക്ടർ അന്ന് കയ്യൂരിലുണ്ടായിരുന്നു. യുദ്ധത്തിൽ ചേരരുതെന്ന് വിളിച്ചുപറയുന്നത് ധിക്കാരമായി അദ്ദേഹത്തിന് തോന്നി. ജാഥയ്ക്ക് നേതൃത്വം കൊടുത്തവരുടെ പേരുകൾ അയാൾ കുറിച്ചിട്ടു. നീലേശ്വരത്ത് ചെന്ന ഉടൻ കളക്ടർക്ക് റിപ്പോർട്ടയച്ചു. അതിന്റെ അടിസ്ഥാനത്തിൽ ഏഴുപേർക്കെതിരെ അറസ്റ്റുവാറണ്ട് പുറപ്പെടുവിച്ചു. ഇവരെ പിടികൂടാൻ 1941 മാർച്ച് 26 ന് പൊലീസ് സംഘം കയ്യൂരിലിറങ്ങി. അപ്പുവിന്റെ പീടികയിൽ ഒത്തുകൂടിയിരുന്നവരെ സംഘം ആക്രമിച്ചു. പ്രവർത്തകർ ചിതറിയോടി രക്ഷ

പ്പെടുകയായിരുന്നു. തുടർന്ന് പൊലീസ് സംഘം കയ്യൂരിലെ വീടുകളാകെ അടിച്ചുതകർത്തു. വീട്ടുപകരണങ്ങൾ എല്ലാം നശിപ്പിച്ചു. ടി വി കുഞ്ഞിരാമൻ, ടി വി കുഞ്ഞമ്പു എന്നിവരെ പിടികൂടുകയും ചെയ്തു. ഈ വാർത്തയറിഞ്ഞ് കയ്യൂരിലെ ജനങ്ങൾ പ്രകോപിതരായി. പൊലീസ് അതിക്രമത്തെ ചെറുക്കണമെന്ന് അവർ വിളിച്ചുപറഞ്ഞു. ഇതിൽ പ്രതിഷേധിച്ച് മാർച്ച് 28 ന് വമ്പിച്ച ജാഥ നടത്താനും തീരുമാനമായി.

സുബ്ബരായന്റെ പരാക്രമം

കയ്യൂർസംഭവം വഴിത്തിരിവിലെത്തിച്ചത് സുബ്ബരായനെന്ന പൊലീസുകാരന്റെ അപകടമരണമാണ്. മൊറാഴസംഭവത്തിൽ ഒരു സബ് ഇൻസ്പെക്ടർ മരണപ്പെട്ടതിനുശേഷം നടന്ന സുപ്രധാന സംഭവമായി സർക്കാർ ഇതിനെ വിലയിരുത്തി. കർഷകസംഘം കലാപകാരികളാകുന്നു, നിയമം ലംഘിക്കുന്നു എന്നെല്ലാം സർക്കാർ ചിന്തിച്ചു. മംഗലാപുരം കളക്ടർ ഈ മുന്നറിവുമായി പുറത്തിറക്കിയതാണ് 'ചുവന്ന നോട്ടീസ്.' ചുവന്ന കടലാസിൽ അച്ചടിച്ച നോട്ടീസാണ്– കാസർഗോഡ് താലൂക്കാകെ അപകടമേഖലയാണെന്നും കയ്യൂരിൽ കലാപം നടക്കാനിടയുണ്ടെന്നും ആ നോട്ടീസിൽ പറയുന്നു. വിപ്ലവപ്രവർത്തനത്തെ നിർദയം അടിച്ചമർത്താനുള്ള ആഹ്വാനവും നോട്ടീസിലുണ്ടായിരുന്നു. പൊലീസുകാർക്ക് ആ നോട്ടീസ് ആവേശം പകരുകയുണ്ടായി.

*ചിരസ്മരണ*യുടെ പശ്ചാത്തലത്തെക്കുറിച്ച് നിരഞ്ജന കന്നഡത്തിലെഴുതിയ ഒരു ലഘുലേഖയിൽ സുബ്ബരായൻ എന്ന പൊലീസുകാരനെ കുറിച്ച് വിവരിക്കുന്നുണ്ട്. പൂച്ചക്കണ്ണും ചെമ്പൻമീശയും കുറിയ ശരീരവുമുള്ള സുബ്ബരായൻ സാമ്രാജ്യത്വത്തിന്റെ വിനീതദാസനായിരുന്നു. അയാൾ നീലഗിരിയിലായിരുന്നു ജോലി ചെയ്തിരുന്നത്. അവിടെ മേലുദ്യോഗസ്ഥരുമായി വഴക്കിട്ടതിന്റെ പേരിൽ കുറച്ചുകാലം സസ്പെൻഷനിലായി. തിരിച്ചെടുത്തപ്പോൾ സ്ഥലം മാറ്റി ചന്തേര ഔട്ട് പൊലീസ് സ്റ്റേഷനിൽ നിയമിക്കപ്പെടുകയായിരുന്നു. മേലധികാരിക്ക് പ്രിയപ്പെട്ട സേവകനായി മാറണമെന്ന ചിന്ത അയാൾക്കുണ്ടായിരുന്നുവത്രെ. മഠത്തിൽ അപ്പുവിന്റെ പീടിക ആക്രമിച്ച കൂട്ടത്തിൽ സുബ്ബരായനുമുണ്ടായിരുന്നു. അന്ന് ഏറ്റവും ക്രൂരമായി മർദനം അഴിച്ചുവിട്ടത് അയാളാണ്. പ്രതിഷേധ ജാഥ നടക്കുന്ന മാർച്ച് 28 ന് ഒരാൾ കയ്യൂരിൽ തെങ്ങിൽ നിന്ന് വീണ് മരിക്കുകയുണ്ടായി. ഇൻക്വിസ്റ്റ് നടത്താൻ സുബ്ബരായനടക്കമുള്ള പൊലീസുകാരാണ് വന്നത്. മൃതദേഹം തോണിവഴി കൊണ്ടുപോയെങ്കിലും സുബ്ബരായൻ പോകാതെ അവിടെത്തന്നെ കഴിച്ചുകൂട്ടി. ഉച്ചസമയം കഴിഞ്ഞപ്പോൾ അയാൾ കള്ളുഷാപ്പിൽ കയറി മൂക്കറ്റം കുടിച്ചുവത്രെ. അൽപ്പസമയത്തെ വിശ്രമത്തിനുശേഷം അവിടെ കഴിയവേയാണ് പ്രതിഷേധജാഥ കണ്ണിൽപ്പെട്ടത്. മുദ്രാവാക്യം വിളികേട്ട്

അയാൾ കള്ളുഷാപ്പിൽനിന്ന് പുറത്തിറങ്ങി. പിന്നീടുള്ള സംഭവം ചൂരിക്കാടൻ കൃഷ്ണൻനായർ സ്വന്തം ആത്മകഥയിൽ ഇങ്ങനെ വിവരിക്കുന്നു:

> ജാഥയുടെ ശബ്ദം കേട്ട് സുബ്ബരായൻ പുറത്തിറങ്ങി. പ്രകടനവും മുദ്രാവാക്യങ്ങളും തനിക്ക് പുല്ലാണെന്ന മട്ടിൽ അയാൾ ജാഥയുടെ മുന്നിൽ ചെന്നുനിന്നു. ഉടൻ ജാഥ നിർത്തണമെന്നും അല്ലെങ്കിൽ എല്ലാറ്റിനേയും അടിച്ച് ശരിപ്പെടുത്തുമെന്നും പറഞ്ഞു. മദ്യലഹരിയിൽ പിന്നെയും അയാൾ അസഭ്യം വർഷിച്ചുകൊണ്ടിരുന്നു. ഇതുകേട്ട് ജനങ്ങൾ ക്ഷുഭിതരായി. അവർ അയാൾക്കെതിരെയും ശകാരവർഷം തുടങ്ങി.നേതാക്കൾ ഇടപെട്ട് ജനങ്ങളെ പിൻതിരിപ്പിച്ചു. പെട്ടെന്ന് സുബ്ബരായൻ അടുത്തുള്ള പീടികയിൽ ഓടിക്കയറി ഒരു കത്തി സംഘടിപ്പിച്ചു. ആ കത്തി നീട്ടിപ്പിടിച്ച് ജാഥയുടെ മുന്നിൽ ചെന്ന് നിന്നു. ഈ ധിക്കാരം ആർക്കും പൊറുക്കുവാൻ കഴിഞ്ഞില്ല. ചിലർ കത്തി തട്ടിപ്പറിച്ച് അയാളെ അടിക്കാനോങ്ങി. അപ്പുവും ചിരുകണ്ടനും അവരെ തടഞ്ഞു എങ്കിലും പൊലീസുകാരന് ചെറിയ ഒരു ശിക്ഷ നൽകണമെന്ന് എല്ലാവരും പറഞ്ഞു. ചെങ്കൊടി പിടിച്ച് ജാഥയുടെ മുന്നിൽ നടക്കാനാണ് ശിക്ഷിച്ചത്.

സുബ്ബരായൻ സാമ്രാജ്യത്വ ദാസനാണ്. കർഷകരെയും തൊഴിലാളികളെയും സംബന്ധിച്ചിടത്തോളം വർഗശത്രുവുമാണ്. ബ്രിട്ടീഷ് സർക്കാരിന് ചുവപ്പ് എന്നത് ആദ്യം മുതലേ അലർജിയായിരുന്നു. തങ്ങളുടെ മുന്നിൽ കിട്ടിയ ബ്രിട്ടീഷ് ദാസനെക്കൊണ്ട് ചുവപ്പ് കൊടി പിടിപ്പിക്കുന്നത് ഉചിതമായ ശിക്ഷയായിത്തീരുമെന്ന് ജനങ്ങൾ കരുതി. വേണമെങ്കിൽ അയാളെ പിടിച്ചുകെട്ടിയോ അടിച്ചു വീഴ്ത്തിയോ പ്രകടനത്തിന് മുന്നോട്ട് നീങ്ങാമായിരുന്നു. എന്നാൽ ജാഥ സംഘടിപ്പിക്കുന്നത് ഒരു വിപ്ലവപ്രവർത്തനമായി കണ്ട പ്രവർത്തകർ അതിക്രമത്തിന് തുനിഞ്ഞില്ല. ചെങ്കൊടി തൊടാൻ ആദ്യം സുബ്ബരായൻ മടിച്ചു. ഇത് പിടിക്കുന്നതിനെക്കാൾ വലിയൊരു അപമാനം തനിക്ക് വരാനില്ലെന്ന് അയാൾ കരുതി. പക്ഷേ, സംഘടിത ജനതയ്ക്ക് മുമ്പിൽ അയാളുടെ ചിന്തകൾ എല്ലാം നിഷ്പ്രഭമാവുകയായിരുന്നു. കൊടി പിടിക്കാൻ അയാൾ പ്രേരിതനായി, അങ്ങനെ ചെങ്കൊടി പിടിച്ച് അപമാനഭാരത്തോടെ അയാൾ മുന്നോട്ട് നീങ്ങുകയായിരുന്നു. കയ്യൂരിലെ ജനങ്ങൾക്ക് ഇത് അപൂർവമായ കാഴ്ചയായി. അത് കാണാൻ ജനങ്ങൾ ഓടിക്കൂടി. സുബ്ബരായൻ പരവശനാവുകയായിരുന്നു. ഈ അപമാനത്തിൽനിന്നും എങ്ങനെ രക്ഷപ്പെടും എന്നാണത്രെ അയാൾ ചിന്തിച്ചത്. ജാഥ കയ്യൂരിലെ തോണിക്കടവിനടുത്തെത്തി. ഒരു വശത്ത് പുഴയാണ്. മറുഭാഗം കുന്നിൻചെരിവ്. അതിനിടയിലൂടെ ഒറ്റയടിപ്പാതനീളുകയാണ്. നടന്നുകൊണ്ടിരുന്ന സുബ്ബ

രായൻ പെട്ടെന്ന് തിരിഞ്ഞുനിന്നു. മുൻവശത്തുനിന്ന് മറ്റൊരു ജാഥയും വന്നുകൊണ്ടിരുന്നു. കൊടികെട്ടിയ വടി പൊട്ടിച്ചെടുത്ത് തൊട്ടുപിന്നിൽ വന്നിരുന്നവരെ ആക്രമിച്ചതിനുശേഷം മുന്നോട്ട് ഓടിപ്പോവാൻ ശ്രമം നടത്തി. എന്നാൽ മുന്നിൽനിന്നും വരുന്ന ജാഥ അതിന് തടസമായിനിന്നു. ഇരുവശത്തുനിന്നും ആർത്തുവിളിച്ചുവരുന്ന ജനത. രക്ഷപ്പെടാനുള്ള മാർഗമെന്ത് എന്ന് അയാൾ ചിന്തിച്ചിരിക്കണം. ഏകമാർഗമെന്ന നിലയിലാകണം പുഴയിൽ ചാടിയത്. നീന്തി അക്കരെയെത്താൻ കഴിയുമെന്ന് അയാൾ പ്രതീക്ഷിച്ചിരിക്കണം. പക്ഷേ, സംഭവിച്ചത് വൻദുരന്തമായിരുന്നു. നീന്തിക്കൊണ്ടിരുന്ന പൊലീസുകാരനെ നോക്കിനോക്കിയിരിക്കെ കാണാതായി. വിശാലമായ കാര്യങ്കോടു പുഴയിൽ അയാൾ മുങ്ങിത്താഴാനിടയായി.

കയ്യൂർ രക്തസാക്ഷി മണ്ഡപം

കയ്യൂരിന്റെ ചുവന്ന മനസ്സ്

തേജസ്വിനിക്കരയിലെ ഈ ഗ്രാമത്തിനെന്നും ചുവന്ന മനസാണ്. ഉൾക്കടമായ സ്വാതന്ത്ര്യദാഹം കയ്യൂരിലെ ജനതയെ വിമോചനത്തിന്റെ പാതയിലേക്ക് നയിക്കുകയായിരുന്നു. സാധാരണജനത വിശന്നുവലഞ്ഞപ്പോൾ, അവരെ നിന്ദ്യരും നികൃഷ്ടരുമായി മാറ്റിനിർത്തിയപ്പോൾ, പൊലീസും ഗുണ്ടകളും ചേർന്ന് മർദിച്ചൊതുക്കിയപ്പോൾ താങ്ങും തണലുമായെത്തിയത് കമ്യൂണിസ്റ്റുപ്രസ്ഥാനമാണ്. മുതുക് കുനിഞ്ഞവരെയും മുട്ടുവിറയ്ക്കുന്നവരെയും കൈപിടിച്ചുയർത്തി ബലവും പ്രതീക്ഷകളും നൽകി. ദാരിദ്ര്യം അനുഭവിക്കുന്നവരോടുള്ള ഈ പക്ഷപാതിത്വമാണ് കമ്യൂണിസ്റ്റുപാർട്ടിയുടെ അന്തഃസത്ത. ഇടതുപക്ഷബുദ്ധിജീവികളും കലാകാരന്മാരും ഈ മഹത്വത്തെ എന്നും വാഴ്ത്തപ്പെടുന്നു. സഹനത്തിലും സമരത്തിലും സന്തോഷത്തിലും ജനപക്ഷം ചേർന്നു നിൽക്കുക എന്നാണ് പാർട്ടി പറഞ്ഞുകൊണ്ടിരിക്കുന്നത്. അടിമ ഭാരതത്തിന്റെ വിളികേട്ട് കയ്യൂരുണർന്നപ്പോൾ സമരചരിത്രത്തിൽ അതൊരു പുതിയ അധ്യായമാവുകയായിരുന്നു.

കയ്യൂർ–ചീമേനി പ്രദേശങ്ങൾ കൂടിച്ചേർന്നാണ് ഇപ്പോൾ പഞ്ചായത്ത് നിലവിലുള്ളത്. കയ്യൂർ, ക്ലായിക്കോട്, തിമിരി, ചീമേനി വില്ലേജുകൾ കൂടിച്ചേർന്നതാണ് ഈ പഞ്ചായത്ത്. 16 വാർഡുകളാണ് ഈ പഞ്ചാ

കയ്യൂർ

യത്തിലുള്ളത്. 25000 ത്തോളം ജനസംഖ്യയുണ്ട്. ഇപ്പോഴത്തെ പ്രസിഡണ്ട് കെ വി ബാലകൃഷ്ണനാണ്. വികസന പ്രവർത്തനങ്ങളിൽ ഗ്രാമ പഞ്ചായത്ത് സജീവമായി ഇടപെടുന്നുണ്ട്. ജനസംഖ്യയിൽ മുക്കാൽ പങ്കും ഇന്നും ചെങ്കൊടി ചായ്‌വ് ഉള്ളവരാണ്. കയ്യൂർ ചീമേനി പഞ്ചായത്ത് പാർട്ടിയുടെ ശക്തിദുർഗമെന്നനിലയിൽ പോറലേൽക്കാതെ നില കൊള്ളുന്നു.

വികസനരംഗങ്ങളിലെ കുതിപ്പ്

മുമ്പ് കയ്യൂർ പ്രദേശം പൊതുവെ അവികസിതമായിരുന്നു. യാത്രാ സൗകര്യം തീരെ കുറവ്. അക്ഷരാഭ്യാസത്തിൽ വളരെ പിന്നിൽ. കയ്യൂർ കേസിലെ പ്രതികളിൽ 48 പേരും നിരക്ഷരരായിരുന്നു. അന്ന് റോഡോ പാലമോ ഇല്ലായിരുന്നു. തോണിയാണ് ഏക ആശ്രയം. വിദ്യാഭ്യാസത്തിന് ആകെ ഉണ്ടായിരുന്നത് ഒരു ലോവർ എലിമെന്ററി സ്കൂളാണ്. ഉയർന്ന് പഠിക്കണമെങ്കിൽ പുഴകടന്ന് നീലേശ്വരത്ത് പോകണം. 1957 ൽ കമ്യൂണിസ്റ്റ് സർക്കാർ അധികാരത്തിൽ വരുന്നതുവരെ ഇതായിരുന്നു കയ്യൂരിന്റെ നില. ഇ എം എസ് സർക്കാർ കയ്യൂരിന്റെ കാര്യത്തിൽ അതീവ ശ്രദ്ധ പുലർത്തി. രക്തസാക്ഷികളുടെ ഈ ഗ്രാമത്തിന്റെ വികസനകാര്യങ്ങളിൽ സജീവമായി ഇടപെട്ടു. വിദ്യാഭ്യാസരംഗത്താണ് ആദ്യത്തെ സംരംഭമുണ്ടായത്. കയ്യൂരിൽ ഒരു ഹൈസ്കൂൾ അനുവദിച്ച് ഈ പിന്നോക്കാവസ്ഥയ്ക്ക് ഒരു പരിഹാരം കാണാൻ തീരുമാനിച്ചു. അന്നത്തെ ഡിസ്ട്രിക്ട് ബോർഡ് പ്രസിഡണ്ട് പി ടി ഭാസ്ക്കരപ്പണിക്കരാണ്

കയ്യൂർ ഗവ. വെക്കേഷണൽ ഹയർ സെക്കന്ററി സ്കൂൾ

ഹൈസ്കൂളിന്റെ ഉദ്ഘാടനം നിർവഹിച്ചത്. ആ സ്ഥാപനം വളർന്ന് ഇന്ന് ഹയർസെക്കന്ററിവരെ എത്തിനിൽക്കുന്നു. ഐ ടി ഐ, എഞ്ചിനീയറിംഗ് കോളേജ്, ഐ എച്ച് ആർ ഡി കോളേജ് തുടങ്ങിയ ഉന്നത വിദ്യാഭ്യാസ സ്ഥാപനങ്ങൾ ഈ ഗ്രാമപഞ്ചായത്തിലുണ്ട്. ഗതാഗതകാര്യത്തിലും കമ്യൂണിസ്റ്റ് സർക്കാർ അടിയന്തര ശ്രദ്ധ പതിപ്പിച്ചു. തേജസ്വിനി പുഴയിലെ അരയാക്കടവിൽ ഒരു പാലമുണ്ടായതോടെ നാട് വികസനത്തിലേക്ക് കുതിക്കുകയായിരുന്നു. യാത്രാസൗകര്യംപോലെതന്നെ വെള്ളത്തിന്റെയും വെളിച്ചത്തിന്റെയും കാര്യത്തിലും ഗ്രാമപഞ്ചായത്ത് സജീവമായി ഇടപെടുന്നു.

ടൂറിസം സാധ്യത

കയ്യൂർ ഗ്രാമം ടൂറിസം സാധ്യതയുള്ള പ്രദേശമാണ്. ചരിത്രവിദ്യാർഥികൾക്ക് ഇതൊരു പഠനഗ്രാമവുമാണ്. തേജസ്വിനി പുഴയുടെ പ്രത്യേകതയും സൗന്ദര്യവും ആകർഷകഘടകങ്ങളാണ്. സഞ്ചാരികളെ കുളിരണിയിക്കുന്ന സസ്യസമ്പത്തും ജൈവവൈവിധ്യങ്ങളും ഇവിടെയുണ്ട്. ബേക്കൽ ടൂറിസവുമായി ബന്ധിപ്പിച്ച് ഉൾനാടൻ ജലഗതാഗത ടൂറിസം പരിപാടികൾക്ക് രൂപംനൽകാവുന്നതാണ്. മുളങ്കാടുകളും കണ്ടൽക്കാടുകളും കായലുകളും ചേർന്ന അപൂർവദൃശ്യം തേജസ്വിനി പുഴയുടെ സവിശേഷതയാണ്. ദേശാടനപക്ഷികളുടെ വിഹാരകേന്ദ്രവും കൂടിയാണിത്. വെള്ളക്കൊക്കുകൾ ഇവിടെ ധാരാളമായി കാണപ്പെടുന്നു.

ഗ്രാമങ്ങളും നഗരങ്ങളും തമ്മിലുള്ള അന്തരം കുറച്ചുകൊണ്ടുവരുന്നതിന് കേന്ദ്രസർക്കാർ ആവിഷ്കരിച്ച പി യു ആർ എ സ്കീമിൽ

പ്പെടുത്തി കയ്യൂർ വില്ലേജിൽ വിവിധ വികസനപദ്ധതികൾ നടപ്പിലാക്കുന്നുണ്ട്. കുടുംബശ്രീ യൂണിറ്റുകളുടെ ആഭിമുഖ്യത്തിലും സാമ്പത്തിക വികസനം ലക്ഷ്യമാക്കി പദ്ധതികൾ ആവിഷ്കരിക്കുന്നുണ്ട്. കയ്യൂരിന്റെ ചെങ്കൊടി ചായ്‌വിന് ഒട്ടും കോട്ടമില്ലെന്നാണ് ഇതെല്ലാം സൂചിപ്പിക്കുന്നത്. സ്വാതന്ത്ര്യത്തിനും ഐശ്വര്യത്തിനുംവേണ്ടിയാണ് കയ്യൂരിലെ നാലു ധീരയോദ്ധാക്കൾ ജീവാർപ്പണം ചെയ്തത്. ആ വീര പാരമ്പര്യം നെഞ്ചേറ്റുവാങ്ങി ജീവൽപ്രശ്നങ്ങളിൽ സജീവമായി ഇടപെടുവാൻ കമ്യൂണിസ്റ്റ് പ്രസ്ഥാനത്തിന് കഴിയുന്നു. കയ്യൂർ സഖാക്കളെക്കുറിച്ച് കെ പി ജി പാടുന്നു:

“വീരരാം സഖാക്കളെ ഭാഗ്യശാലികൾ നിങ്ങൾ
തീരെ നിർഭാഗ്യവാന്മാരീ ഞങ്ങളിങ്ങിരിപ്പവർ
കേഴുകില്ലെന്നാൽ ഞങ്ങൾ, നിങ്ങൾ പൊക്കിയ കൊടി
താഴുകില്ലീ ഞങ്ങളിലുയിരുള്ളോളം കാലം.”

4

പട്ടിണിക്കാർക്ക് ഇത്തിരി നെല്ല്

കോറോം എന്ന ചുവന്നഗ്രാമം

കണ്ണൂർ ജില്ലയിലെ പയ്യന്നൂർ നഗരസഭയിലുൾപ്പെട്ട പ്രദേശമാണ് കോറോം. കോറോം എന്ന പദത്തിന് വയലുകളും തോടുകളും കുന്നുകളും നിറഞ്ഞ നാട് എന്നും അർഥമുണ്ടത്രെ. ജലസമൃദ്ധി ഈ നാടിന്റെ പ്രത്യേകതയാണ്. വേനൽക്കാലത്തും ജലസാന്നിധ്യമുള്ളതും സസ്യവൈവിധ്യങ്ങളുടെ കലവറയെന്ന് വിശേഷിപ്പിക്കുന്നതുമായ 'കാനായി കാനം' ഈ വില്ലേജിലാണ്. ഇവിടത്തെ വയലുകളിലധികവും വേങ്ങയിൽ തറവാട്ടുകാരുടെ വകയായിരുന്നു. ജനങ്ങളിൽ ഭൂരിഭാഗവും കർഷകരായിരുന്നു. അർധനഗ്നരായി പറമ്പുകളിലും പാടങ്ങളിലും പണിയെടുക്കുന്ന തൊഴിലാളികളുടെ ചിത്രം പഴമക്കാരുടെ ഓർമയിലുണ്ട്. പഴയ പയ്യന്നൂർ ഫർക്കയിൽപ്പെട്ട ഈ ഗ്രാമത്തെ ബ്രിട്ടീഷ് സർക്കാർ, 'റെഡ് വില്ലേജ്' എന്നാണ് വിശേഷിപ്പിച്ചിരുന്നത്. പ്രത്യയശാസ്ത്രത്തിന്റെ പിൻബലംകൊണ്ട് തുടുത്തതാണിവിടത്തെ മണ്ണും മനസും. ഈ ഗ്രാമത്തെ കർഷകരുടെ നാടെന്നും പറയുന്നു. സാമ്രാജ്യത്വത്തെയും ജന്മിത്തത്തെയും വെല്ലുവിളിച്ച കരുത്തരുടെ ഗ്രാമവുമാണിത്. സമൂഹത്തിനുവേണ്ടി ചരിത്രമെഴുതിയവരെ ഈ നാട് എന്നും ഓർക്കുന്നു. ജീവിതത്തിന്റെ വസന്തകാലം നാടിനുവേണ്ടി സമർപ്പിച്ചവർക്ക് പേരുകളും മുഖങ്ങളും കുടുംബങ്ങളുമുണ്ടായിരുന്നെന്നാണ് നമുക്കെല്ലാം തിരിച്ചറിയാനുള്ളത്. രക്ഷസാക്ഷികളുടെ നാടായ കോറോം ഏഴ് ധീരയോദ്ധാക്കളെ വർഷംതോറും അനുസ്മരിക്കുന്നു....

കൊടക്കൽ കുഞ്ഞിക്കണ്ണന്റെ നാട്

ചിറയ്ക്കൽ തമ്പുരാനുവേണ്ടി പടപൊരുതിയ പടയാളി കൊടക്കൽ

കുഞ്ഞിക്കണ്ണന്റെ നാടും കോറോത്താണ്. വടക്കൻ പാട്ടിൽ പരാമർശിക്കുന്ന പടവീരനാണ് കുഞ്ഞിക്കണ്ണൻ. പൊരുതി വിജയിച്ചതിന്റെ സമ്മാനമായി ചിറയ്ക്കൽ തമ്പുരാൻ നൽകിയ ശ്രീജയന്തിവിളക്ക് കൊടക്കൽ തറവാട്ടിൽ ഇപ്പോഴും സൂക്ഷിച്ചിട്ടുണ്ട്. ചിറയ്ക്കൽ തമ്പുരാനുമായി ഉറ്റ ബന്ധമുള്ളതാണ് പുതുശേരി തറവാട്. അവിടത്തെ ചന്തു എന്ന യുവാവിന് 'ചിരികകെട്ട് കല്യാണം' നടക്കുകയാണ്. കല്യാണത്തിനുവേണ്ട ചെലവുകളെല്ലാം നിർവഹിക്കാൻ തമ്പുരാൻ തീർച്ചപ്പെടുത്തി. സദ്യവട്ടങ്ങൾക്കുള്ള സാധനങ്ങൾ കോഴിക്കോട്ടങ്ങാടിയിൽ ചെന്ന് വാങ്ങുവാൻ തമ്പുരാൻ നിർദേശിച്ചു. ചന്തു രണ്ടു നായർയുവാക്കളെ കോഴിക്കോട്ടേക്ക് പറഞ്ഞയച്ചു. സാധനങ്ങളുംകൊണ്ട് നായർ യുവാക്കൾ മടങ്ങുകയായിരുന്നു. വഴിയിൽ പടുവളായി പറമ്പ് എന്ന സ്ഥലത്ത് കുഞ്ഞൻദേരു എന്ന ചട്ടമ്പി താമസിച്ചിരുന്നു. പടവീരനും ശക്തനുമായ അയാൾക്ക് ചിറയ്ക്കൽ തമ്പുരാനോട് ശത്രുതയുണ്ടായിരുന്നു. ചുമടുകളുമായി വരുന്ന നായന്മാരെ അയാൾ തടഞ്ഞു നിർത്തി. ചുങ്കം തന്നാലേ പോകാനനുവദിക്കൂ എന്നയാൾ പറഞ്ഞു. നായന്മാർ കൂട്ടാക്കിയില്ല. കുഞ്ഞൻദേരു സാധനങ്ങൾ തട്ടിക്കളയുകയും നായന്മാരെ മർദിക്കുകയും ചെയ്തു. നായന്മാർ ഓടിയെത്തി തമ്പുരാനെ വിവരമറിയിച്ചു. ദേരുവിനോട് പൊരുതാനാരുണ്ടെന്ന് തമ്പുരാൻ അന്വേഷിച്ചു. അങ്ങനെയാണ് കോറോത്ത് കൊടക്കൽ കുഞ്ഞിക്കണ്ണന് ആളയച്ചത്.

കുഞ്ഞിക്കണ്ണന് അന്ന് പതിനാറുവയസാണത്രെ. തമ്പുരാന്റെ നിർദേശപ്രകാരം കുഞ്ഞിക്കണ്ണൻ പുറപ്പെട്ടു. വെളുത്തേടൻ കുഞ്ഞിരാമനും മുതിയലവൻ നമ്പ്യാരും സഹായത്തിന് കൂടെയിറങ്ങി. വളപട്ടണം പുഴക്കരയിൽ തോണിയുണ്ടായിരുന്നു. സഹായികളെ തോണിയിൽ കയറ്റിയശേഷം കുഞ്ഞിക്കണ്ണൻ തന്റെ പരിച വെള്ളത്തിൽ മലർത്തിവെച്ച് അതിൽക്കയറി അക്കരെയെത്തിയത്രെ. ഈ കാഴ്ച തമ്പുരാൻ മാളികപ്പുറത്തിരുന്നു കാണുന്നുണ്ടായിരുന്നു. ആയിരത്തൊന്ന് ആചാരവെടികളോടെയാണത്രെ കുഞ്ഞിക്കണ്ണനെ സ്വീകരിച്ചത്. കൊട്ടുംകുരവയും ആർപ്പുവിളികളുമായി കുഞ്ഞിക്കണ്ണൻ പടയ്ക്ക് പുറപ്പെട്ടു. ദേരു അടവുകൾ മാറിമാറി പ്രയോഗിച്ചു. കുഞ്ഞിക്കണ്ണൻ എല്ലാം തടുത്തു. ഒടുവിൽ കുഞ്ഞിക്കണ്ണന്റെ അടിയേറ്റ് ദേരു എല്ലുനുറുങ്ങി രക്തം വാർന്ന് നിലത്തുവീണു. രക്തത്തിൽ കുളിച്ച ദേരുവിനെ പരിചകൊണ്ട് കോരിയെടുത്ത് ദൂരേക്കെറിഞ്ഞുവത്രെ. വിജയശ്രീലാളിതനായ കുഞ്ഞിക്കണ്ണനെ രാജാവ് സമ്മാനങ്ങൾ നൽകി യാത്രയാക്കി.

കൊടക്കൽ തറവാട് പേരും പ്രതാപവുമുള്ളതായിരുന്നു. മുരുക്കഞ്ചേരി കേളു എന്ന പടനായകൻ ആ തറവാട് നശിപ്പിച്ചുവെന്നാണ് പറയപ്പെടുന്നത്. കേളു ആക്രമിക്കാനെത്തിയപ്പോൾ സഹായത്തിനെത്തിയത് മമ്മി എന്ന മുസൽമാനാണ്. കേളു മമ്മിമാപ്പിളയുടെ തലയറുത്ത് തറവാട്ടുകിണറ്റിലിട്ടു. അതോടെ കൊടക്കൽ തറവാട്ടുകാർക്ക് മമ്മിയോടും കുടുംബത്തോടും കടപ്പാട് തോന്നിയത്രെ. തറവാട്ടുകാരണവർക്കുള്ള

സ്ഥാനം ആ മുസൽമാനും കൽപ്പിച്ചുകൊടുത്തെന്നാണ് കഥ. 'മമ്മി നായനാർ' എന്നാണ് അദ്ദേഹത്തെ വിളിച്ചു പോരുന്നത്.

കേസരി കുഞ്ഞിരാമൻ നായനാരുടെ നാട്

മലയാളത്തിലെ ആദ്യത്തെ ചെറുകഥയെഴുതിയ കേസരി വേങ്ങയിൽ കുഞ്ഞിരാമൻ നായനാരുടെ സാന്നിധ്യംകൊണ്ടും കോറോം പുകൾപെറ്റതാണ്. കോറോത്തിനടുത്ത കുറ്റൂരിലാണ് വേങ്ങയിൽ തറവാട്. എന്നാൽ വേങ്ങയിൽ നായനാർമാരുടെ ഭരണ ആസ്ഥാനം കോറോം വില്ലേജിലെ കാനായി പ്രദേശത്തായിരുന്നു. തറവാട്ടുമൂപ്പൻ അവിടെയാണ് താമസിച്ചിരുന്നത്. കുഞ്ഞിരാമൻ നായനാർ തറവാട്ടുമൂപ്പനായപ്പോഴും താമസിച്ചിരുന്നത് കാനായിയിലാണ്. അവിടെ പ്രത്യേകം മാളികയുണ്ടായിരുന്നു. കേരളത്തിലെ അറിയപ്പെടുന്ന എഴുത്തുകാരും സായിപ്പൻമാരും കുഞ്ഞിരാമൻനായനാരുടെ അതിഥികളായി എത്താറുണ്ടായിരുന്നു. ഇംഗ്ലീഷ് വിദ്യാഭ്യാസം നേടി മദിരാശിയിൽ ചെന്ന് തുടർപഠനം നടത്തിയ വ്യക്തിയാണ് അദ്ദേഹം. കാർഷികശാസ്ത്രത്തിലും അദ്ദേഹം ബിരുദം നേടി. കൃഷിശാസ്ത്രസർവകലാശാലയിൽ പഠിച്ച ആദ്യത്തെ മലബാറുകാരൻ എന്ന ബഹുമതിയും കുഞ്ഞിരാമൻ നായനാർക്കാണ്.

ജന്മിയും നാടുവാഴിയുമായ അദ്ദേഹം പത്രപ്രവർത്തകനും ഉപന്യാസകാരനും ചെറുകഥാകൃത്തും നിയമസഭാംഗവുമായി. ആകെ പതിനൊന്നു കഥകളാണ് അദ്ദേഹമെഴുതിയത്. 'വാസനാ വികൃതി'യാണ് ആദ്യ കഥ. ഒരു മോഷ്ടാവ് സ്വന്തം കഥപറയുന്ന മട്ടിലാണിതിന്റെ രചന. മലബാർ ഡിസ്ട്രിക് ബോർഡിലും മദിരാശി നിയമസഭയിലും അംഗമായി. കേസരി എന്ന പേരിലാണ് അദ്ദേഹമെഴുതിയിരുന്നത്. വിദ്യാഭ്യാസ തൽപ്പരനായ അദ്ദേഹമാണത്രെ കോറോത്തെ കാനായിയിൽ ഒരു സ്കൂൾ സ്ഥാപിച്ചത്. അദ്ദേഹത്തിന്റെ മേൽനോട്ടത്തിൽ കാനായിയിൽ കളരിയും കഥകളിയോഗവും ഉണ്ടായിരുന്നു. കൊട്ടാരത്തിൽ ശങ്കുണ്ണിയുടെ *ഐതിഹ്യമാല* രണ്ടാം ഭാഗത്തിന് അദ്ദേഹം ആമുഖമെഴുതിയത് കാനായിലെ മഠത്തിലിരുന്നാണ്.

പുരോഗമന വീക്ഷണം വച്ചുപുലർത്തിയ ആളായിരുന്നു അദ്ദേഹം. ജന്മിസഭയിൽ കുടിയാൻമാർക്കുവേണ്ടി അദ്ദേഹം വാദിച്ചിരുന്നു. മനുഷ്യത്വപരമായി കുടിയാന്മാരെ നോക്കിക്കാണണമെന്ന് 1911 ൽ തിരൂരിൽ ചേർന്ന കേരള ജന്മിമഹാസഭയിൽ അദ്ദേഹം ആവശ്യപ്പെടുകയുണ്ടായി. വ്യവസായങ്ങളും ബാങ്കിങ് സമ്പ്രദായവും തുടങ്ങാനും സ്ത്രീകൾക്കും കുട്ടികൾക്കുംവേണ്ടി ചികിത്സാലയങ്ങൾ ആരംഭിക്കാനും നായനാർ നിർദേശിച്ചു. ഹിന്ദുസമുദായത്തിലെ അനാചാരങ്ങളെയും ഉദ്യോഗസ്ഥരുടെയും പ്രമാണിമാരുടെയും അഴിമതികളെയും അദ്ദേഹം അതിനിശിതമായി വിമർശിച്ചിരുന്നു. കോഴിക്കോട്ടുനിന്ന് കണ്ണൂരിലേക്ക് തീവണ്ടിപ്പാതയുണ്ടാക്കണമെന്ന് ശക്തിയായി ആവശ്യപ്പെട്ടതും അദ്ദേഹമാണ്. *കേരളം മലയാളികളുടെ മാതൃഭൂമി* എന്ന കൃതിയിൽ ഇ എം എസ് കേസ

രിയെക്കുറിച്ച് വിവരിക്കുന്നുണ്ട്. 1914 നവംബർ 14 ന് മദിരാശി നിയമസഭയിൽ പ്രസംഗം കഴിഞ്ഞ ഉടനെ ഹൃദയസ്തംഭനംമൂലം അദ്ദേഹം ചരമമടയുകയായിരുന്നു.

ക്രൂരതയുടെ കഥകൾ

വേങ്ങയിൽ നായനാർമാരുടെ ക്രൂരതയുടെ അനേകം കഥകൾ നാട്ടിൽ പ്രചാരത്തിലുണ്ട്. എഴുത്തുകാരനായ കുഞ്ഞിരാമൻ നായനാർക്കുശേഷം തറവാട്ടുഭരണം കൈയേറ്റവരെക്കുറിച്ചാണ് ഇത്തരം കഥ പറഞ്ഞു വരുന്നത്. കൊള്ളയും കൊലയും കൈയേറ്റവും നടത്താൻ വേങ്ങയിൽ തറവാട്ടുകാർക്ക് മടിയുണ്ടായിരുന്നില്ലെന്ന് വിഷ്ണുഭാരതീയന്റെ ഗ്രന്ഥത്തിൽ പറയുന്നു. 1938 വരെ കുറ്റൂർ തലസ്ഥാനമാക്കി ഇക്കൂട്ടർ പരിസരഗ്രാമങ്ങളെ അടക്കി ഭരിച്ചതായും ഭാരതീയൻ രേഖപ്പെടുത്തുന്നു. കുടിയാന്മാരും അടിമകളുമായ സാമാന്യജനങ്ങൾ ഭയഭക്തി ബഹുമാനങ്ങളോടെയാണത്രെ ഈ കുടുംബത്തെ വീക്ഷിച്ചത്. സ്വന്തമായ കോട്ടയും കൊത്തളവും തറവാടിനുണ്ടായിരുന്നു. കർഷകർ അധ്വാനിച്ചുണ്ടാക്കുന്നതെല്ലാം ജന്മി സ്വന്തമാക്കിയിരുന്നു. ഷർട്ടിടാനോ ചെരിപ്പിട്ടുനടക്കാനോ കുടിയാന്മാരെ അനുവദിച്ചിരുന്നില്ല. ഇതിനെതിരെ കോടിലോൻ രാമനെന്ന കർഷകൻ പ്രതികരിക്കുകയുണ്ടായി. കോടിലോൻ രാമൻ മുട്ടിനുകീഴെ മുണ്ടുടുത്ത്, ഷർട്ടും ചെരിപ്പും ധരിച്ച് ജന്മിയുടെ തറവാട്ടിനടത്തുകൂടി നടന്നുപോയത്രെ. ജന്മി കുടിയാന്റെ പെണ്ണിനെ അപമാനിച്ചാൽ മഠത്തിലെ പെണ്ണുങ്ങളെ തങ്ങളും അപമാനിക്കുമെന്ന് രാമൻ പറഞ്ഞുവത്രെ. കോടിലോൻ രാമന് കൂട്ടായി വണ്ണത്താൻ രാമനും രംഗത്തു വരികയുണ്ടായി. തടിബലമുള്ള ഇരുവരുടെയും മുന്നിൽ ജന്മിയുടെ ഗുണ്ടകൾ തോൽക്കുകയായിരുന്നു. ഒടുവിൽ ചതിയിലൂടെ കോടിലോൻ രാമനെ വകവരുത്തി. മജിസ്ട്രേട്ട് വന്ന് തെളിവെടുപ്പ് നടത്തിയെങ്കിലും നായനാരെ ശിക്ഷിക്കാതെ വെറുതെ വിടുകയായിരുന്നു. വണ്ണത്താൻ രാമനെ മുള്ളുതടി ഉപയോഗിച്ച് ആക്രമിച്ച് കീഴ്പ്പെടുത്തി പൊലീസിൽ ഏൽപ്പിക്കുകയായിരുന്നു. ചികിത്സയ്ക്കായി ആശുപത്രിയിൽ പ്രവേശിപ്പിച്ച രാമന്റെ കാലിലെ ഞരമ്പ് ഡോക്ടർമാരുടെ സഹായത്തോടെ മുറിച്ചുനീക്കിയത്രെ. പിന്നീട് മുടന്തിമുടന്തിയാണ് മരണംവരെ രാമൻ നടന്നത്. മാതമംഗലത്ത് കർഷകസംഘം സമ്മേളനം നടന്നപ്പോൾ വണ്ണത്താൻ രാമനെ മാലയിട്ട് സ്വീകരിക്കുകയുണ്ടായി. യോഗത്തിൽ രാമൻ പ്രസംഗിക്കുകയും ചെയ്തു.

ദേശീയബോധത്തിലേക്ക്

കോറോം നാട്ടിലെ ജനതയെ ദേശീയചിന്തയിലേക്കും സ്വാതന്ത്ര്യബോധത്തിലേക്കും നയിച്ച അനേകം സംഭവങ്ങൾ പയ്യന്നൂരിലുണ്ടായി. അതിൽ പ്രധാനം 1928 ലെ സംസ്ഥാനകോൺഗ്രസ് സമ്മേളനമാണ്. ജവഹർലാൽ നെഹ്റു പങ്കെടുത്ത പ്രസ്തുത സമ്മേളനത്തിൽ കോറോം

പ്രദേശത്തുള്ളവരും സംബന്ധിച്ചിരുന്നു. പരിപൂർണസ്വാതന്ത്ര്യപ്രമേയം അവതരിപ്പിച്ച സമ്മേളനമാണത്. മലബാറിലെ കുടിയാന്മാർക്ക് വസ്തുവകകളിൽ സംരക്ഷണം കിട്ടണമെന്നും യോഗം ആവശ്യപ്പെട്ടു. ഈ സമ്മേളനം മലബാറിലാകെ ഉണർവും ഉത്സാഹവും വിതയ്ക്കുകയുണ്ടായി. 1930 ലെ ഉപ്പുസത്യഗ്രഹമാണ് മറ്റൊരു സംഭവം. കേരളത്തെയാകെ ഇളക്കിമറിച്ച ആ സമരം കാണാൻ കോറോം പ്രദേശത്തുള്ളവർ ചെന്നിരുന്നു. സത്യഗ്രഹികളെ പിന്തുടർന്ന് നാട്ടുകാരും ഉപ്പുമണ്ണ് വാരിയെടുത്ത് വീട്ടിൽ കൊണ്ടുപോയി സൂക്ഷിച്ചിരുന്നു. അനാവശ്യമായ നിയമങ്ങൾ ലംഘിക്കേണ്ടതാണെന്ന ബോധം ഉപ്പുസത്യഗ്രഹം പകരുകയുണ്ടായി. ജീവിക്കാനനുവദിക്കാത്ത കിരാതമായ യാതനകൾക്ക് കാരണമായ സാമ്രാജ്യത്വവും ജന്മിത്തവും ഇല്ലാതാകണമെന്ന ചിന്ത കോറോം ജനതയിലും സ്വാഭാവികമായും വളർന്നുവന്നു. നമ്മൾ ജനിച്ചുവളർന്ന നാട്ടിൽ നമ്മളന്യരാക്കപ്പെടുന്ന സാഹചര്യം പൊറുക്കാനാവില്ലെന്ന ബോധം ഇവിടത്തെ ജനങ്ങളിലും ഉടലെടുത്തു.

അയിത്തത്തിനെതിരെ

ഭാരതത്തെ ഭിന്നിപ്പിച്ച് ഭരിക്കുകയെന്ന തന്ത്രമാണ് ബ്രിട്ടീഷുകാർ സ്വീകരിച്ചിരുന്നത്. ഈ ഭിന്നിപ്പിൽ പ്രധാനം അയിത്തമായിരുന്നു. ഒരു ജാതിയിൽപ്പെട്ടവരെ മറ്റു ജാതിയിൽപ്പെട്ടവർ തൊടാനോ തീണ്ടാനോ പാടില്ല. മതപരമായും ഈ അനൈക്യം നിലനിന്നിരുന്നു. ഹിന്ദുക്കൾക്കെതിരായി മുസ്ലീങ്ങളെ ഇളക്കിവിടുക, താഴ്ന്നജാതിക്കാർക്കെതിരെ മേൽജാതി ഹിന്ദുക്കളെ ഇളക്കുക എന്നിങ്ങനെ സാമ്രാജ്യത്വം അതിന്റെ നിലനിൽപ്പിനുവേണ്ടി അനേകം തന്ത്രങ്ങളാവിഷ്കരിച്ചുകൊണ്ടിരുന്നു. അയിത്തോച്ചാടനം, പന്തിഭോജനം, മിശ്രവിവാഹം തുടങ്ങിയവ പുതിയ മുദ്രാവാക്യങ്ങളായി വളർന്നു വന്നു. എ കെ ജിക്ക് മർദനമേറ്റ കണ്ടോത്ത് എന്ന പ്രദേശം കോറോം നാടിന് തൊട്ട് കിടക്കുന്നതാണ്. എ കെ ജിയെ മർദിച്ചതിലുള്ള പ്രതിഷേധം കോറോം ജനതയിലും ഉയർന്നിരുന്നു. കോറോം കാനായിയിലുള്ള ചേറ്റൂരില്ലത്ത് വാസുദേവൻ നമ്പൂതിരിയുടെ നേതൃത്വത്തിൽ പന്തിഭോജനം നടത്തിയിരുന്നു. അന്നത് വലിയ കോളിളക്കം സൃഷ്ടിച്ചിരുന്നു. തൊടീലും തീണ്ടലും നിലനിന്ന കാലത്താണ് ഒരു വെല്ലുവിളിയെന്ന മട്ടിൽ മിശ്രഭോജനം സംഘടിപ്പിച്ചത്.

കോറോത്തിന്റെ ചരിത്ര രൂപീകരണത്തിൽ അതിപ്രധാനസ്ഥാനമാണ് കാനായി ചേറ്റൂരില്ലത്തിനുള്ളത്. ആ ഇല്ലത്തെ വാസുദേവൻ നമ്പൂതിരി പയ്യന്നൂർ ഫർക്കയിലെ ആദ്യത്തെ പാർട്ടിസെല്ലിൽ അംഗമായിരുന്നു. ഇ കെ നായനാർ, എ വി കുഞ്ഞമ്പു, സുബ്രഹ്മണ്യ ഷേണായി തുടങ്ങി അനേകംപേർ ആ ഇല്ലത്ത് ഒളിവിൽ കഴിഞ്ഞിട്ടുണ്ട്.

ചേറ്റൂരില്ലംപോലെ പ്രസിദ്ധമാണ് പുല്ലേരിവാധ്യാരില്ലവും. മലയാള സിനിമയിലെ മുത്തശ്ശൻ ഉണ്ണിക്കൃഷ്ണൻ നമ്പൂതിരിയുടെ ഇല്ലമാണത്; പ്രശസ്ത ഗാനരചയിതാവ് കൈതപ്രത്തിന്റെ ഭാര്യവീടും. പഴയകാലത്ത്

'റെഡ് ഹൗസ്' എന്ന പേരിൽ ഈ ഇല്ലം അറിയപ്പെട്ടിരുന്നു. ഒരു കാലത്ത് കമ്യൂണിസ്റ്റുകാർക്ക് അഭയസ്ഥാനമായത് ആ ഇല്ലമാണ്. ഉണ്ണിക്കൃഷ്ണൻ നമ്പൂതിരിയുടെ ജ്യേഷ്ഠൻ കേശവൻ നമ്പൂതിരി വഴിയാണ് നേതാക്കൾ ഒളിവിൽ കഴിയാൻ ഇല്ലത്തെത്തിയത്. എ കെ ജി പലതവണ ഇവിടെ ഒളിവിൽ കഴിഞ്ഞു. നായനാർ, സി എച്ച് കണാരൻ, എ വി കുഞ്ഞമ്പു, കെ പി ആർ ഗോപാലൻ, വി വി കുഞ്ഞമ്പു, പി കുഞ്ഞിരാമൻ, ഭാരതീയൻ, കേരളീയൻ, യജ്ഞമൂർത്തി തുടങ്ങിയവരെ കൂടാതെ പ്രാദേശിക നേതാക്കളും അവിടെ താമസിച്ചിരുന്നു. 'എഫ് 7' എന്ന കോഡ് വാക്കിലാണ് ഇല്ലം രഹസ്യമായറിയപ്പെട്ടത്. ഇല്ലത്തിന്റെ മേൽവിലാസം 'വിദ്യാർഥി' എന്നായിരുന്നു. അഖിലേന്ത്യാ നേതാക്കൾ വരെ പങ്കെടുത്ത സുപ്രധാനയോഗം ആ ഇല്ലത്ത് നടന്നിരുന്നത്രെ.

ഒരു കുടിയൊഴിപ്പിക്കൽ

മലബാറിലാകെ ചലനമുളവാക്കിയ ഒരു കുടിയൊഴിപ്പിക്കൽ കോറോത്തിനടുത്ത ആലക്കാട് പ്രദേശത്ത് നടക്കുകയുണ്ടായി. അവിടത്തെ നമ്പൂതിരി ജന്മിയുടെ കുടിയാനായി ചന്തു എന്നൊരാളുണ്ടായിരുന്നു. നമ്പൂതിരിയുടെ വിശ്വസ്ത കാര്യസ്ഥനും കുടിയാനുമായ ചന്തുവിനെ ഏതോ കാരണത്തിന് ഒഴിപ്പിക്കുകയുണ്ടായി. ഗുണ്ടകളുടെ സഹായത്തോടെ ചന്തുവിന്റെ കുടിൽ പൊളിച്ചുമാറ്റി. വഴിയാധാരമായ ചന്തുവും കുടുംബവും ഒരു മരത്തിനുകീഴിൽ അഭയം തേടി. ജന്മിയെ പേടിച്ച് ആരും തന്നെ ചന്തുവിനെ സഹായിക്കാൻ ചെന്നില്ല. വിവരമറിഞ്ഞ് സുബ്രഹ്മണ്യഷേണായിയും എ വി കുഞ്ഞമ്പുവും സ്ഥലത്ത് ചെന്നു. ചന്തുവിന്റെ നില ദയനീയമായിരുന്നു. എ കെ ജി വന്നാലേ ഇതിനൊരു പരിഹാരമുണ്ടാകൂ എന്ന് നേതാക്കൾക്ക് തോന്നി. അന്ന് എ കെ ജി കോഴിക്കോട്ടായിരുന്നു. അദ്ദേഹത്തെ വിവരമറിയിച്ചു. അടുത്ത ദിവസംതന്നെ എ കെ ജി എത്തി. എ വി കുഞ്ഞമ്പുവിനെയും ഷേണായിയെയും കൂട്ടി സ്ഥലം സന്ദർശിച്ചു. മറ്റു കൃഷിക്കാർ കുടിലുകളിൽത്തന്നെ കഴിയുകയായിരുന്നു. എ കെ ജി അവരെയെല്ലാം ചെന്നുകണ്ട് ചന്തുവിന്റെ ഗതി നാളെ നിങ്ങൾക്കും വരുമെന്ന് ഓർമിപ്പിച്ചു. അന്നു വൈകുന്നേരം ഒരു പൊതുയോഗം ചേർന്നു. ധാരാളംപേർ പങ്കെടുത്തു. എ കെ ജിയുടെ പ്രസംഗം കൃഷിക്കാരെ ഉണർത്തി. ചന്തുവിനുവേണ്ടി അവർ ഒന്നിക്കാൻ തയാറായി.

പൊതുയോഗത്തിനുശേഷം ജന്മിയെയും എ കെ ജി കണ്ടു. എ കെ ജി വന്നതുമുതലുള്ള കാര്യങ്ങൾ ജന്മി ശ്രദ്ധിക്കുന്നുണ്ടായിരുന്നു. എ കെ ജിയോട് എതിർത്തു നിൽക്കാൻ മണിപ്പുഴ നമ്പൂതിരിക്ക് കഴിഞ്ഞില്ല. അങ്ങനെ ചന്തുവിന് നിലം തിരികെ നൽകി. എ കെ ജിയുടെ നിർദേശാനുസരണം കർഷകർ ചേർന്ന് ചന്തുവിന്റെ കുടിൽ കെട്ടിക്കൊടുത്തു. ഈ സംഭവം മലബാറിലാകെ ഉണർവ് സൃഷ്ടിക്കുകയുണ്ടായി. കൃഷിക്കാർ ഒന്നിച്ചു നിൽക്കണമെന്ന തോന്നൽ വളർന്നു. മലബാർ

കേന്ദ്രീകരിച്ച് കർഷകസംഘം ഉടലെടുത്തതും ഇത്തരം സംഭവങ്ങളെ ത്തുടർന്നാണ്.

കർഷകസംഘം ഉടലെടുക്കുന്നു

പാവങ്ങളായ കർഷകരുടെയും ആഗ്രഹങ്ങൾക്ക് പരിമിതിയുണ്ടായിരുന്നു. മാളിക പണിയാനോ മാനത്തു പറന്നു നടക്കാനോ അവർ മോഹിച്ചില്ല. പ്രഭാതംതൊട്ട് പ്രദോഷംവരെ പണിചെയ്യുന്നവരാണവർ. മരണംവരെ സ്വതന്ത്രമായി കഴിഞ്ഞുകൂടാനാവണം. വിശപ്പകറ്റാനുള്ള ആഹാരം കിട്ടണം. മനുഷ്യൻ മനുഷ്യനെ ചൂഷണം ചെയ്യാത്ത നില വന്നു ചേരണം. വിശപ്പകന്ന നിലവന്നു ചേരണം. ഇതിന് ഒരു സംഘടന വേണമെന്ന ചിന്ത കോറോത്തെ കൃഷിക്കാരിലുമുണ്ടായി. 1934 ൽത്തന്നെ ഭാരതീയന്റെ വീട്ടിൽവച്ച് കർഷകസംഘം രൂപംകൊണ്ടിരുന്നു. അതിന്റെ ഒരു ശാഖ കോറോത്തും സ്ഥാപിക്കണം. പയ്യന്നൂർ ഫർക്കയിൽ ഏറ്റവും കൂടുതൽ കൃഷിക്കാരുള്ളത് കോറോത്താണ്. അതുകൊണ്ട് കോറോത്ത് സംഘടനയുണ്ടാക്കണമെന്ന് നേതാക്കളും ചിന്തിച്ചിരുന്നു. കേരളീയനും കെ പി ആർ ഗോപാലനും സുബ്രഹ്മണ്യഷേണായിയും മുൻകൈയെടുത്ത് കാനായിലെ ഒടുവള്ളിക്കാനത്ത് രഹസ്യമായി ഒരു യോഗം വിളിച്ചുകൂട്ടി. വേങ്ങയിൽ തറവാട്ടുകാരുടെ ചൂഷണം അനുഭവിച്ചുകൊണ്ടിരുന്ന ധാരാളം കൃഷിക്കാർ യോഗത്തിൽ പങ്കെടുത്തു. കൃഷ്ണപിള്ളയുടെയും എ കെ ജിയുടെയും ഉപദേശനിർദേശങ്ങളും ഇക്കാര്യത്തിലുണ്ടായിരുന്നു. ഭൂമിയിൽ സ്ഥിരാവകാശം ലഭിക്കുക. അക്രമപ്പിരിവ് അവസാനിപ്പിക്കുക തുടങ്ങിയ കാര്യങ്ങൾ മുൻനിർത്തി പ്രക്ഷോഭങ്ങൾ സംഘടിപ്പിക്കുന്നതിനെക്കുറിച്ച് യോഗം ചർച്ച ചെയ്തു. പനയന്തട്ട നാരായണൻ മാസ്റ്ററാണ് ആദ്യത്തെ കർഷകസംഘം സെക്രട്ടറിയായത്; പ്രസിഡണ്ട് വി കുഞ്ഞികൃഷ്ണൻനായരും.

ഇതിന്റെ തുടർച്ചയായി പാർട്ടിസെല്ലും രൂപീകരിച്ചു. പയ്യന്നൂർ ഫർക്കയിലെ ആദ്യത്തെ പാർട്ടിഘടകം കോറോം കേന്ദ്രീകരിച്ചാണുണ്ടായത്. ചേറ്റൂരില്ലത്ത് വാസുദേവൻ നമ്പൂതിരി, ടി എൻ നാരായണനടിയോടി മാസ്റ്റർ, കെ വി കുഞ്ഞമ്പുമാസ്റ്റർ, എം പി കുമാരൻ, തമ്പാൻ അടിയോടി, സി കെ കുഞ്ഞിക്കൃഷ്ണൻനായർ, കണ്ണാട കേശവൻ മാസ്റ്റർ, സി കുഞ്ഞിരാമൻ എന്നിവർ ആദ്യസെല്ലിലെ അംഗങ്ങളായിരുന്നു. ഈ എട്ടുപേരിൽ അഞ്ചുപേരും കോറോത്തുള്ളവരായിരുന്നു.

നമ്മൾ ജനിച്ചു വളർന്ന നാട്
നമ്മൾ കനകം വിതച്ച നാട്
നമ്മൾക്കവകാശപ്പെട്ടനാട്
വെള്ളക്കാർ തട്ടിപ്പറിച്ചുവല്ലോ!
ജന്മിയെ പൂജിച്ചു നമ്മളിനി
ജന്മമൊടുക്കില്ല തീർച്ചതന്നെ...
ശീലായ്മ തീർക്കുവാൻ ശീലക്കാശ്

മേലാൽകൊടുത്തൂടാ തീർച്ചതന്നെ...
ഉദയം തൊട്ടന്ത്യോളം ചളിയിൽ നമ്മൾ
പണി ചെയ്തുവെന്നാലും കൊങ്ങായല്ലോ!
അതുകൊണ്ട് നമ്മൾക്കും കുഞ്ഞുങ്ങൾക്കും
വറ്റുള്ള വെള്ളം കുടിക്കാനുണ്ടോ?
ഒന്നായി ചേർന്നു നിലവിളിക്കാൻ
പെണ്ണുങ്ങളേ നമ്മളമ്മമാരേ...
നമ്മുടെ കഷ്ടങ്ങളില്ലാതാക്കാൻ
വെള്ളക്കാർ കൊള്ളയെ നിർത്തീടുവാൻ...
ജന്മിത്തം തീരെ നശിപ്പിക്കുവാൻ...
സംഘത്തിൽ ചേരുക നമ്മളെല്ലാം...

(കെ കെ കേരളീയൻ)

മാതമംഗത്തേക്ക് ജാഥ പോകുന്നു

വിഷ്ണുഭാരതീയന്റെ ഗ്രന്ഥത്തിൽ സൂചിപ്പിക്കുന്നത് നോക്കുക: 'വേങ്ങയിൽ തറവാട്ടുകാരുടെ സാക്ഷാൽ തറവാട് മാതമംഗലത്തെ പാണപ്പുഴയിലാണ്. കുടിയാന്മാരുടെ അവകാശങ്ങളെ സംബന്ധിച്ച് ഒരു മെമ്മോറാണ്ടം ജന്മിക്ക് നൽകണമെന്ന് കർഷകസംഘം നിശ്ചയിച്ചു. പത്തിന് രണ്ട് എന്നൊരു പിരിവ് അക്കാലത്ത് നിലനിന്നിരുന്നു. കുടിയാന്റെ പറമ്പിൽ പത്തുപറ കുരുമുളക് വിളഞ്ഞെന്ന് കരുതുക. അതിൽ രണ്ടുപറ കുരുമുളക് ജന്മിക്ക് കൊടുക്കണം. ഇതൊരു അക്രമപ്പിരിവായിരുന്നു. പാട്ടം, വാരം, വാശി, നുരി, വെച്ചുകാണാൻ തുടങ്ങിയവയ്ക്ക് പുറമെയാണ് ഈ അക്രമപ്പിരിവ്. ഇത് അവസാനിപ്പിക്കണമെന്ന് നിവേദനത്തിൽ പറഞ്ഞിരുന്നു. കോറോം, കാനായി, മണിയറ, മുത്തത്തി തുടങ്ങിയ പ്രദേശങ്ങളിലുള്ളവർ ജാഥയായി പോയാണ് നിവേദനം നൽകിയത്. കേരളീയൻ, മൊയാരത്തു ശങ്കരൻ, കെ പി ആർ ഗോപാലൻ, ടി സി നാരായണൻ നമ്പ്യാർ തുടങ്ങിയ നേതാക്കൾ നിവേദക സംഘത്തിലുണ്ടായിരുന്നു. അന്ന് വേങ്ങയിൽ തറവാട്ടുഭരണം ബാരിസ്റ്റർ രാഘവൻ നായനാർക്കായിരുന്നു. നിവേദകസംഘത്തെ അദ്ദേഹം നല്ലനിലയിൽ സ്വീകരിച്ചുവത്രെ. ജാഥാംഗങ്ങൾക്ക് ദാഹജലവും നൽകി. കർഷകസംഘത്തിന്റെ ശ്രമഫലമായി പത്തിന് രണ്ട് എന്ന പിരിവ് നിർത്തലാക്കുകയുണ്ടായി.

ഇതിനുശേഷം മാതമംഗലത്ത് വമ്പിച്ച കർഷകസമ്മേളനം നടക്കുകയുണ്ടായി. ടി സി നാരായണൻ നമ്പ്യാരാണ് അധ്യക്ഷനായത്. വേങ്ങയിൽ നായനാർമാരുടെ കുടിയാൻമാരിൽ ഭൂരിഭാഗവും സമ്മേളനത്തിൽ പങ്കെടുത്തിരുന്നു. പ്രസ്തുത സമ്മേളനത്തിൽ ആദ്യാവസാനം വണ്ണത്താൻ രാമൻ സംബന്ധിച്ചു. കേരളീയനാണ് മുഖ്യപ്രഭാഷണം നടത്തിയത്. ആ സമ്മേളന സ്ഥലത്തുവച്ച് കർഷകസംഘം മെമ്പർഷിപ്പും നൽകിയിരുന്നു. വളരെപേർ അംഗങ്ങളായി ചേർന്നെന്ന് ഭാരതീയൻ ചൂണ്ടിക്കാട്ടുന്നു.

1940 സെപ്തംബർ 15

കോറോം പ്രദേശത്ത് കർഷകസംഘം നാൾക്കുനാൾ വേര് പിടിച്ചുവന്നു. സംഘം വളർന്നതോടെ ഇതിനെ തകർക്കാനുള്ള നീക്കവും തുടങ്ങി. പൊലീസ് കർഷകസംഘം പ്രവർത്തകരെ ഭീഷണിപ്പെടുത്താനും കള്ളക്കേസിൽ കുടുക്കാനും ശ്രമിച്ചു. രണ്ടാം ലോകമഹായുദ്ധം പൊട്ടിപ്പുറപ്പെട്ട കാലമാണത്. പിണറായി പാറപ്രത്ത് കമ്യൂണിസ്റ്റു പാർട്ടിയും രൂപംകൊണ്ടിരുന്നു. വിലക്കയറ്റവും പട്ടിണിയും നാടിനെ ദുരിതത്തിലാഴ്ത്തി. മലബാറിലാകെ ഭക്ഷ്യക്ഷാമം രൂക്ഷമായി. നാട്ടുകാരും സംഘടനകളും ഉണർന്നു പ്രവർത്തിച്ചു. വില്ലേജുകളിൽ ഭക്ഷണസമ്മേളനങ്ങൾ വിളിച്ചുകൂട്ടി. ഇത്തരം കമ്മിറ്റികൾ ജനകീയ ഭക്ഷ്യകമ്മിറ്റികളായും നെല്ല് സംരക്ഷണ സമിതികളായും മാറി. റേഷൻ സമ്പ്രദായത്തിനായി പ്രചാരവേലകൾ സംഘടിപ്പിച്ചതും അക്കാലത്താണ്. പൊന്നുവില കൊടുത്താലും ഉരിയരി കിട്ടാത്ത അക്കാലത്ത് മലബാർ കർഷകസമ്മേളനം കോഴിക്കോട്ട് ചേർന്നു. കോറോത്തെ സമരനായകരും ആ യോഗത്തിൽ സംബന്ധിച്ചിരുന്നു. ഭക്ഷ്യക്ഷാമമാണ് പ്രധാനമായും ചർച്ച ചെയ്തത്. മാനവചരിത്രത്തിലെ ഏറ്റവും വലിയ ദുരന്തമായി അക്കാലത്തെ ഭക്ഷ്യക്ഷാമം വിലയിരുത്തുകയുണ്ടായി. നാലും അഞ്ചും ദിവസം വീട്ടിൽ കഞ്ഞിവെയ്ക്കാത്ത നിലയുണ്ടായി. നടീൽദിനം ആചരിക്കാനും അന്നേദിവസം ഭക്ഷ്യവസ്തുക്കൾ വ്യാപകമായി കൃഷിചെയ്യാനും യോഗത്തിൽ ധാരണയായി. 1940 സെപ്തംബർ 15 ന് മലബാറിലെങ്ങും പ്രതിഷേധ പ്രകടനങ്ങൾ സംഘടിപ്പിക്കപ്പെട്ടു. സർക്കാർ നിരോധനാജ്ഞ നടപ്പിലാക്കി പ്രകടനവും പൊതുയോഗവും തടയുന്നതിന് ശ്രമം നടത്തി. തലശ്ശേരി, മൊറാഴ, മട്ടന്നൂർ തുടങ്ങിയ സ്ഥലങ്ങളിൽ പൊലീസും ജനങ്ങളും തമ്മിൽ സംഘർഷമുണ്ടായി. തലശ്ശേരിയിൽ രണ്ടുപേർ പൊലീസ് വെടിവെപ്പിൽ രക്തസാക്ഷികളായി. മൊറാഴയിലാണ് രൂക്ഷമായ സംഘർഷം നടന്നത്. അവിടെ ഒരു സബ് ഇൻസ്പക്ടർ കൊല്ലപ്പെട്ടതിനെത്തുടർന്ന് കെ പി ആർ ഗോപാലനെ വധശിക്ഷയ്ക്കു വിധിക്കുകയുണ്ടായി. ജനകീയ പ്രക്ഷോഭത്തെത്തുടർന്ന് ആ വധശിക്ഷ ജീവപര്യന്തമാക്കി മാറ്റി.സെപ്തംബർ 15 ന്റെ പ്രതിഷേധത്തിൽ കോറോത്തുള്ളവരും പങ്കെടുത്തിരുന്നു. പയ്യന്നൂരിൽ പ്രകടനംനടത്തി അറസ്റ്റു വരിച്ചവരിൽ കോറോത്തെ സി കെ കുഞ്ഞിക്കൃഷ്ണൻ നായരുമുണ്ടായിരുന്നു.

പി സി സി സൊസൈറ്റികൾ

1945 ൽ യുദ്ധം അവസാനിച്ചതോടെ നാട് അതിരൂക്ഷമായ ഭക്ഷ്യക്ഷാമത്തിലകപ്പെട്ടു. 1943 ൽ ബംഗാളിലുണ്ടായതുപോലെ മലബാറിൽ ക്ഷാമം പടർന്നു പിടിച്ചു. ജനജീവിതം ദുരിതപൂർണമായി. “ഉരിയരി പോലും കിട്ടാനില്ല; പൊന്നുകൊടുത്താലും” എന്ന സ്ഥിതിയുണ്ടായി.

കോളറപോലുള്ള പകർച്ചവ്യാധികൾ പിടിപെട്ട് ആയിരക്കണക്കിനാളുകൾ മരണപ്പെട്ടു. മദിരാശി സർക്കാർ ജനകീയ ഭക്ഷണകമ്മിറ്റികൾ രൂപീകരിക്കാൻ നിർദേശം നൽകി. നാട്ടിൽ പി സി സി സൊസൈറ്റികളും സ്ഥാപിച്ചു (പ്രൊഡ്യൂസേർസ് കം കൺസ്യൂമേർസ് കോ-ഓപ്പറേറ്റീവ് സൊസൈറ്റി). ഭക്ഷ്യധാന്യസംഭരണവും വിതരണവുമായിരുന്നു ഇതിന്റെ ലക്ഷ്യം. ജില്ലാതലത്തിൽ ഫുഡ് ഓർഗനൈസറെയും നിയമിച്ചു. കമ്യൂണിസ്റ്റുപാർട്ടി ഈ സൊസൈറ്റികളുമായി സഹകരിച്ചു പ്രവർത്തിച്ചു. ഭക്ഷ്യക്ഷാമം, വിലക്കയറ്റം, കരിഞ്ചന്ത, പൂഴ്ത്തിവയ്പ്പ് എന്നിവയ്ക്കെതിരെ ജനകീയ പ്രക്ഷോഭങ്ങൾ വളർത്തിക്കൊണ്ടുവരാനും കമ്യൂണിസ്റ്റുകാർ ശ്രദ്ധിച്ചു. ഗ്രാമതലങ്ങളിലെ ഭക്ഷ്യകമ്മിറ്റികൾ ഫലപ്രദമായി ഇടപെടണമെന്നും ആഹ്വാനമുണ്ടായി. മിച്ചനെല്ല് സൊസൈറ്റികളിൽ നൽകണമെന്ന് ജന്മിമാരോടാവശ്യപ്പെടാനും ഭക്ഷ്യകമ്മിറ്റികൾ മുന്നോട്ട് വന്നു. കച്ചവടക്കാരും സമ്പന്നകർഷകരും ഭൂവുടമകളുമാണ് കരിഞ്ചന്തയും പൂഴ്ത്തിവയ്പ്പും നടത്തിയിരുന്നത്.

കോറോത്തെ മുതിയലം എന്ന സ്ഥലത്ത് ഇത്തരം സൊസൈറ്റി സ്ഥാപിച്ചിരുന്നു. ഒരു പറ നെല്ലിന് അന്ന് സർക്കാർവില രണ്ടുരൂപയായിരുന്നു. കരിഞ്ചന്തയിൽ വിറ്റാൽ എട്ടുരൂപ കിട്ടും. അതുകൊണ്ട് എന്തു വിഷമം സഹിച്ചും കരിഞ്ചന്ത അവസാനിപ്പിക്കുമെന്ന് കർഷകസംഘം പ്രതിജ്ഞയെടുത്തു.

മഹിളകൾ സമ്മേളിക്കുന്നു

മലബാറിലെ പട്ടിണിക്കും കോളറയ്ക്കുമെതിരെ അണിനിരക്കാൻ സ്ത്രീകളും രംഗത്ത് വന്നിരുന്നു. 1945 ജൂൺമാസത്തിൽ ദേശീയ മഹിളാസമ്മേളനം തലശ്ശേരിയിൽ ചേരുകയുണ്ടായി. കൊച്ചിയിൽനിന്നും മലബാറിൽനിന്നും പ്രതിനിധികൾ പങ്കെടുത്തു. അഖിലേന്ത്യാ മഹിളാസമ്മേളനകമ്മിറ്റിയംഗം മദിരാശിയിലെ അമ്മുസ്വാമിനാഥന്റെ അധ്യക്ഷതയിലാണ് സമ്മേളനം നടന്നത്. ശ്രീമതി ലീലാ ദാമോദര മേനോൻ, ജി സുശീല, നാണിക്കുട്ടിയമ്മ, മിസിസ് എസ് കെ ജോർജ്, കുട്ടിമാളുഅമ്മ, കുമാരി കമലം തുടങ്ങിയവർ യോഗത്തിൽ സംബന്ധിച്ചു. നൂൽ നൂൽപ്പ് മത്സരം, നൃത്തനൃത്യങ്ങൾ ഗാനാലാപനം എന്നീ കലാപരിപാടികളുമുണ്ടായി. മണ്ണെണ്ണ, പഞ്ചസാര തുടങ്ങിയവ വിതരണം ചെയ്യുന്നതിലെ ക്രമക്കേടുകൾ യോഗം ചർച്ച ചെയ്തു. കരിഞ്ചന്തയും പൂഴ്ത്തിവയ്പ്പും അവസാനിപ്പിക്കാൻ നടപടി സ്വീകരിക്കണമെന്ന് സർക്കാരിനോടും ആവശ്യപ്പെട്ടു. ഭക്ഷ്യോൽപ്പാദനവുമായി സഹകരിക്കണമെന്നും തീരുമാനമെടുത്തു. സ്ത്രീകൾ നേരിടുന്ന അനേകം പ്രശ്നങ്ങൾ സമ്മേളനം ചർച്ച ചെയ്തു. സ്ത്രീകളുടെ വ്യക്തിപരമായ അവകാശങ്ങളും താൽപ്പര്യങ്ങളും സംരക്ഷിക്കുന്നതോടൊപ്പം നാട്ടിന്റെ പൊതു താൽപ്പര്യങ്ങൾക്കായി പുരുഷന്മാരോടൊന്നിച്ച് പ്രവർത്തിക്കണമെന്നും യോഗം ആഹ്വാനം ചെയ്തു. അയിത്തം, ആഭിജാത്യം, അന്ധവിശ്വാസം, അനാ

ചാരം തുടങ്ങിയവ ഇല്ലാതാക്കാൻ മഹിളാപ്രസ്ഥാനം മുന്നിട്ടിറങ്ങണമെന്നും നിർദേശമുണ്ടായി. സ്ത്രീകൾ പുരുഷന്മാർക്ക് തുല്യം പ്രവൃത്തിയെടുത്ത് ജീവിക്കാനും സമമായി കൂലി ലഭിക്കാനും സാഹചര്യമുണ്ടാവണമെന്നും ചർച്ച നടന്നു. പ്രസവം, ശിശുപരിപാലനം തുടങ്ങി രാജ്യത്തിനാകെ ആവശ്യമായ കാര്യങ്ങൾ നിർവഹിക്കുന്നത് സ്ത്രീകളാണ്. ഇത് പുരുഷന്മാർ തിരിച്ചറിയണം. ഈ മഹിളാസമ്മേളനം സംബന്ധിച്ച് 1945 ജൂൺ 10–ാം തീയതിയിലെ *ദേശാഭിമാനി വാരിക* വാർത്തകൾ പ്രസിദ്ധീകരിച്ചിരുന്നു.

ആലോചനായോഗം

രണ്ടാം ലോകമഹായുദ്ധം അവസാനിച്ചത് നാട്ടിൽ പട്ടിണിയും ദുരിതവും വിതച്ചുകൊണ്ടാണ് എന്ന് സൂചിപ്പിച്ചുവല്ലോ. ഉത്തരമലബാറിലെ ഭക്ഷണക്ഷാമം അതിരൂക്ഷമായിരുന്നു. ആ സമയത്താണ് നാട്ടിൽ പി സി സി സൊസൈറ്റികൾ സ്ഥാപിച്ചത്. എന്നാൽ ജന്മിമാർ നെല്ല് സൊസൈറ്റിയിൽ അളക്കാതെ കരിഞ്ചന്തയിൽ വിറ്റുകൊണ്ടിരുന്നു. സന്ദർഭത്തിന്റെ ഗൗരവം കണക്കിലെടുത്തുകൊണ്ട് കോറോത്ത് കർഷകർ രംഗത്തിറങ്ങി. വിപുലമായ ഒരു കർഷകയോഗം കോറോത്തിന്റെ കിഴക്കൻകുന്നിൽ വിളിച്ചുചേർത്തു. എ വി ചിണ്ടനാണ് അധ്യക്ഷനായത്. പി കണ്ണൻനായരും കെ സി കുഞ്ഞാപ്പുമാസ്റ്ററും പ്രസംഗിച്ചു. 1946 ഒക്ടോബറിൽ വിളിച്ചുചേർത്ത ഈ യോഗത്തിൽ താഴെപറയുന്ന പോരാളികൾ പങ്കെടുത്തു.

1. കൊടക്കൽ കുഞ്ഞിക്കണ്ണൻ മാസ്റ്റർ
2. എ വി ചിണ്ടൻ
3. ടി പി സി നമ്പ്യാർ
4. കെ അബ്ദുൾ ഖാദർ
5. മുടത്തറ ഗോവിന്ദൻ നമ്പ്യാർ
6. പി ഇ ചെറിയ രാമൻ നമ്പ്യാർ
7. പാവൂർ കണ്ണൻ
8. കെ എൻ വി കൃഷ്ണൻ നായർ
9. പള്ളത്ത് കേശവൻ നമ്പൂതിരി
10. പാപ്പിനിശേരി കൃഷ്ണൻ നായർ
11. പാപ്പിനിശേരി കേളുനായർ
12. കെ കുഞ്ഞിക്കണ്ണൻ വൈദ്യർ
13. നടുവളപ്പിൽകോരൻ
14. കോളിയാടൻ നാരായണൻ മാസ്റ്റർ
15. പനയന്തട്ട കണ്ണൻ നമ്പ്യാർ
16. മാരാങ്കാവിൽ കുഞ്ഞമ്പു
17. കെ എ ചിണ്ടപ്പൊതുവാൾ
18. കെ ടി വി കേളു

19. ആലക്കാട്ട് അമ്പു
20. സി കുഞ്ഞിരാമൻ
21. മാക്കിനാടി അമ്പു
22. എം പി കുമാരൻ
23. കൈപ്രവൻ ഗോവിന്ദൻ നമ്പ്യാർ
24. പനയന്തട്ട കുഞ്ഞിരാമൻ
25. മനിയേരി രാഘവൻ നമ്പ്യാർ
26. പി പി ചിരുകണ്ടൻ മാസ്റ്റർ
27. മുത്തത്തി കോരൻ വൈദ്യർ
28. വി സി കണ്ണൻ നായർ
29. കുണ്ടത്തിൽ കുഞ്ഞമ്പു
30. അരമന കോരൻ
31. വടക്കേ വീട്ടിൽ അമ്പു
32. പടിഞ്ഞാറെ വീട്ടിൽ കുഞ്ഞമ്പു
33. കാനപ്പള്ളി അമ്പു

നെല്ല് തടയുന്നു

പി സി സി സൊസൈറ്റികളും ഭക്ഷ്യകമ്മിറ്റികളും നിലവിൽ വന്നതോടെ നാട്ടുകാർ ഉണർന്നു പ്രവർത്തിച്ചു. ധാന്യസംഭരണവും വിതരണവും കൃത്യമായി നടക്കുന്നുണ്ടെന്നു ഉറപ്പുവരുത്താൻ ഭക്ഷ്യകമ്മിറ്റികൾ ശ്രദ്ധിച്ചിരുന്നു. ഭക്ഷണക്ഷാമം തീർക്കാനാണ് സൊസൈറ്റിയും റേഷനിങ്ങും ഏർപ്പെടുത്തിയത്. ഭൂവുടമകൾ ഇതിനോട് സഹകരിക്കാൻ കൂട്ടാക്കിയിരുന്നില്ല. 1946 നവംബർ രണ്ടിന് അത്തരമൊരു നീക്കം നടന്നു. കണ്ടങ്കാളിയിലെ ഭൂവുടമ നാരായണൻ നമ്പ്യാർക്ക് കോറോത്തെകനായി പ്രദേശത്തും കൃഷിയിടങ്ങളുണ്ടായിരുന്നു. ആ വർഷത്തെ കൊയ്ത്തിനു ശേഷം നെല്ലുമുഴുവൻ ചാക്കുകളിലാക്കി പെണ്ണുങ്ങളെ കൊണ്ടെടുപ്പിച്ച് സ്വന്തം വീട്ടിലേക്ക് കൊണ്ടുപോവുകയായിരുന്നു. വാർത്ത കർഷകസംഘം പ്രവർത്തകർ അറിഞ്ഞു. പാർട്ടി തീരുമാനം നടപ്പിലാക്കുവാൻ അവർ ഒരുങ്ങിപ്പുറപ്പെട്ടു. ആര് നെല്ല് കടത്തിയാലും അത് തടഞ്ഞ് സൊസൈറ്റിയിലെത്തിക്കണമെന്നാണ് പാർട്ടി പറഞ്ഞത്. എ വി ചിണ്ടൻ, പി ഇ രാമൻ നമ്പ്യാർ മൊടത്തറ ഗോവിന്ദൻ നമ്പ്യാർ, ടി പി സി നമ്പ്യാർ, കെ എൻ കൃഷ്ണൻനായർ, കെ കുഞ്ഞിക്കണ്ണൻ വൈദ്യർ, കെ ടി വി കേളു, പടിഞ്ഞാറെ വീട്ടിൽ കുഞ്ഞമ്പു, വടക്കെ വീട്ടിൽ അമ്പു ഇങ്ങനെ ഒമ്പതു പേർ കൂർക്കര പ്രദേശത്ത് വഴിയിൽച്ചെന്നു നിന്നു. സ്ത്രീകൾ നെല്ലും ചാക്കുകളും കൊണ്ട് വരികയാണ്. മുന്നിൽ നാരായണൻ നമ്പ്യാർ. പ്രവർത്തകർ വഴി തടസപ്പെടുത്തിയാണ് നിൽപ്പ്. നാരായണൻ നമ്പ്യാരും നിന്നു. "നമ്പ്യാരേ, ഇത് വലിയ ചതിയാണ്. ഈ നാട്ടിലെ നെല്ല് കണ്ടങ്കാളിയിലേക്ക് കൊണ്ടുപോകാൻ ഞങ്ങൾ വിടില്ല" എന്നു പ്രവർത്തകർ പറഞ്ഞു. നമ്പ്യാർ ആദ്യം കേട്ടി

ല്ല. വാക്കുതർക്കമായി. വിവരമറിഞ്ഞ് നാട്ടുകാരും തടിച്ചുകൂടി. രംഗം പന്തിയല്ലെന്നു മനസിലാക്കിയ നാരായണൻ നമ്പ്യാർ ഒടുവിൽ മുതിയലത്തേക്ക് വന്നു. നെല്ല് സൊസൈറ്റിയിൽ അളന്നു നൽകി. ന്യായമായ വിലയും നമ്പ്യാരെ ഏൽപ്പിച്ചു. കരിവെള്ളൂർ സമരം നടക്കുന്നതിനു മുമ്പാണിത് നടന്നത്. നമ്പ്യാർ നേരെ പൊലീസിൽ ചെന്ന് പരാതി കൊടുത്തു. പൊലീസ് വന്ന് അന്വേഷണം നടത്തിയെങ്കിലും ആരെയും പിടിച്ചില്ല. എന്നാൽ നെല്ലുതടഞ്ഞ ഒമ്പതാളുടെ പേരിൽ കേസാക്കി. തലശ്ശേരി കോടതിയിലാണ് കേസ്‌വിചാരണ നടന്നത്. ജസ്റ്റീസ് വി ആർ കൃഷ്ണയ്യരാണ് കേസ് വാദിച്ചത്. തെളിവൊന്നും ഹാജരാക്കാൻ കഴിഞ്ഞില്ല. കേസ് തള്ളിപ്പോയി. അതോടെ സംഘംപ്രവർത്തകർക്ക് കൂടുതൽ ആവേശമുണ്ടായി.

കൊടക്കൽ കുഞ്ഞിക്കണ്ണൻ മാസ്റ്റർ

കോറോം പ്രദേശത്ത് കർഷകസംഘവും കമ്യൂണിസ്റ്റുപ്രസ്ഥാനവും പടുത്തുയർത്തുന്നതിൽ കുഞ്ഞിക്കണ്ണൻ മാസ്റ്റർക്കുള്ള പങ്ക് വലുതാണ്. 1940 കളിലും പിന്നീടും നമ്മുടെ പ്രസ്ഥാനമനുഭവിക്കേണ്ടിവന്ന വെല്ലുവിളികളെ നേരിടാൻ മാസ്റ്റർ മുന്നിലുണ്ടായിരുന്നു. ഭാരതം സ്വതന്ത്രമായിട്ടും പാവങ്ങളുടെ നിലയിൽ മാറ്റമുണ്ടായില്ലെന്ന് മാസ്റ്റർ പറയുമായിരുന്നു. പാർട്ടിക്ക് നിരോധനം ഏർപ്പെടുത്തിയ പഴയകാലത്ത് നേതാക്കൾക്ക് രഹസ്യസന്ദേശങ്ങളെത്തിക്കുന്ന ആളായി മാസ്റ്റർ പ്രവർത്തിച്ചിരുന്നു. മാസ്റ്ററുടെ രഹസ്യപ്പേര് 'രങ്കൻ' എന്നായിരുന്നു. ഭാരതീയൻ, കേരളീയൻ, കെ പി ആർ ഗോപാലൻ തുടങ്ങിയ നേതാക്കൾ കോറോത്ത് ഒളിവിൽ കഴിഞ്ഞത് മാസ്റ്ററുടെ സഹായത്തോടെയാണ്. അദ്ദേഹത്തിന്റെ വീട്ടിൽ ഭാരതീയനും കേരളീയനും താമസിച്ചിട്ടുമുണ്ട്.

1948 ൽ കൽക്കത്താസമ്മേളനത്തിൽ പയ്യന്നൂർ ഫർക്കാ പാർട്ടിപ്രതിനിധിയായി പങ്കെടുത്തത് കുഞ്ഞിക്കണ്ണൻ മാസ്റ്ററാണ്. ഇംഗ്ലീഷും ഹിന്ദിയും വശമുള്ള മാസ്റ്റർക്ക് സമ്മേളനനടപടികളിൽ പങ്കെടുക്കാൻ വിഷമമുണ്ടായില്ല. പാർട്ടിയുടെ പുതിയ രാഷ്ട്രീയനയം ചർച്ച ചെയ്ത സമ്മേളനമാണത്. ഇന്ത്യൻ സ്വാതന്ത്ര്യവും ഗ്രാമീണകർഷകജീവിതവും പ്രധാന ചർച്ചാവിഷയമായി. ബി ടി രണദിവെ തന്റെ വിപ്ലവനയം അവതരിപ്പിച്ച് രണ്ടുമണിക്കൂറിലേറെ പ്രസംഗിച്ചുവത്രെ. തെലങ്കാനാമാതൃകയിൽ വിപ്ലവസമരം സംഘടിപ്പിക്കണമെന്നാണ് അദ്ദേഹം നിർദേശിച്ചത്.

രണദിവെ തീസീസിന് മലബാറിൽ വ്യാപകമായ സ്വാധീനം ചെലുത്തുവാനായി. ഗ്രാമങ്ങളിൽ വിപ്ലവഗ്രൂപ്പുകളും സെല്ലുകളും സംഘടിപ്പിക്കുന്നതിന് ഇ എം എസ് ആഹ്വാനം ചെയ്ത സന്ദർഭവുമാണത്. *തെലങ്കാനാമാതൃകയിൽ മുന്നേറുക* എന്ന പേരിൽ ഒരു ലഘുലേഖയും അക്കാലത്ത് പ്രചരിപ്പിച്ചിരുന്നു.

നിർണായകയോഗം ചേരുന്നു

ഒരു അഭിമുഖത്തിൽ കുഞ്ഞിക്കണ്ണൻ മാസ്റ്റർ മുമ്പ് സൂചിപ്പിച്ചത് ഓർമയിൽ വരുന്നു- കൽക്കത്താ തീസീസ് മലബാറിൽ ആദ്യമായി പ്രയോഗത്തിൽ വരുത്തിയത് കോറോം ഗ്രാമത്തിലാണ് എന്ന് മാസ്റ്റർ പറയുകയുണ്ടായി. കൽക്കത്താ സമ്മേളനം കഴിഞ്ഞ് രഹസ്യമാർഗം വഴിയാണ് അദ്ദേഹം കോറോത്തെത്തിയത്. കോറോത്തും തെലങ്കാന മാതൃകയിൽ വിപ്ലവഗ്രൂപ്പ് രൂപീകരിക്കാനുള്ള നീക്കമാണ് ആദ്യമുണ്ടായത്. എ വി ചിണ്ടനടക്കമുള്ള പ്രവർത്തകരുമായി മാസ്റ്റർ ബന്ധപ്പെട്ടു. കോറോത്തെ നെല്ലിയാട്ട് കുന്നിൻമുകളിൽ പ്രവർത്തകരെ രഹസ്യമായി വിളിച്ചുകൂട്ടി. പ്രതീക്ഷിച്ചതിൽ കൂടുതൽപേർ യോഗത്തിൽ പങ്കെടുത്തു. ഇത്രയധികം ആളുകളെ ഉൾപ്പെടുത്തി വിപ്ലവഗ്രൂപ്പ് രൂപീകരിക്കുന്നത് ഉചിതമാവില്ലെന്ന് മാസ്റ്റർ ചിന്തിച്ചു. അദ്ദേഹം നാട്ടിലെ സ്ഥിതിഗതികൾ വിശദീകരിച്ചു. വിഷുക്കാലമായിരുന്നു അത്. കുഞ്ഞിക്കണ്ണൻമാസ്റ്റർ അന്നു ചെയ്തപ്രസംഗത്തിന്റെ ചുരുക്കമിങ്ങനെയായിരുന്നു:

> ദാരിദ്ര്യവും പട്ടിണിയും അനുഭവിക്കുന്ന ജനങ്ങളാണ് നമുക്കു ചുറ്റുമുള്ളത്. ഈ വിഷു ആഘോഷിക്കാൻ ജനങ്ങൾക്ക് നെല്ല് നൽകണം. ആണുങ്ങളായി നടക്കുന്ന നമ്മൾക്ക് അതെങ്കിലും ചെയ്തുകൊടുക്കാനാകണം. ഒരുനേരം വിശപ്പടക്കാൻ പറ്റാതെ ജനങ്ങൾ വലയുകയാണ്. കരിഞ്ചന്തക്കമ്മിറ്റികൾക്കൊന്നും ജന്മിമാർ വില കൽപ്പിക്കുന്നില്ല. ഇതെല്ലാം കണ്ടുകൊണ്ടിരിക്കാൻ നമ്മൾക്ക് കഴിയില്ല. ദേശീയതലത്തിൽ ആഹ്വാനമുണ്ടായില്ലെങ്കിലും തെലങ്കാനമാതൃക സ്വീകരിച്ച് ഈ കോറോത്തും വിപ്ലവം സംഘടിപ്പിക്കണം.

എല്ലാവരും ഇതിനു വേണ്ടി രംഗത്തിറങ്ങണമെന്ന് പറഞ്ഞ് പ്രസംഗം അവസാനിപ്പിച്ചു.

ആ ഇരുപത്തഞ്ചുപേർ

കോറോത്ത് വിപ്ലവഗ്രൂപ്പ് രൂപീകരിക്കുന്നതിനെക്കുറിച്ചാണ് നേതാക്കൾ ആലോചിച്ചത്. കുഞ്ഞിക്കണ്ണൻമാസ്റ്ററെ കൂടാതെ കെ സി കുഞ്ഞാപ്പുമാസ്റ്റർ, എ വി ചിണ്ടൻ, കെ എ ചിണ്ടപ്പൊതുവാൾ എന്നിവർ ഇക്കാര്യം സജീവമായി ചർച്ച ചെയ്തു. വിശപ്പിനു പരിഹാരമായ നെല്ല് എവിടെ നിന്ന് സംഭരിക്കും എന്നതും ആലോചിച്ചു. കോറോത്തിനടുത്ത ആലക്കാട് മാവില കുഞ്ഞമ്പുനമ്പ്യാർ എന്ന ഭൂവുടമയുടെ പക്കൽ നെല്ലുണ്ടെന്ന് മനസിലാക്കി. ന്യായമായ വില നൽകി അവിടെ ചെന്ന് നെല്ലെടുക്കണമെന്ന് തീരുമാനിക്കപ്പെട്ടു. ഇതിന്റെ അടിസ്ഥാനത്തിൽ 1948 ഏപ്രിൽ 10 ന് രാത്രിയിൽ ഇരുപത്തഞ്ചുപേരുടെ രഹസ്യയോഗം വിളിച്ചുചേർത്തു. എന്തിനും തയാറായി ഒരുങ്ങിയിറങ്ങിയ വിപ്ലവഗ്രൂപ്പായി

അവർ മാറുകയായിരുന്നു. ആ ഇരുപത്തഞ്ചുപേരും വളണ്ടിയർ പരിശീലനം ലഭിച്ചവരാണ്. ചിണ്ടപ്പൊതുവാളാണ് അവരെ പരിശീലിപ്പിച്ചത്. പാർട്ടി അച്ചടക്കം പാലിച്ച് നെല്ലെടുപ്പെന്ന വിപ്ലവപ്രവർത്തനത്തിൽ തളരാതെ പങ്കെടുക്കേണ്ടതിന്റെ ആവശ്യകത വളണ്ടിയർമാരെ ബോധിപ്പിച്ചു. അടുത്തദിവസം പ്രഭാതത്തിൽ ഭൂവുടമയുടെ വീട്ടിലേക്ക് മാർച്ച് നടത്താനുള്ള തീരുമാനത്തോടെ യോഗം അവസാനിപ്പിച്ചു.

ആ വിപ്ലവഗ്രൂപ്പിലെ ഇരുപത്തഞ്ചുപേർ താഴെ പറയുന്നവരാണ്:

1. കൊടക്കൽ കുഞ്ഞിക്കണ്ണൻ മാസ്റ്റർ,
2. എ വി ചിണ്ടൻ
3. ടി പി സി നമ്പ്യാർ
4. കെ അബ്ദുൾ ഖാദർ
5. മുടത്തറ ഗോവിന്ദൻ നമ്പ്യാർ
6. പി ഇ ചെറിയ രാമൻ നമ്പ്യാർ
7. പാവൂർ കണ്ണൻ
8. കൊടക്കൽ വലിയവീട്ടിൽ കൃഷ്ണൻ നായർ
9. പള്ളത്ത് കേശവൻ നമ്പൂതിരി
10. പാപ്പിനിശേരി കൃഷ്ണൻ നായർ
11. പാപ്പിനിശേരി കേളുനായർ
12. നടുവളപ്പിൽ കോരൻ
13. പനയന്തട്ട കണ്ണൻ നമ്പ്യാർ
14. മാരാങ്കാവിൽ കുഞ്ഞമ്പു
15. കെ എ ചിണ്ടപ്പൊതുവാൾ
16. നടുവളപ്പിൽ അപ്പു
17. ആലക്കാട്ട് അമ്പു
18. സി കുഞ്ഞിരാമൻ
19. മാക്കിനാടി അമ്പു
20. എം പി കുമാരൻ
21. തെക്കാണ്ടത്തിൽ കണ്ണൻ
22. പാപ്പിനിശ്ശേരി ചിണ്ടൻ നായർ
23. കുണ്ടത്തിൽ കുഞ്ഞമ്പു
24. അരമന കോരൻ
25. കാനപ്പള്ളി അമ്പു

നെല്ലെടുക്കുന്നു

1948 ഏപ്രിൽ 11 ന്റെ പ്രഭാതം. സൂര്യൻ ഉദിക്കുന്നതേയുണ്ടായുള്ളൂ. വിഷുപ്പക്ഷികൾ പാടിക്കൊണ്ടിരിക്കുന്നു. കുഞ്ഞിക്കണ്ണൻമാസ്റ്ററുടെ നേതൃത്വത്തിൽ ആ ഇരുപത്തഞ്ചുപേരും പുറപ്പെട്ടു. പട്ടിണി കിടക്കുന്നവർക്ക് ഒരു നേരത്തെ ആഹാരം എത്തിക്കുകയെന്ന സാമൂഹ്യകടമ

നെഞ്ചേറ്റിയവരാണവർ. മാനവനാഗരികതയോട് അനുഭാവം പുലർത്തുന്ന ഇത്തരം പോരാട്ടങ്ങൾ ലോകത്താകെ നടന്നിരിക്കും. വിഷമഘട്ടത്തിൽ നാടിന്റെ പ്രതിരോധകരാകുകയെന്നത് അവരെ സംതൃപ്തരാക്കിയിട്ടുണ്ടാവാം.

ഭൂവുടമയായ കുഞ്ഞമ്പുനമ്പ്യാർ നേരത്തെ ഉണർന്നിരുന്നു. വയലിലേക്ക് പോകാനുള്ള ഒരുക്കം നടത്തുന്നതിനിടയിലാണ് നേതാക്കൾ കയറിച്ചെന്നത്. കുഞ്ഞമ്പുനമ്പ്യാർ പരിഭ്രാന്തനായി. എന്താ... എന്താ കാര്യമെന്നയാൾ ചോദിച്ചു. ഇതിനകം കുഞ്ഞമ്പുനമ്പ്യാരുടെ വീട്ടിലുള്ളവരും ഉണർന്നുകഴിഞ്ഞിരുന്നു. തങ്ങൾ ഉപദ്രവിക്കാനൊന്നും വന്നവരല്ലെന്ന് കുഞ്ഞിക്കണ്ണൻ മാസ്റ്റർ പറഞ്ഞു. ഈ വിഷുവിന് കോറോത്തുള്ളവർ പട്ടിണികിടക്കരുത്. ഇതിന് നെല്ല് വേണം. സർക്കാർ നിശ്ചയിച്ച ന്യായമായ വില ഞങ്ങൾ കൊണ്ടുവന്നിട്ടുണ്ട്. ഈ വിലവാങ്ങി നെല്ല് തരണം. "ഇല്ല, ഈ വീട്ടിൽ ഒറ്റമണിപോലും നെല്ലില്ല്"ന്നയാൾ പറഞ്ഞു. നെല്ലുണ്ടെന്നറിഞ്ഞതുകൊണ്ടുതന്നെയാണ് വന്നതെന്ന് നേതാക്കളും പറഞ്ഞു. അൽപ്പസമയത്തെ വാക്കുതർക്കം. ബലപ്രയോഗത്തിന് നിർബന്ധിക്കരുതെന്ന് കുഞ്ഞിക്കണ്ണൻമാസ്റ്റർ വീണ്ടുംവീണ്ടും പറഞ്ഞുനോക്കിയത്രെ. അയാൾ തർക്കുത്തരം പറഞ്ഞ് സമയം പാഴാക്കുകയായിരുന്നു. വളണ്ടിയർമാരിൽ ചിലർ ക്രുദ്ധരായി. കുഞ്ഞമ്പുനമ്പ്യാരുടെ ഭാര്യയും മക്കളും നിലവിളിച്ചു. നിങ്ങളെ ഉപദ്രവിക്കാനല്ല വന്നതെന്ന് കുഞ്ഞിക്കണ്ണൻ മാസ്റ്റർ വീണ്ടും പറഞ്ഞു. പക്ഷേ, നെല്ലില്ലാതെ മടങ്ങിപ്പോകാനുമാവില്ല. രണ്ടുമൂന്നുപേർ കുഞ്ഞമ്പുനമ്പ്യാരെ വളഞ്ഞുവെച്ചു. കുഞ്ഞിക്കണ്ണൻമാസ്റ്റർ വാതിൽ തള്ളിത്തുറന്ന് അകത്തു കടന്നു. മറ്റുള്ളവരും പിന്നാലെ ചെന്നു. വീട്ടിനുള്ളിൽ നെല്ലിൻമൂടകൾ അട്ടിവച്ചിരുന്നു. വളണ്ടിയർമാർ അവ ഓരോന്നായെടുത്ത് പുറത്തെത്തിച്ചു. പത്തായത്തിലാണെങ്കിൽ പഴകിയ നെല്ലുമുണ്ടായിരുന്നു. പത്തായത്തിലെ നെല്ല് ചാക്കുകളിൽ കോരിനിറച്ചു. കുടിയാന്മാരിൽനിന്ന് എഴുതി വാങ്ങിയ കള്ളരേഖകൾ മുറിയിലെ പെട്ടിയിലുണ്ടായിരുന്നു. കുഞ്ഞിക്കണ്ണൻ മാസ്റ്റർ ആ രേഖകളെടുത്ത് പുറത്തുകൊണ്ടുവന്ന് കീറിക്കളഞ്ഞു.

ഒരു മണി നെല്ലില്ലെന്നു പറഞ്ഞ വീട്ടിൽ ധാരാളം നെല്ലുണ്ടായിരുന്നു. ഓരോ വളണ്ടിയറും താങ്ങാനാവുന്നതെടുത്തു. സംഘം തിരികെ യാത്രയായി. സൂര്യന് ചൂട് കൂടിവരുന്നതേയുള്ളൂ. നെല്ലിൻചുമടുകളുമായി നീങ്ങുന്ന വളണ്ടിയർമാരുടെ കാഴ്ച അസാധാരണമായിരുന്നു. സ്വാതന്ത്ര്യമെന്നാൽ വിശപ്പിനുള്ള പരിഹാരമാണെന്ന് അവർ തെളിയിക്കുകയായിരുന്നു.

പട്ടിണിക്കാർക്ക് രണ്ടിടങ്ങഴി നെല്ല്

നെല്ലിൻചുമടുമായുള്ള യാത്ര കോറോത്തെ കൂർക്കര എന്ന പ്രദേശത്ത് അവസാനിപ്പിച്ചു. വഴിയരികിലെ ഒഴിഞ്ഞ പറമ്പിൽ നെല്ല് ഇറക്കിവെച്ചു. നെല്ല് വിതരണം ചെയ്യുന്നതിനെക്കുറിച്ചായി പിന്നത്തെ ചർച്ച.

എങ്ങനെ, എത്ര ഇടങ്ങഴി എന്നെല്ലാം ആലോചനാവിഷയമായി. രണ്ടിട ങ്ങഴി വീതം അളന്നു നൽകാൻ ധാരണയായി. എ വി ചിണ്ടനും മൂന്നു നാലുപേരും ഇക്കാര്യം ജനങ്ങളെ അറിയിക്കാൻ പുറപ്പെട്ടു. മെഗഫോ ണിലൂടെ ചിണ്ടൻ ഉറക്കെവിളിച്ചുപറഞ്ഞു. അടുത്ത വീടുകളിൽ ചെന്ന് പായകൊണ്ടുവന്ന് നിലത്ത് വിരിച്ചിട്ടു. നെല്ല് അതിൽ ചൊരിഞ്ഞു. വാർത്തകേട്ടവർ കേട്ടവർ കൂർക്കരയിലേക്ക് പുറപ്പെട്ടു. എല്ലാവരും കൊട്ടയും വട്ടിയും കരുതിയിരുന്നു. ആളുകളെ വരിവരിയായി നിർത്തി. കുഞ്ഞിക്കണ്ണൻമാസ്റ്റർ ആദ്യത്തെ ആൾക്ക് രണ്ടിടങ്ങഴി നെല്ലളന്നുകൊ ടുത്തു. പിന്നെ ടി പി സി നമ്പ്യാരും ചിണ്ടനും മറ്റുള്ളവരും അളന്നു കൊടുത്തു.

ധാരാളംപേർ നെല്ലുവാങ്ങാനെത്തിയിരുന്നു. കൊണ്ടുവന്ന നെല്ലെല്ലാം തീർന്നിട്ടും ആളുകൾ ബാക്കിയായി. ഇനിയെന്ത് എന്നതായി ചിന്ത. വന്നവരെ നിരാശരാക്കി പറഞ്ഞയക്കുന്നതെങ്ങനെ? ഇവർക്കും നെല്ല് കൊടുക്കണം. മറ്റൊരിടത്തുചെന്ന് നെല്ലെടുക്കാൻ പറ്റില്ല. കുഞ്ഞ മ്പുനമ്പ്യാരുടെ വീട്ടിൽ ഇനിയും നെല്ലുണ്ട്. അതെടുത്തു കൊണ്ടുവരു ന്നത് പ്രായോഗികമാവില്ല. ഒരുപക്ഷേ, ഭൂവുടമ ഇതിനകം പൊലീസിൽ വിവരമറിയിച്ചിട്ടുണ്ടാവും. അതിനുമുമ്പ് അവിടെയെത്തി നെല്ലെടുക്കണം.

വളണ്ടിയർമാർ ആളുകളെയും കൂട്ടി വീണ്ടും ആലക്കാട്ടേക്ക് നടന്നു. ആളുകളെ കണ്ട് കുഞ്ഞമ്പുനമ്പ്യാരുടെ അമ്മ നിലവിളിച്ചു. കുഞ്ഞമ്പു നമ്പ്യാർ പ്രകോപിതനായി. വാക്കത്തിയുമായി അയാൾ വീട്ടിനുമുന്നിൽ നിന്നുവത്രെ. വളണ്ടിയർമാർ അയാളെ കീഴടക്കി പിടിച്ചുകെട്ടി. കുഞ്ഞി ക്കണ്ണൻമാസ്റ്റർ സമാധാനവാക്കുകൾ പറഞ്ഞെങ്കിലും ഒന്നും വിലപ്പോ യില്ല. ഇതിനകം അകത്തുള്ള നെല്ല് പുറത്തെത്തിയിരുന്നു. വന്ന വർക്കെല്ലാം രണ്ടിടങ്ങഴി വീതം അവിടെ വച്ചുതന്നെ വിതരണം നടത്തി.

പൊലീസിറങ്ങുന്നു

കൽക്കത്താസമ്മേളനത്തിനുശേഷം രണദിവെ തീസിസ് മലബാ റിൽ ആദ്യമായി നടപ്പിലാക്കിയ കേന്ദ്രം എന്ന നിലയിലാണ് കോറോം ഗ്രാമം വിലയിരുത്തപ്പെടുന്നത്. പലരും അപഹസിക്കുന്നതുപോലെ അതൊരു നെല്ലുവാരൽ കലാപമായിരുന്നില്ല. ധാന്യസംഭരണം, വിത രണം എന്നീ സർക്കാർ സംവിധാനം ഒരു ഗ്രാമത്തിലെ ജനത തന്നത്താൻ നടപ്പിലാക്കുകയായിരുന്നു. ഇവിടെ വിശപ്പ് എന്ന വ്യക്തിപരമായ പ്രശ്ന ത്തെ സാമൂഹ്യതലത്തിലേക്ക് വളർത്തിക്കൊണ്ടുവരികയും അതിന് സാമൂഹ്യതലത്തിൽത്തന്നെ പരിഹാരം കണ്ടെത്തുകയുമായിരുന്നു.

'ആവണക്കെണ്ണ കുടിച്ചാൽ വയറിളകാതിരിക്കില്ല' എന്നത് മലബാ റിലെ രാഷ്ട്രീയരംഗത്തുള്ള ഒരു ചൊല്ലാണ്. ഒരു പ്രവൃത്തിക്ക് അതിന്റെ പ്രതിഫലമുണ്ടാവാതിരിക്കില്ല എന്നാണിതുകൊണ്ട് അർഥമാക്കുന്നത്. നെല്ലെടുപ്പ് നടന്നു. അപ്പോൾ അതിന്റെ പ്രതിപ്രവർത്തനമായി പൊലീ സ് ആക്രമണമുണ്ടാവും. അതുകൊണ്ട് വേണ്ട മുൻകരുതലെടുക്കണ

മെന്നും അർഥസൂചനയുണ്ട്.

വിപ്ലവഗ്രൂപ്പ് കോറോത്ത് ശക്തിപ്പെടുന്നു എന്ന തരത്തിലാണ് പൊലീസ് ചിന്തിച്ചത്. അത് മുളയിലേ നുള്ളിക്കളയണം. പൊലീസിനെ സഹായിക്കാൻ ഗുണ്ടകളും രംഗത്തിറങ്ങി. അന്നു പകൽ ഒന്നും സംഭവിച്ചില്ല. സന്ധ്യയോടെ പൊലീസ് നീക്കം തുടങ്ങി. നേരിട്ട് വരുന്നതിനു പകരം രഹസ്യവഴികളിലൂടെ കോറോത്തെത്തുകയായിരുന്നു. പൊലീസ് നീക്കം മണത്തറിഞ്ഞ നേതാക്കൾ പുരുഷന്മാരോട് വീടുകളിൽ നിന്നും മാറിനിൽക്കാൻ നിർദേശിച്ചു.

പൊലീസ് ആദ്യം പോയത് കുഞ്ഞിക്കണ്ണൻ മാസ്റ്ററുടെ വീട്ടിലേക്കാണ്. രണ്ടാമത് ലക്ഷ്യമിട്ടത് ചിണ്ടനെ. ഇരുവരും പിടിയിലായാൽ പിന്നെ കാര്യം എളുപ്പമാകും. പാടത്തും പറമ്പിലും കുറ്റിക്കാട്ടിലും തോട്ടിലും പൊലീസുകാരും ഗുണ്ടകളും അന്വേഷിച്ചു നടന്നു. കുഞ്ഞിക്കണ്ണൻ മാസ്റ്റർ അർധരാത്രിയോടെ വീടിനെ ലക്ഷ്യംവച്ച് നീങ്ങുകയായിരുന്നു. വഴിയിൽവെച്ച് ടി പി സി നമ്പ്യാരും കൂടെ ചേർന്നു. ഇരുവരും വീട്ടിനടുത്തെത്തി അൽപ്പസമയം കഴിഞ്ഞപ്പോൾത്തന്നെ പൊലീസും വന്നെത്തി. രണ്ടുപേരും അവിടെനിന്നു പിടിയിലായി. കുഞ്ഞിക്കണ്ണൻ മാസ്റ്ററുടെ വീട്ടുവളപ്പിൽത്തന്നെ രണ്ടുപേരെയും പൊലീസ് കാവലിൽ നിർത്തി. ബാക്കി പൊലീസുകാർ മറ്റുള്ളവരെ അന്വേഷിച്ചിറങ്ങി.

ചിണ്ടന്റെ വീട്ടിൽ രാത്രിതന്നെ പൊലീസ് ചെന്നു. ചിണ്ടനെ കിട്ടാത്തതിലുള്ള രോഷം വീട്ടുകാരോട് തീർത്തു. ചിണ്ടന്റെ സഹോദരിമാർ പണിയെടുത്തുകൊണ്ടുവന്ന നെല്ല് വീട്ടിൽ സൂക്ഷിച്ചിരുന്നു. ആ നെല്ല് ഭൂവുടമയുടെ വീട്ടിൽനിന്നും കൊള്ളയടിച്ചതാണെന്നനിലയിൽ തൊണ്ടിമുതലായി പൊലീസ് കണ്ടുകെട്ടി. ആ നെല്ല് വഴിയരികിൽ കൊണ്ടുവച്ച് കാവലും ഏർപ്പെടുത്തി. ആ രാത്രി വെളുക്കുന്നതുവരെ പൊലീസ് നാട് അരിച്ചുപെറുക്കുകയായിരുന്നു.

നടുക്കത്തോടെ നാടുണരുന്നു

അടുത്ത പ്രഭാതത്തിൽ കോറോം നാടുണർന്നത് നടുക്കത്തോടെയാണ്. രാത്രി മുഴുവൻ പൊലീസ് ഭീകരതയായിരുന്നു. പുലർന്നപ്പോൾ കേൾക്കുന്നത് കുഞ്ഞിക്കണ്ണൻമാസ്റ്ററെയും ടി പി സി നമ്പ്യാരെയും പിടിച്ച വാർത്തയാണ്. ഒളിവിലുള്ളവരും ജാഗ്രത കൈക്കൊണ്ടു. നെല്ലെടുക്കാൻ പോയവരുടെ വിവരങ്ങൾ പൊലീസ് ശേഖരിച്ചിരുന്നു. അറസ്റ്റ് വാർത്ത കേട്ടവർ കൂർക്കരയിലെത്തിച്ചേർന്നു. ചിണ്ടൻ, അബ്ദുൾഖാദർ, മൊടത്തറ ഗോവിന്ദൻ നമ്പ്യാർ, പാപ്പിനിശ്ശേരി കേളുനായർ തുടങ്ങിയവരുടെ നേതൃത്വത്തിൽ പ്രതിഷേധജാഥ തുടങ്ങി. പൊലീസ് രംഗത്തുണ്ടായിരിക്കെ അത് വക വെക്കാതെ ജാഥ നടത്താൻ തയാറായത് വിപ്ലവബോധം കൊണ്ടാണ്. അറസ്റ്റിലായവരെ മോചിപ്പിക്കാനുള്ള തയാറെടുപ്പായിരുന്നു ആ പ്രകടനം. പട്ടിണിമാറ്റാൻ നെല്ല് തന്നവരെ ആർക്കും വിട്ടുകൊടുക്കില്ലെന്ന് ജനങ്ങൾ വിളിച്ചുപറഞ്ഞു. കൂർക്കരയിൽനിന്നു തുട

ങ്ങിയ ജാഥ കൊക്കോട്ടുവഴി കോറം സെൻട്രലിലേക്ക് വരികയായിരുന്നു. കുഞ്ഞിക്കണ്ണൻ മാസ്റ്ററെയുംകൊണ്ട് പൊലീസ് ആലക്കാട് പോയിരുന്നു. അതിനുശേഷമാണ് പ്രതിഷേധജാഥ തുടങ്ങിയത്.

ചിണ്ടന്റെ വീട്ടിൽ നിന്നെടുത്ത നെല്ലുമായി രണ്ടു പൊലീസുകാർ കാവൽ നിന്നിരുന്നത് ജാഥ പോകുന്ന വഴിയിലാണ്. മുദ്രാവാക്യം വിളിയുമായി വന്നുകൊണ്ടിരുന്ന ജാഥ കണ്ട് പൊലീസുകാർ ഭയന്നു. ജനക്കൂട്ടമാണ് വരുന്നത്. രണ്ടുപേർക്ക് അവരോട് ചെറുത്തുനിൽക്കാനാവില്ലെന്ന തോന്നലുണ്ടായി. എന്നാൽ പൊലീസുകാരെ കണ്ടതോടെ ജാഥാംഗങ്ങൾ രോഷാകുലരായി. അവർ പൊലീസുകാരെ പിടികൂടി തോക്ക് പിടിച്ചെടുത്തു. അവരെ മർദിച്ചൊതുക്കാനുള്ള നീക്കമുണ്ടായെങ്കിലും നേതാക്കളിടപെട്ട് പിന്തിരിപ്പിച്ചു. പൊലീസുകാർ ആലക്കാട്ടേക്ക് ഓടി രക്ഷപ്പെടുകയായിരുന്നു. ആലക്കാട്ടേക്ക് കുഞ്ഞിക്കണ്ണൻമാസ്റ്ററെയും കൊണ്ടുപോയ സംഘം തിരികെ വരുന്നുണ്ടായിരുന്നു. ഓടിച്ചെന്ന പൊലീസുകാർ ജാഥ വരുന്നതും തോക്ക് തട്ടിയെടുത്തതുമായ വാർത്തയറിയിച്ചു. പൊലീസെന്നുവെച്ചാൽ എം എസ് പിക്കാരായിരുന്നു. ഇനിയും മുന്നോട്ടേക്ക് നീങ്ങേണ്ടെന്നു കരുതി പൊലീസ് സംഘം അവിടെത്തന്നെ നിന്നു. വേണ്ടിവന്നാൽ വെടിവെക്കാനുള്ള ഒരുക്കം നടത്തി.

ഹരിജൻതൊഴിലാളി രക്തസാക്ഷിയാവുന്നു

സ്വതന്ത്ര ഇന്ത്യയിൽ വടക്കെ മലബാറിൽ ആദ്യത്തെ വെടിവെപ്പുണ്ടായത് കോറോത്താണ്. അതിൽ ഒരു ഹരിജൻ കർഷകത്തൊഴിലാളിയാണ് രക്തസാക്ഷിത്വം വരിച്ചത്. ബെമ്പിരിഞ്ഞൻ പൊക്കിയമ്മയുടെ മകൻ പൊക്കൻ. കോറോത്തെ ദരിദ്രകുടുംബമായിരുന്നു പൊക്കന്റേത്. ചെറുപ്പത്തിൽ കാലികളെ മേയ്ച്ചു നടന്നു. പിന്നീട് കർഷകത്തൊഴിലാളിയായി. അയാൾ കുഞ്ഞിക്കണ്ണൻ മാസ്റ്ററുടെ വയൽപ്പണിക്കാരനായിരുന്നു. കർഷകസംഘത്തിൽ അംഗവുമായിരുന്നു. സ്വന്തം യജമാനനെ പൊലീസ് പിടികൂടിയതറിഞ്ഞപ്പോൾ പൊക്കന് സഹിക്കാനായില്ല. കൈയിൽക്കിട്ടിയ വടിയുമായി പ്രതിഷേധപ്രകടനത്തിൽ പങ്കെടുക്കുകയായിരുന്നു. കോറോത്തെത്തിയ ജാഥ ആലക്കാട് ഭാഗത്തേക്ക് പ്രയാണം തുടർന്നു. ആ ജാഥയ്ക്കുനേരെ അപ്രതീക്ഷിതമായി പൊലീസ് വെടിവെക്കുകയായിരുന്നു. വെടിപൊട്ടിയപ്പോൾ ജാഥ ചിതറി. പലരും കമിഴ്ന്നുകിടന്ന് രക്ഷപ്പെട്ടു. പൊക്കൻ ഓടിപ്പോകാതെ മുന്നോട്ടു നീങ്ങുകയായിരുന്നു. എം എസ് പിക്കാരുടെ വെടിയുണ്ടയിൽ പൊക്കന്റെ നെഞ്ചും തകർന്നൊഴുകി. പൊക്കൻ അവിടെത്തന്നെ വീണു മരിച്ചു. പൊക്കൻ വീണതോടെ വെടിവെപ്പ് നിർത്തി. കീഴാളസമുദായത്തിൽ പിറന്നവരും വിപ്ലവപ്രവർത്തങ്ങളിൽ പങ്കെടുത്തിരുന്നു എന്നതിന്റെ തെളിവാണ് പൊക്കന്റെ രക്തസാക്ഷിത്വം.

പൊലീസ് നായാട്ട്

1948 ഏപ്രിൽ 12 നാണ് കോറോത്ത് വെടിവെപ്പുണ്ടായത്. അക്കൊല്ലത്തെ വിഷുവെങ്കിലും നന്നായി ആഘോഷിക്കാമെന്ന് ജനങ്ങൾ കണക്കുകൂട്ടി. അളന്നുകിട്ടിയ നെല്ല് പുഴുങ്ങിയുണക്കി അരിയാക്കുന്ന തിരക്കിലായിരുന്നു നാട്ടുകാർ. എന്നാൽ പൊക്കന്റെ രക്തസാക്ഷിത്വം കോറോത്താകെ കരിനിഴൽ പരത്തി. പൊലീസുകാരുടെ തോക്ക് പിടിച്ചെടുത്തതും പ്രശ്നമായി. തോക്ക് കണ്ടെത്താനും ശേഷിച്ച പ്രതികളെ പിടികൂടാനും പൊലീസ് നായാട്ട് നടത്തി. വീടുകൾ ആക്രമിച്ചു നശിപ്പിച്ചു. ഭീകരമായിരുന്നു ആ ദിവസങ്ങളെന്ന് അനുഭവസ്ഥർ രേഖപ്പെടുത്തുന്നു.

കോറോം വിപ്ലവഗ്രൂപ്പിൽപ്പെട്ടവർ പലവഴിക്കായി പിരിഞ്ഞു. കോറോത്തിനെത്തുടർന്ന് ആലപ്പടമ്പിലും കുറ്റൂരും പ്രാപ്പൊയിലിലും നെല്ലെടുപ്പുണ്ടായി. കോറോം നെല്ലെടുപ്പിനുശേഷം ഒളിവിൽ കഴിഞ്ഞിരുന്നവർ ഒടുവിൽ മുനയൻകുന്നിലെത്തിച്ചേരുകയായിരുന്നു. മുനയൻകുന്നിൽ 1948 മെയ് ഒന്നിന്റെ പുലർകാലത്തുണ്ടായ വെടിവെപ്പിൽ രക്തസാക്ഷികളായ ആറുപേരിൽ രണ്ടുപേർ കോറോത്തുള്ളവരാണ്. മൊടത്തറ ഗോവിന്ദൻനമ്പ്യാരും പാപ്പിനിശേരി കേളുനായരും.

കോറോം രക്തസാക്ഷികൾ

ഏഴുപേരുടെ സ്മരണയിലാണ് കോറോം രക്തസാക്ഷി ദിനാചരണം നടത്തുന്നത്. പോരാട്ടത്തിൽ വീരചരമം വരിച്ച ബി പൊക്കൻ, മൊടത്തറ ഗോവിന്ദൻ നമ്പ്യാർ, പാപ്പിനിശേരി കേളുനായർ, സേലത്തുനിന്ന് മരണം വരിച്ച നടുവളപ്പിൽ കോരൻ, കണ്ണൂരിൽ ചികിത്സകിട്ടാതെ ജീവൻ വെടിഞ്ഞ കെ അബ്ദുൾഖാദർ, കാനപ്പള്ളി അമ്പു, പൊലീസുകാരുടെ പൈശാചിക മർദനമേറ്റ് മരണപ്പെട്ട മാരാങ്കാവിൽ കുഞ്ഞമ്പു എന്നിവരാണവർ.

മാണിക്കവും കുഞ്ചിരിയും ഓർക്കുന്നു

കോറോത്തെ ഏഴ് രക്തസാക്ഷികളിലൊരാളായ കാനപ്പള്ളി അമ്പുവിന്റെ മക്കൾ മാണിക്കത്തിനും കുഞ്ചിരിക്കും ആ ഭീകരകാലം ഓർമയിൽ മായാതെയുണ്ട്. മാണിക്കത്തിന് അഭിമുഖം നടത്തുന്നകാലത്ത് എൺപതുവയസായിരുന്നു. സഹോദരി കുഞ്ചിരിക്കാകട്ടെ എഴുപത്തഞ്ചും പ്രായത്തിന്റെ അവശതകൾ ഇരുവർക്കുമുണ്ട്. എങ്കിലും കോറോം നാടിന്റെ പഴയകാലം മറക്കാൻ പറ്റാത്തതാണെന്നവർ പറഞ്ഞു. മാണിക്കത്തിന്റേത് കർഷകകുടുംബമാണ്. വീട്ടിൽ കാളകളും പശുക്കളുമുണ്ടായിരുന്നു. നിലം പാട്ടത്തിനെടുത്താണ് അച്ഛൻ കൃഷി ചെയ്തിരുന്നത്. നാട്ടിലെ അന്നത്തെ സ്ഥിതിയെല്ലാം വിഷമംതന്നെ. കൊടക്കൽ കുഞ്ഞിക്കണ്ണൻ മാഷും ചിണ്ടനും മറ്റുമാണ് എല്ലാറ്റിനും മുമ്പിലുണ്ടാ

വുക. അച്ഛൻ കർഷകസംഘത്തിലംഗമായിരുന്നു. അതിന്റെ മീറ്റിങ്ങിനെല്ലാം പോകും. അച്ഛന് പ്രാഥമിക വിദ്യാഭ്യാസമേ ഉണ്ടായിരുന്നുള്ളൂ. എങ്കിലും നന്നായി വായിക്കും. കൃഷിപ്പണിയെടുത്ത് ജീവിതം തുടങ്ങിയതാണ്. കരിഞ്ചന്ത തടയുന്ന കമ്മിറ്റിയിലും അച്ഛനുണ്ടായിരുന്നു. അച്ഛൻ നല്ല ധീരനായിരുന്നു. കൃഷിക്കാരുടെ ദുരിതങ്ങളെപ്പറ്റി ചിലപ്പോഴെല്ലാം വീട്ടിൽ സംസാരിക്കുമായിരുന്നു.

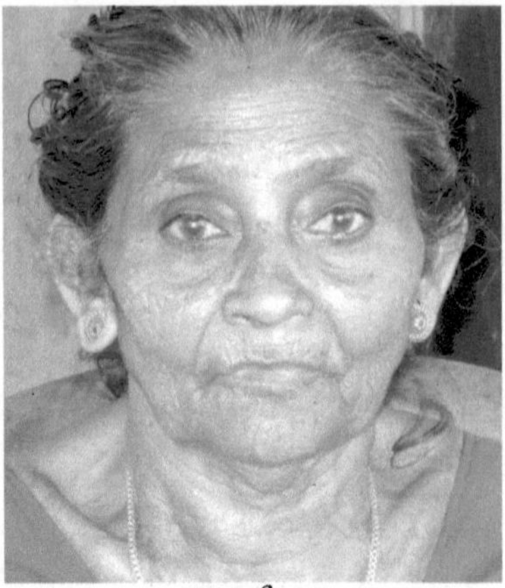
മാണിക്കം

വണ്ണാൻചിണ്ടനെക്കുറിച്ച് അച്ഛൻ വീട്ടിൽ സംസാരിക്കുമായിരുന്നെന്ന് മാണിക്കം പറഞ്ഞു. നാട്ടിലെന്തു കാര്യമുണ്ടായാലും ചിണ്ടനിടപെടും. ആർക്കും എന്തു സഹായവും ചെയ്തുകൊടുക്കും. ജാഥകൾക്കെല്ലാം മുമ്പിലുണ്ടാവും. 'കല്ലും തോലും വെക്കുക' എന്നൊരേർപ്പാട് അക്കാലത്തുണ്ടായിരുന്നു. തർക്കവുമുള്ള വസ്തുവിൽ ഇലകൾ പറിച്ചുവച്ച് അതിന്മേൽ ചെറിയ കല്ല് എടുത്തുവെക്കുന്നു. പിന്നീട് തർക്കം തീരുന്നതുവരെ ആ വസ്തുവിൽ ആരും പ്രവേശിക്കരുത്. ചിണ്ടൻ നല്ല തെയ്യക്കാരനുമായിരുന്നു.

ചിണ്ടനെക്കുറിച്ചുള്ള ഒരു കഥ കോറോം സമരസേനാനി പനയന്തട്ട കണ്ണൻ നമ്പ്യാർ പറഞ്ഞത് ഈ ലേഖകന്റെയും ഓർമയിലുണ്ട്. ചിണ്ടൻ കോറോത്തെ വളണ്ടിയർ ക്യാപ്റ്റനായിരുന്നു. യൂണിഫോമണിഞ്ഞ് ചിണ്ടൻ വരുന്നതു കണ്ടാൽ പൊലീസ് ഓഫീസറാണെന്ന് തോന്നും. കോറോത്തെ ഒരു സ്ഥലത്ത് ചീട്ടുകളിസംഘമുണ്ടായിരുന്നു. രാവും പകലും ചീട്ടുകളിയാണ്. കളി നിർത്തണമെന്ന് പലതവണ ചിണ്ടൻ ആവശ്യപ്പെട്ടെങ്കിലും അതുണ്ടായില്ല. ഒരു ദിവസം ചിണ്ടൻ വളണ്ടിയർ വേഷത്തിൽ ആ വഴിയിലൂടെ പോയി. ചിണ്ടനെ കണ്ട് പൊലീസാണെന്ന് കളിക്കാർ വിചാരിച്ചു. കളിക്കാർ ചിതറിയോടി. ഓട്ടത്തിനിടയിൽ ഒരാൾ കിണറ്റിൽ വീണ് മരണപ്പെട്ടു. അതിന്റെ അടിസ്ഥാനത്തിൽ ചിണ്ടന്റെ പേരിൽ കൊലക്കേസ് ചാർജ് ചെയ്യുകയുണ്ടായി. നാട്ടിൽ എന്തു കേസുണ്ടായാലും ചിണ്ടനെ പ്രതിചേർക്കും. ചിണ്ടനെക്കുറിച്ച് അതിശയോക്തി കലർന്ന കഥകൾ പ്രചാരത്തിലുണ്ടായിരുന്നു. ആൾമാറാട്ടം നടത്താൻ വശമുണ്ടെന്നാണ് വിശ്വസിച്ചിരുന്നത്.

നെല്ലെടുപ്പിനുള്ള തയ്യാറോടെ വീട്ടിൽനിന്നിറങ്ങിപ്പോകുന്ന അച്ഛന്റെ രൂപം രണ്ടു മക്കളുടെയും മനസിലുണ്ട്. നാട്ടിന്റെ പട്ടിണിതീർക്കാനാണ് അച്ഛൻ പോകുന്നത്. അമ്മ മക്കളെ സമാധാനിപ്പിച്ചു...! കൊടക്കൽ കുഞ്ഞിക്കണ്ണൻ മാഷുണ്ടല്ലോ.. പേടിക്കാനില്ല? ആ രാത്രിയിൽ അച്ഛൻ മടങ്ങിവന്നില്ലെന്ന് മാണിക്കം പറഞ്ഞു. രാവിലെയും വന്നില്ല. എന്നും

കാലികളെയും കൊണ്ട് കണ്ടംപൂട്ടാൻ അച്ഛൻ പോകുന്നതാണ്. അന്ന് കാലികൾ തൊഴുത്തിൽനിന്ന് കരച്ചിലായി. നേരം നന്നേ വെളുത്തപ്പോൾ മെഗാഫോണിന്റെ ഒച്ചകേട്ടു. കൂർക്കരയിൽവെച്ച് നെല്ല് കൊടുക്കുന്ന വാർത്ത നാട്ടുകാരെ അറിയിക്കുന്നതാണ്. മാണിക്കവും കുഞ്ചിരിയും ആ നെല്ല് വാങ്ങാൻ പോയിരുന്നു. ആ നെല്ലിന് എന്തോ മഹത്വമുണ്ടെന്ന് പലരും പറഞ്ഞിരുന്നു. നെല്ല് വാങ്ങി വീട്ടിൽ കൊണ്ടുവന്നു. അമ്മ അതു വാങ്ങി അകത്തെ മുറിയിൽ വച്ചു. നേരം ഉച്ചതെറ്റിയപ്പോൾ അച്ഛൻ വന്നു. വേഗം കുളിച്ച് പോകാനൊരുങ്ങി. നെല്ലെടുത്തതിന്റെ പേരിൽ നാട്ടിൽ പൊലീസിറങ്ങുമെന്ന് അച്ഛൻ പറഞ്ഞു. അതുകൊണ്ട് എല്ലാവരും ഒളിവിൽ പോവുകയാണ്. അമ്മ നുറുക്കരി കഞ്ഞിവെച്ചിരുന്നു. അച്ഛന് ഇഷ്ടപ്പെട്ട ഭക്ഷണമാണത്. അതുകുടിച്ച് അച്ഛൻ പോകാനിറങ്ങി. ഞങ്ങൾ മക്കളെ ചേർത്തുപിടിച്ച് ആശ്വസിപ്പിച്ചു. ആ സമയം അയൽപ്പക്കത്തെ ഒരു സ്ത്രീ കടന്നുവന്നു...! "അമ്പൂ, നാട്ടിൽ പോലീസിറങ്ങിയത്രെ. നീ വേണ്ടാത്ത മീറ്റിംഗിനൊന്നും പോകണ്ട. നീ പോയാൽപ്പിന്നെ ഈ മക്കൾക്കാരാണുള്ളത്?" എന്നവർ ചോദിച്ചു. "എന്റെ മക്കൾക്ക് വേണ്ടതെല്ലാം ഞാനുണ്ടാക്കിവെച്ചിട്ടുണ്ട്, പോലീസ് പിടിച്ചാലും എനിക്ക് പേടിക്കാനില്ല." എന്ന് അച്ഛൻ മറുപടി പറഞ്ഞു. "പോലീസ് പിടിച്ചാൽ അധികാരിയോട് പറഞ്ഞ് വിടുവിക്കുവാൻ നോക്കണം." എന്ന് ആ സ്ത്രീ വീണ്ടും പറഞ്ഞപ്പോൾ അച്ഛൻ ഉറച്ച ശബ്ദത്തിൽ പറഞ്ഞു... "അധികാരിയോട് പറഞ്ഞ് വിടുവിക്കുവാൻ എന്നെക്കിട്ടില്ല. പോലീസും ജയിലും ആണുങ്ങൾക്ക് പറഞ്ഞതാണ്."

അച്ഛനിറങ്ങിയ അന്ന് സന്ധ്യയോടെ പൊലീസ് കോറോത്തെത്തി വീടായവീടെല്ലാം അരിച്ചുപെറുക്കി. വീട്ടിൽ വന്ന് അമ്മയെ ഭീഷണിപ്പെടുത്തി. ആലക്കാട്ടുനിന്നും കൊള്ളചെയ്ത പെട്ടീം പണ്ടങ്ങളും കുരുമുളകും എവിടെ ഒളിപ്പിച്ചുവെച്ചിരിക്കുന്നു എന്നു ചോദിച്ചാണ് ഭീഷണിപ്പെടുത്തിയത്. വീട്ടിനുള്ളിലെ സാധനങ്ങളെല്ലാം പൊലീസ് നശിപ്പിച്ചു. വെള്ളരിക്കയും മത്തനും കുമ്പളങ്ങയും വീട്ടിലുണ്ടായിരുന്നു. അതെല്ലാം കൊത്തിനുറുക്കി മുറ്റത്തേക്കിട്ടു. ഭീകരതാണ്ഡവം തന്നെയായിരുന്നു.

മുനയൻകുന്ന് സംഭവത്തോടെ പിടിയിലായ അച്ഛനെ കണ്ണൂർ സെൻട്രൽ ജയിലിൽ റിമാണ്ടു ചെയ്യുകയായിരുന്നു. അമ്മയും അയൽപക്കത്തുള്ളവരും അച്ഛനെ കാണാൻ പോയി

കുഞ്ചിരി

രുന്നു. മുണ്ടും ഷർട്ടും, അവല്, പഴം, കോഴിമുട്ട, വെളിച്ചെണ്ണ എന്നിവയും കൊണ്ടുപോയിരുന്നു. പൊലീസ് പിടിയിലായപ്പോൾ അച്ഛനെ ക്രൂരമായി മർധിച്ചിരുന്നത്രെ. മർധനത്തിന്റെ അവശതയും ജയിലിലെ ജീവിതവും അച്ഛനെ രോഗിയാക്കിത്തീർത്തു. അച്ഛന് കലശലായ വയറുവേദന വന്നുവത്രെ. ജയിലിൽ വേണ്ടത്ര ചികിത്സ കിട്ടിയില്ലെന്നാണ് പറഞ്ഞുകേട്ടത്. ഒടുവിൽ ആശുപത്രിയിൽ കൊണ്ടുപോയി. കണ്ണൂരാശുപത്രിയിലാണ്. അവിടെവെച്ച് വയറ് ഓപ്പറേഷൻ ചെയ്തു. ആദ്യം കത്തു വന്നത് ആശുപത്രിയിൽ ചെല്ലാനാണ്. അമ്മയും ഞങ്ങൾ മക്കളും വണ്ടിക്ക് കണ്ണൂരിൽപ്പോയി. ആശുപത്രിയിൽ പോയെങ്കിലും അടുത്തേക്ക് പോകാനനുവദിച്ചില്ല. ദൂരെനിന്ന് കണ്ടു. അച്ഛൻ കരയുന്നുണ്ടായിരുന്നു. രണ്ടോ മൂന്നോ ദിവസം കഴിഞ്ഞപ്പോൾ ചുവന്ന മഷിയിലെഴുതിയ കത്തു വന്നു. അതിൽ മരിച്ചവിവരമുണ്ടായിരുന്നു. അവസാനകാലത്ത് അച്ഛനെ കാണാനുള്ള യോഗം ഞങ്ങൾ മക്കൾക്കുണ്ടായില്ല...

ചീയ്യയ്അമ്മയും ഓർക്കുന്നു

കോറോം രക്തസാക്ഷികളിൽപ്പെട്ട നടുവളപ്പിൽ കോരന്റെ സഹോദരി ചീയ്യയ്അമ്മയ്ക്ക് ഏറെ പറയാനുണ്ടായിരുന്നു. കഷ്ടപ്പാടുള്ള കുടുംബത്തിലാണെങ്കിലും കോരൻ നന്നായി പഠിക്കുമായിരുന്നെന്ന് അവർ പറഞ്ഞു. പുസ്തകങ്ങൾ വായിക്കുന്ന ശീലമാണ്. പഠിപ്പുകഴിഞ്ഞ് കൃഷിപ്പണി ചെയ്യുകയായിരുന്നു. കർഷകസംഘത്തിൽ ചേർന്നതോടെ സമരങ്ങൾക്കെല്ലാം മുന്നിൽനിന്നു. കോറോം നെല്ലെടുപ്പിന് കുഞ്ഞിക്കണ്ണൻ മാസ്റ്ററുടെ കൂടെ പങ്കെടുത്തു. പിന്നീട് ഒളിവിൽപ്പോയി. ഒടുവിൽ മുനയൻകുന്നിൽ നിന്നാണ് പിടിച്ചത്. കണ്ണൂർ ജയിലിലിട്ടു. ഞങ്ങൾ ജയിലിൽ കാണാൻ പോയിരുന്നു. ദൂരത്തുനിന്നു കാണാനേ പറ്റിയുള്ളൂ. കണ്ണൂരിൽനിന്ന് സേലത്തേക്ക് മാറ്റിയതൊന്നും ആരും അറിഞ്ഞിരുന്നില്ല. ചുവന്ന കടലാസ് വന്നപ്പോഴാണ് വിവരമറിയുന്നത്.

ചീയ്യയ്അമ്മ

ദ റെഡ് വില്ലേജ്

കോറോം നാടിന്റെ ചരിത്രം അനാവരണം ചെയ്യുന്ന ഗ്രന്ഥമാണ് *ദ റെഡ് വില്ലേജ്*. ആ കൃതിയുടെ ആമുഖത്തിൽ പിണറായി വിജയൻ എഴുതുന്നു..

ജനജീവിതത്തിന്റെ ഗതിവിഗതികളും ഭൂതവും വർത്തമാനവും

തമ്മിലുള്ള ബന്ധവും വരച്ചുകാട്ടുന്നതാണ് ചരിത്രം. അത് സംഭവങ്ങളുടെ നാൾവഴിയോ കേവലമായ ഓർമപ്പെടുത്തലോ അല്ല. പോയകാലത്തെ സമൂഹപരിണാമത്തിന്റെ സവിശേഷതകൾ കണ്ടെത്തി വർത്തമാനകാല സാഹചര്യങ്ങളെ വിലയിരുത്തുന്നതിനും പ്രശ്നങ്ങളെ അഭിമുഖീകരിക്കുന്നതിനും ഉള്ള ഇന്ധനമാകണം ചരിത്രരചന.

ബ്രിട്ടീഷ് ഭരണം അവസാനിച്ചശേഷം ഉത്തരകേരളത്തിൽ നടന്ന ആദ്യത്തെ പൊലീസ് വെടിവെപ്പ് നടന്ന ഗ്രാമമാണ് കോറോം. ബി പൊക്കൻ എന്ന ഹരിജൻ കർഷകത്തൊഴിലാളി രക്തസാക്ഷിയായി. മലബാറിൽ കർഷകസംഘത്തിന്റെയും കമ്യൂണിസ്റ്റുപ്രസ്ഥാനത്തിന്റെയും വേരുകൾ ആഴത്തിലിറങ്ങിയ പ്രദേശമാണ് കോറോം. സ്വന്തം ജീവനെക്കാൾ മറ്റുള്ളവരുടെ ജീവിതപ്രയാസങ്ങൾക്ക് പ്രാധാന്യം കൽപ്പിക്കണം എന്നാണ് കോറോം നാട് ഓർമിപ്പിക്കുന്നത്.

എ ജി നായർ എന്ന ഗ്രാമീണകവി കോറോം നാടിനെക്കുറിച്ചെഴുതിയ കവിതയിലെ ചില ഭാഗങ്ങളിങ്ങനെ...

ആലപ്പടമ്പിലും ആലക്കാട്ടും
കുറ്റൂർമഠത്തിലും നെല്ലുണ്ടോലും
പ്രാപ്പൊയിൽ ചിറ്റാരി നെല്ലറയിൽ
പൊതികെട്ടിവെച്ചത് വിത്തും നെല്ലും..
റേഷൻവിലയുടെ പത്തിരട്ടി
മുൻകൂറ്പണമായി നൽകിയെന്നാൽ..
അതിരില്ലാതുണ്ടോലും വില്പനക്ക്
അതുവാങ്ങാനാകാത്തോരെന്തു ചെയ്യും?
കോറോം കൊടക്കലെ കുഞ്ഞിക്കണ്ണൻ
ടി പി സി നമ്പ്യാരും ഏ വി ചിണ്ടൻ...
ബീഡിത്തൊഴിലാളി കണ്ണൻനായർ...
ചിണ്ടപ്പൊതുവാളും അബ്ദുൾഖാദർ
കുഞ്ഞാപ്പുമാസ്റ്റർ തലവനായി
കർഷകസംഘമായൊത്തുചേർന്നു...

വികസനവഴിയിൽ കോറോം

കേരളത്തിന്റെ രാഷ്ട്രീയഭൂപടത്തിൽ ചോരതുടിച്ചു നിൽക്കുന്ന പ്രദേശമാണ് കോറോം. കുന്നുകളും വയലുകളും നിറഞ്ഞ ഈ നാട് കാർഷികമേഖലയെ ആശ്രയിച്ചാണ് കഴിഞ്ഞുകൂടുന്നത്. പയ്യന്നൂർ നഗരസഭയുടെ ഭാഗമായ കോറോം, പട്ടണത്തിൽ നിന്നും മൂന്നുകിലോമീറ്ററോളം അകലെയാണ്. കൃഷിക്കാർക്കും തൊഴിലാളികൾക്കും ഭൂരിപക്ഷമുള്ള ഈ പ്രദേശം സി പി ഐ (എം)ന്റെ ശക്തികേന്ദ്രമാണ്. നാടിന്റെ വികസനങ്ങളിലെല്ലാം പാർട്ടി ശ്രദ്ധിക്കുന്നു. വായനശാലകളും കലാ–

കായിക ക്ലബ്ബുകളും ഈ പ്രദേശത്ത് ധാരാളമായുണ്ട്. ഹയർസെക്കണ്ട റിസ്കൂൾ, വനിതാ പോളിടെക്നിക്ക്, എഞ്ചിനീയറിംഗ് കോളേജ് എന്നിവ കോറോത്തുണ്ട്. എൽ ഡി എഫ് സർക്കാർ ഐ ടി പാർക്ക് തുടങ്ങാൻ തറക്കല്ലിട്ടത് കോറോത്തിനു തൊട്ടുകിടക്കുന്ന എരമം പ്രദേശത്താണ്. ടൂറിസം സാധ്യതകളുള്ള കാനായികാനം കോറോത്തിന്റെ ജൈവവൈ വിധ്യങ്ങളുടെ കലവറയായി നിലകൊള്ളുന്നു. യുവജനസംഘടനകൾക്ക് ഏറെ പിൻബലമുള്ള നാടുമാണിത്. കോറോം രക്തസാക്ഷികളുടെ ഓർമ കൾ നിലനിർത്താൻ ഒരു വായനശാലയും പ്രവർത്തിക്കുന്നു.

5

തില്ലങ്കേരിയുടെ തുടിപ്പുകൾ

മലബാറിന്റെ വടക്കൻ പ്രദേശത്ത്
പരിചയപ്പെട്ടു ഞാനാസഖാക്കളെ
ചെറുപുഴയിൽ, മൊറാഴ, തില്ലങ്കേരി
വയലുകളിൽ വഴിയോരങ്ങളിൽ
ഇടവഴികളിൽ കാപ്പിക്കടകളിൽ
കവലകളിലെ ഗ്രന്ഥപ്പുരകളിൽ
അവരുടെ പടപ്പാട്ടുകൾ നമ്മുടെ
കരൾമിടിപ്പിന്റെ ഭാഗമാണിപ്പോഴും

ടി വി കെ എന്ന കവിയും പത്രപ്രവർത്തകനും എഴുതിയ കവിതയിലെ വരികളാണിവ. ജീവിതത്തിന്റെ ചൈതന്യവത്തായ പ്രായത്തിൽ നാടിന്റെ വികസനസ്വപ്നത്തിലേക്ക് കാന്തശക്തിപോലെ ആകർഷിക്കപ്പെട്ടവരാണ് നമ്മുടെ രക്തസാക്ഷികൾ. അവരെക്കുറിച്ചുള്ള പാട്ടുകൾ പ്രതീക്ഷയുടെ ലോകത്തേക്ക് ചിറകടിക്കാനുള്ള ആവേശം പകരുന്നു. നിസ്വവർഗത്തിന്റെ വിമോചനത്തിനുവേണ്ടിയാണ് നമ്മുടെ പൂർവികർ ഒളിവിലും തെളിവിലും പ്രവർത്തിച്ചത്. സ്വാതന്ത്ര്യത്തിന്റെ സാക്ഷാൽക്കാരത്തിനുവേണ്ടി അവർ സ്വജീവിതം അർപ്പിച്ചു. 1948 കൾ വടക്കെ മലബാറിനെ സംബന്ധിച്ചിടത്തോളം തീയും പുകയും ഭീതിയും നിറഞ്ഞ നാളുകളായിരുന്നു. കമ്യൂണിസ്റ്റുകാരും അവരുടെ അനുഭാവികളും കുടുംബങ്ങളും അനുഭവിച്ച സങ്കടങ്ങൾക്ക് കൈയും കണക്കുമില്ല. തില്ലങ്കേരി എന്ന ഗ്രാമത്തിനും ആവേശത്തോടെ അയവിറക്കാനുള്ളത് ധീരദേശാഭിമാനികളുടെ വീരകഥകളാണ്.

തില്ലങ്കേരിയിലെ സ്തൂപം

യുദ്ധംകഴിഞ്ഞപ്പോൾ

രണ്ടാം ലോകമഹായുദ്ധം കഴിഞ്ഞതോടെ ഗ്രാമീണ ജീവിതം ദുരിതപൂർണമായിത്തീർന്നു. ഭക്ഷണക്ഷാമം കൊടുമ്പിരികൊണ്ടു.ഉരിയരി പോലും കിട്ടാതെ ജനങ്ങൾ പരവശരായി. പട്ടിണിയും രോഗവും നാടിനെ കാർന്നുതിന്ന ആ നാളുകളിൽ കേരളത്തിലെ കർഷകരും തൊഴിലാളികളും അർപ്പണബോധത്തോടെ ഉണർന്നു പ്രവർത്തിച്ചു. നിത്യോപയോഗസാധനങ്ങളുടെ വില കുതിച്ചുയർന്നപ്പോൾ കരിഞ്ചന്തയും പൂഴ്ത്തിവയ്പ്പും തടയാനുള്ള സന്നദ്ധസേനയായി കർഷകസംഘവും കമ്യൂണിസ്റ്റുപാർട്ടിയും രംഗത്തിറങ്ങി. കർഷകരും തൊഴിലാളികളും അധ്യാപകരും നാമമാത്ര ശമ്പളക്കാരായ സർക്കാർ ജീവനക്കാരും പിരിച്ചുവിട്ട പട്ടാളക്കാരും എല്ലാം ഒത്തുചേർന്ന് മുന്നേറിയ കാലമാണ്. ഗ്രാമങ്ങളിൽ നിന്നും പുറത്തേക്ക് നെല്ല് കടത്തിക്കൊണ്ടുപോകാതെ കാക്കുന്നതിന് പ്രവർത്തകർ ജാഗ്രത പാലിക്കണമെന്ന് കർഷകസംഘം ആഹ്വാനം ചെയ്തു. തരിശുഭൂമിയിൽ കൃഷിയിറക്കി ഭക്ഷ്യക്ഷാമത്തിന് പരിഹാരം കാണാൻ ശ്രദ്ധിക്കണമെന്നും നിർദേശിക്കപ്പെട്ടു. കമ്യൂണിസ്റ്റുപാർട്ടിയുടെയും കർഷകസംഘത്തിന്റെയും ആഹ്വാനവുമായി ജനത മലബാറിലെ ഗ്രാമങ്ങളിൽ അണപൊട്ടിയൊഴുകി. പല ഗ്രാമങ്ങളിലും നെല്ല് തടയൽ നടന്നു. മിച്ച നെല്ല് പിടിച്ചെടുത്ത് വിതരണം നടത്തി.

1948 കാലം കർഷകരുടെ പ്രക്ഷോഭങ്ങൾകൊണ്ട് ശ്രദ്ധിക്കപ്പെടുകയായിരുന്നു. ആ പ്രക്ഷോഭങ്ങളെ അധികാരികൾ കലാപമായി ചിത്രീ

കരിച്ച് പൊലീസിനെക്കൊണ്ട് അടിച്ചൊതുക്കാൻ ശ്രമിച്ചു. എന്നാൽ ഇന്ത്യയിലെ സാമ്രാജ്യത്വത്തിനും ജന്മിത്തത്തിനുമെതിരെയുള്ള പോരാട്ടത്തിൽ തൊഴിലാളികളെയും കൃഷിക്കാരെയും അണിനിരത്താനും അധ്വാനിക്കുന്ന ജനങ്ങളിലേക്ക് രാഷ്ട്രീയാധികാരം ലഭ്യമാക്കാനുമുള്ള വിപ്ലവപ്രവർത്തനമായിട്ടാണ് അക്കാലത്തെ സമരങ്ങൾ വിലയിരുത്തേണ്ടത്. പി കൃഷ്ണപിള്ളയെപോലുള്ളവരുടെ നിരന്തരസാന്നിധ്യം ആ സമരങ്ങൾക്കെല്ലാം പിൻബലമായുണ്ടായിരുന്നു. 1948 ൽ കൽക്കത്താ സമ്മേളനം കഴിഞ്ഞതോടെ മലബാറിലെ ഗ്രാമങ്ങളിൽ വിപ്ലവഗ്രൂപ്പുകൾ രൂപംകൊണ്ടു. കാർഷികപ്രശ്നങ്ങളെ ആസ്പദമാക്കി ഗ്രാമീണകർഷകരെ പ്രവർത്തനോത്സുകരാക്കുന്ന കർമപരിപാടികളാണ് ആവിഷ്കരിക്കപ്പെട്ടത്. കൽക്കത്താസമ്മേളനം കഴിഞ്ഞത് വിഷുക്കാലത്താണ്. അതുകൊണ്ട് ഈ വിഷുവിന് കർഷകരെ പട്ടിണിക്കിടരുത് എന്ന തീരുമാനം പൊതുവെ അംഗീകരിക്കപ്പെട്ടു. എന്നാൽ കൽക്കത്ത സമ്മേളനത്തെത്തുടർന്ന് കമ്യൂണിസ്റ്റുപാർട്ടി നിരോധിക്കപ്പെട്ടു. കമ്യൂണിസ്റ്റുപാർട്ടി പ്രവർത്തകരെ ഹിംസ്രജന്തുക്കളെപ്പോലെ വേട്ടയാടി. പൊലീസുകാരും ഗുണ്ടകളും പാർട്ടിപ്രവർത്തകരെ തേടി നാടുംവീടും അരിച്ചുപെറുക്കി. വീടുകളും വീട്ടുപകരണങ്ങളും നശിപ്പിച്ചു. പ്രതികൂലമായ ആ അന്തരീക്ഷം അതിജീവിച്ചുകൊണ്ട് പാർട്ടിപ്രവർത്തകർ മിച്ചനെല്ല് പിടിച്ചെടുത്ത് പട്ടിണിപ്പാവങ്ങൾക്ക് വിതരണം ചെയ്തു. കോട്ടയം താലൂക്കിലെ തില്ലങ്കേരി ഗ്രാമം ചരിത്രത്തിലിടം നേടിയത് ബഹുജനമുന്നേറ്റങ്ങളിലൂടെയാണ്.

പുരളിമലയുടെ താഴ്വര

ബ്രിട്ടീഷ് മലബാറിന്റെ വടക്കെഅറ്റത്തുള്ള താലൂക്കുകളിൽ ഒന്നായ കോട്ടയം താലൂക്കിലെ ചുവന്നഗ്രാമമാണ് തില്ലങ്കേരി. കണ്ണൂരിൽ നിന്നാണ് വരുന്നതെങ്കിൽ ഇരിട്ടി ബസിൽ കയറി ഉളിയിൽ എന്ന സ്ഥലത്തിറങ്ങണം. തലശ്ശേരിയിൽനിന്നാണ് ബസ് കയറുന്നതെങ്കിൽ മുപ്പത്തഞ്ചുകിലോമീറ്റർ സഞ്ചരിക്കണം. കണ്ണൂരിൽ നിന്നാണെങ്കിൽ നാൽപ്പത്തഞ്ചോളം വരും. അവിടെനിന്ന് വലത്തോട്ട് നീളുന്ന റോഡിലൂടെ പോയാൽ തില്ലങ്കേരിയിലെത്തും. ഞങ്ങൾ ബസിറങ്ങിയപ്പോൾ എൽ സി സെക്രട്ടറി കെ എ ഷാജിയും വിലങ്ങേരി കൃഷ്ണൻമാസ്റ്ററും കാത്തുനിൽപ്പുണ്ടായിരുന്നു. ബസ്സ്റ്റോപ്പിൽ ഇടതുവശത്താണ് പാർട്ടി ഓഫീസ്. ചരിത്രപ്രസിദ്ധമായ പുരളിമലയുടെ ഉത്തരപാർശ്വത്തിലാണ് തില്ലങ്കേരി. കൊച്ചുകുന്നുകളും വയൽപ്പരപ്പും കരിനിലങ്ങളും ചേർന്ന ഗ്രാമം. ഇവിടെ ധാരാളം ചെങ്കല്ല് നിക്ഷേപമുണ്ട്. പൊതുവെ ചരൽ കലർന്ന മണ്ണാണ്. പുരളിമലയിൽ നിന്നൊഴുകുന്ന ചെറുതോടുകളും അരുവികളും ഈ നാടിന്റെ ജലസാന്നിധ്യം കാത്തുസൂക്ഷിക്കുന്നു. കാർഷികപ്രധാനമായ ഈ ഗ്രാമം വീരപഴശ്ശിയുടെ ഓർമകൾ ഉണരുന്ന നാടുമാണ്. വെള്ളപ്പട്ടാളവുമായി നീണ്ട പോരാട്ടങ്ങൾ നടത്തി ഒടുവിൽ വീരചരമം വരിച്ച

ധീരദേശാഭിമാനിയായ പഴശ്ശിരാജ കോട്ടയം രാജവംശത്തിൽ പിറന്ന വ്യക്തിയാണ്. വൈദേശിക വാഴ്ചയെ ജീവൻ മറന്ന് ചെറുത്ത ആ സ്വാതന്ത്ര്യദാഹിയുടെ ആവേശമുണർത്തുന്ന കഥകൾ തില്ലങ്കേരിയിലെ ജനങ്ങളിൽ തുടിച്ചുനിൽപ്പുണ്ട്.

'തില്ലങ്കേരി'എന്ന പേരിന്റെ ഉത്ഭവത്തെപ്പറ്റി വ്യക്തമായ സൂചനയൊന്നുമില്ല. തില്ലം എന്നതിന് വനം എന്ന് *ശബ്ദതാരാവലി*യിൽ അർഥമുണ്ട്. തില്ലം+ചേരി എന്നീ പദങ്ങൾ കൂടിച്ചേർന്ന് തില്ലഞ്ചേരിയും ക്രമേണ തില്ലങ്കേരിയുമായിത്തീർന്നതാകാം. തിലം എന്നതിന് എള്ള് എന്നർഥമുണ്ട്. തിലം വിളയുന്ന ചേരി കാലക്രമത്തിൽ തിലകചേരിയും തില്ലങ്കേരിയും ആയി പരിണമിച്ചതുമാകാം. കോട്ടയം രാജവംശത്തിനു കീഴിലായിരുന്നു ഈ നാട്. കൊട്ടാരംവക എള്ളുകൃഷി നടത്തിയിരുന്നത് ഈ മണ്ണിലായിരുന്നത്രെ.

കോട്ടയം കോവിലകത്ത് ജനിച്ചവരെല്ലാം വിദ്വാന്മാരും പോരാളികളുമായിരുന്നു. എന്നാൽ ഒരിക്കൽ മന്ദബുദ്ധിയായ ഒരു രാജകുമാരൻ ജനിക്കാൻ ഇടവന്നുവത്രെ. അമ്മമഹാറാണി മകനെ ഓർത്ത് അത്യധികം ദുഃഖിച്ചു മകൻ നാട്ടുകാരുടെ പരിഹാസത്തിനും നിന്ദയ്ക്കും പാത്രമാവുന്നത് ആ അമ്മയ്ക്ക് സഹിക്കാൻ കഴിഞ്ഞില്ല. മറ്റുള്ളവരുടെ മുമ്പിൽ അപമാനപ്പെട്ടു കഴിയുന്നതിൽ ഭേദം ഇങ്ങനെ ഒരു മകൻ ഇല്ലാതിരിക്കുന്നതാണ്. റാണി സ്വന്തം മകനെ കുമാരധാരയിൽ ഉപേക്ഷിക്കുവാൻ നിർദേശിച്ചുവത്രെ. പുരളിമലയിലെ ഒരു ജലപ്രവാഹമാണ് കുമാരധാര. കൊട്ടാരത്തിൽ ശങ്കുണ്ണി *ഐതിഹ്യമാല*യിൽ ഈ ജലധാരയെക്കുറിച്ച് വർണിക്കുന്നുണ്ട്. ദിവ്യമായ ഔഷധസിദ്ധി ഈ ജലപ്രവാഹത്തിനുണ്ടെന്നാണ് വിശ്വാസം. കുമാരധാരയിൽ വീണ രാജകുമാരൻ സ്വതന്ത്രബുദ്ധിയായിത്തീർന്നു എന്നാണ് കഥ. ആ മകനാണ് ആട്ടക്കഥാസാഹിത്യത്തിന് മികച്ച സംഭാവനകൾ നൽകിയത്. *ബകവധം, കിർമ്മീരവധം, കല്യാണസൗഗന്ധികം, നിവാതകവച കാലകേയവധം* തുടങ്ങിയ ആട്ടക്കഥകൾ കോട്ടയം തമ്പുരാനെഴുതിയതാണ്. പുറനാടുവംശം എന്ന പേരിലാണ് കോട്ടയം രാജകുടുംബം അറിയപ്പെട്ടിരുന്നത്.

മുത്തപ്പൻ തെയ്യത്തിന്റെ ദിവ്യസാന്നിധ്യവും പുരളിമലയിലുണ്ടെന്ന് വിശ്വസിക്കുന്നു. ബ്രാഹ്മണരുടെ ആധിപത്യത്തിന് മേൽക്കൈ നിലനിന്ന പഴയകാലത്ത് അവരുടെ ആവശ്യങ്ങൾ സംരക്ഷിക്കാനാണത്രെ കോട്ടയം രാജവംശം എന്നും ശ്രദ്ധിച്ചുപോന്നത്. അതുകൊണ്ട് സാധാരണക്കാരുടെ കാര്യങ്ങളിൽ രാജകുടുംബം ശ്രദ്ധിച്ചില്ലത്രെ. കടുത്തചൂഷണവും അടിമത്തവും ജനങ്ങളനുഭവിച്ചു പോന്നിരുന്നു. ഈ ചൂഷണത്തിനെതിരെ ആദ്യമായി ആദിവാസികളെ സംഘടിപ്പിച്ച് പൊരുതിയത് മുത്തപ്പനാണത്രെ. മുത്തപ്പന്റെ വീരകൃത്യങ്ങൾ വിവരിക്കുന്ന അനേകം കഥകൾ ഇവിടങ്ങളിൽ പ്രചാരത്തിലുണ്ട്. ഗിരിവർഗക്കാരെയും ആദിവാസികളെയും മുത്തപ്പൻ സംഘടിപ്പിച്ചുവത്രെ. മുത്തപ്പന്റെ നേതൃത്വത്തിൽ ഒരു സേനതന്നെ രൂപംകൊണ്ടു. ചൂഷണത്തിനും അടിമത്തത്തിനുമെ

തിരെ ഈ സേന പോരാടി വിജയം വരിച്ചെന്നാണ് പറയപ്പെടുന്നത്. തങ്ങളുടെ വിമോചകന്റെ പേരിൽ ഒരു മടപ്പുരകെട്ടി ജനങ്ങൾ ആരാധിച്ചുതുടങ്ങി. പുരളിമലമുത്തപ്പൻ മടപ്പുരയിൽ ഇപ്പോഴും ഉത്സവം നടക്കുന്നുണ്ട്. അനീതിയെയും അക്രമങ്ങളെയും ചോദ്യം ചെയ്തു വളർന്ന ആ പാരമ്പര്യമാണ് തില്ലങ്കേരി മണ്ണിനുള്ളത്. ഒരേ സമുദായത്തിൽപ്പെട്ടവർ കൂട്ടമായി താമസിക്കുന്നത് തില്ലങ്കേരിയുടെ ഒരു പ്രത്യേകതയാണ്. അത്തരം കേന്ദ്രങ്ങളിൽ അതാതു സമുദായക്കാരുടെ ആരാധനാലയങ്ങളും സ്ഥിതിചെയ്യുന്നു. തൊട്ടുകൂടായ്മയും തീണ്ടിക്കൂടായ്മയും ഇവർക്കിടയിൽ ശക്തമായിരുന്നു. എന്നാലിന്ന് പുരോഗമന സാംസ്കാരികപ്രവർത്തനങ്ങളുടെ ഫലമായി മേൽജാതി കീഴ്ജാതി വേർതിരിവ് ഇല്ലാതായിരിക്കുന്നു.

ഭൂനിയമവ്യവസ്ഥ

കോട്ടയം കോവിലകത്തിന്റെ അധീനതയിലാണ് തില്ലങ്കേരിയിലെ ഭൂമി സ്ഥിതിചെയ്തിരുന്നത്. പിൽക്കാലത്ത് സാമന്തന്മാരായ നമ്പൂതിരി തറവാട്ടുകാർക്ക് കൈകാര്യാവകാശം ലഭിച്ചു. ക്രമേണ അതും മാറി. കുറുമ്പക്കലിടം, കനകത്തിടം, ചെമ്പും കീഴിടം എന്നീ ഇടവാഴ്ചക്കാർ ഭൂമിയുടെ അവകാശികളായി. കാണം, കുടിക്കാണം, വാരം, പാട്ടം തുടങ്ങിയ ദായക്രമപ്രകാരമാണ് ഭൂമികൈമാറ്റം നടന്നിരുന്നത്. കൃഷി നടത്തുന്നവർക്ക് നിലത്തിന് സ്ഥിരാവകാശമില്ലായിരുന്നു. ജന്മിക്ക് അനിഷ്ടം തോന്നുന്നവരെ ഒഴിപ്പിച്ചിരുന്നു. ദായക്രമത്തിനുപുറമെ പലതരം അക്രമപ്പിരിവുകളും ഏർപ്പെടുത്തിയിരുന്നു. ഇതിനുപുറമെയാണ് ചില വിലക്കുകൾ നിലനിന്നിരുന്നത്. പുരുഷന്മാർ മുട്ടിനുതാഴെയെത്തുംവിധം മുണ്ടുടുക്കരുത്, മേൽവസ്ത്രം ധരിക്കരുത്, ചെരിപ്പിട്ടു നടക്കരുത് എന്നിങ്ങനെ പോകുന്നു അവ. ഒട്ടേറെ അനാചാരങ്ങളും അന്ധവിശ്വാസങ്ങളും അക്കാലത്ത് നിലനിന്നിരുന്നു. തില്ലങ്കേരി പ്രദേശത്തിന്റെ കൂടുതൽഭാഗം ചെമ്പുകീഴിടം തറവാട്ടിലെ കുഞ്ഞികൃഷ്ണൻ നമ്പ്യാരുടെ വരുതിയിലായിരുന്നു. കുടിയാന്മാരെ ചൂഷണം ചെയ്യുന്നതിൽ നമ്പ്യാർ മുൻപന്തിയിലായിരുന്നു. നിലംകൃഷി കൂടാതെ പുനംകൃഷിയും അവിടെ ചെയ്തുവന്നിരുന്നു. പുനംകൃഷിയിൽ വിളയുന്ന ധാന്യങ്ങളിലും പച്ചക്കറികളിലും നല്ലൊരു ഭാഗം ജന്മിക്ക് കാഴ്ചവെക്കണമായിരുന്നു. മൃഗങ്ങളെയോ മറ്റോ വേട്ടയാടിക്കിട്ടിയാൽ അതും സമർപ്പിക്കണം. കുടിയാന്മാരിൽനിന്നും വാരവും പാട്ടവും അളന്നു വാങ്ങുന്നതിന് പ്രത്യേകം പറയും സേറും ഉപയോഗിച്ചിരുന്നു. 'കോട്ടയം സേർ', 'കോട്ടയം പറ' എന്നിതിനെപറയും. സാധാരണ അളവിൽ കൂടുതൽ നെല്ല് ഈ അളവു പാത്രത്തിൽ കൊള്ളും.

ചിരുതമ്മ ഓർക്കുന്നു

ഞങ്ങൾ തില്ലങ്കേരി രക്തസാക്ഷി സി ഗോപാലന്റെ പത്നി ചിരുത

മ്മയെ കാണാൻചെന്നു. ചെറിയക്കടവൻ ചിരുതയെന്നാണ് പറയുക. ഞങ്ങളോട് സംസാരിക്കുന്ന കാലത്ത് അവർക്ക് എൺപത്തേഴുവയസാണ്. പ്രായത്തിന്റെ അവശതകൾ ഏറെയൊന്നും അവരെ ബാധിച്ചിട്ടില്ല. അവരുടെ പഴയകാല പ്രൗഢി ആ മുഖത്തുനിന്നും ഞങ്ങൾക്ക് വായിച്ചെടുക്കാനായി. കെ വി കോരന്റെയും ചെറിയാക്കടവൻ നാരായണിയുടെയും മകളാണ് ചിരുത. പള്ളിസ്കൂളിൽ നാലാം

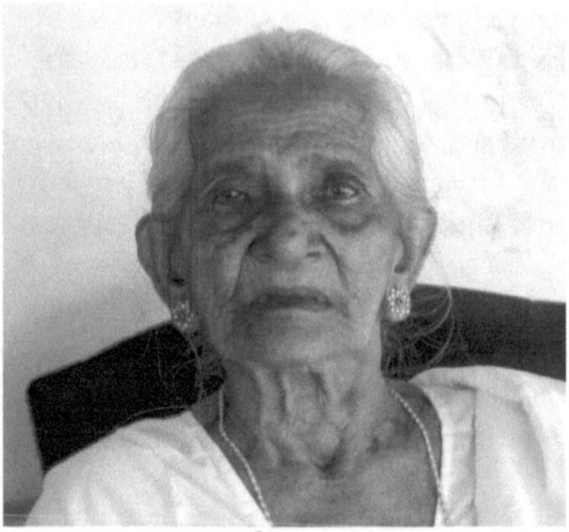

ചിരുതമ്മ

തരംവരെ പഠിച്ചു. അന്നത്തെ അംശം അധികാരസ്ഥാനം 'ചെമ്പുംകീഴിടം' ജന്മിക്കായിരുന്നു. അക്കാലത്തെ ജന്മിയുടെ ക്രൂരത പറഞ്ഞറിയിക്കാനാകാത്തതായിരുന്നു. ജന്മിക്ക് ആരോടെങ്കിലും ദേഷ്യം തോന്നിയാൽ അയാളുടെ വീട്ടിൽ തേങ്ങാക്കുല കൊണ്ടുവെക്കും. എന്നിട്ട് കേസുകൊടുക്കും. ഇല്ലെങ്കിൽ അതിന്റെ പേരിൽ ചോദ്യം ചെയ്ത് ശിക്ഷിക്കും. അതിനെ എതിർക്കാനുള്ള ധൈര്യം ആർക്കും ഉണ്ടാവില്ല. അധികാരി വിളിപ്പിച്ചാൽ പോകാതെ വയ്യ എന്നതാണ് നില. ഒരിക്കൽ രാമനെന്നു പേരായ ഒരു കൃഷിക്കാരനെ ജന്മി കുറ്റക്കാരനായി വിധിച്ചു. രാമനെ വിളിപ്പിച്ച് മർദിച്ചു. അതിനുശേഷം ചാണകം കലക്കിക്കുടിപ്പിക്കുവാൻ കൽപ്പിച്ചുവത്രെ. രാമൻ ചാണകവെള്ളം കുടിക്കാൻ കൂട്ടാക്കിയില്ല. ജന്മിയുടെ ഗുണ്ടകൾ രാമനെ പിടിച്ചിരുത്തി ചാണകവെള്ളം തൊണ്ടയിലൊഴിച്ചുകൊടുത്തു. ആ കൃഷിക്കാരൻ വെപ്രാളപ്പെട്ടും ഛർദിച്ചും അവശനായിത്തീർന്നു. പിറ്റേദിവസത്തേക്ക് അയാളുടെ നില വഷളായി. ഏഴാമത്തെ ദിവസം അയാൾ മരണപ്പെടുകയും ചെയ്തു. ജനങ്ങൾ ഇതിന്റെ പേരിൽ അസ്വസ്ഥരായെങ്കിലും അധികാരിക്കെതിരെ മിണ്ടാൻ ധൈര്യപ്പെട്ടില്ല.

'വാറോല എഴുതിയിടുക' എന്നൊരു പതിവും അക്കാലത്തുണ്ടായിരുന്നു. ആരോടെങ്കിലും വിരോധമോ അപ്രിയമോ ഉണ്ടെന്നുവന്നാൽ അയാളുടെ പേരിൽ വാറോലയെഴുതി ആളുകൾ കൂടുന്ന ഇടത്ത് കൊണ്ടിടും. അത് ജന്മിയുടെ ചെവിയിലെത്തും. അതിൽ പറയുന്ന ആളെ വിളിപ്പിച്ച് ചോദ്യം ചെയ്യും. ഇങ്ങനെ വിളിപ്പിച്ച് ചോദ്യം ചെയ്തശേഷം പിഴയടയ്ക്കാൻ വിധിക്കും. പറമ്പിലെ മരമോ അനുഭവങ്ങളോ ആകും പിഴയായി ഈടാക്കുന്നത്. കൃഷ്ണൻ കോമരത്തിന്റെ അനുഭവം ചിരുതമ്മ വിവരിച്ചു. ആരോ അദ്ദേഹത്തിന്റെ പേരിൽ വാറോല എഴുതിയിട്ടു അധി

കാരിയുടെ മഠത്തിലേക്ക് വിളിപ്പിച്ചു. അയാളുടെ പറമ്പിലെ പിലാവാണ് പിഴയായി ഈടാക്കിയത്. ഇങ്ങനെ വിളിപ്പിക്കുന്നവരെ അടിക്കുന്നതിന് പ്രത്യേകം ആളുകളെ നിയോഗിച്ചിരുന്നു. സ്വന്തം ബന്ധുക്കളോടുപോലും അടിക്കാർക്ക് ക്രൂരമായി പെരുമാറേണ്ടിവന്ന സന്ദർഭങ്ങളുണ്ടായിട്ടുണ്ട്. ഒരുതരം ഊമക്കത്താണ് ഈ വാറോല. കർഷകരെ ചൂഷണം ചെയ്യാനുള്ള ഒരു വഴിയായി ജന്മി ഇതിനെ പ്രയോജനപ്പെടുത്തി.

ചിരുതമ്മയുടെ ജീവിതം സ്ത്രീവിഭാഗത്തിന് മാതൃകയും ആവേശവുമാണ്. ജന്മിത്തത്തിന്റെ ക്രൂരത നേരിൽ അനുഭവിച്ച അമ്മയാണവർ. നെഞ്ചുകലങ്ങാതെ പീഡനം നേരിട്ടവരുമാണ്. അക്കാലത്ത് നാട്ടിൽ വിവാഹം നടക്കണമെങ്കിൽ ജന്മിയോട് ചെന്ന് അനുവാദം വാങ്ങണം. കുഞ്ഞിന് പേരിടാനും ജന്മിയുടെ സമ്മതം വേണം. ഈ അടിമജീവിതത്തെ ചോദ്യം ചെയ്യുന്ന ഒരാളുടെ ഭാര്യയായിരിക്കാൻ കഴിഞ്ഞതിലെ ചാരിതാർഥ്യം ചിരുത്തമ്മയ്ക്കുണ്ട്. പഠിപ്പ് കഴിഞ്ഞ് വീട്ടിലിരിക്കെയാണ് വിവാഹാലോചന വന്നത്. സി അനന്തൻമാസ്റ്ററുടെ ജ്യേഷ്ഠൻ ഗോപാലനാണെന്നേ ആദ്യം മനസിലാക്കിയുള്ളൂ. അന്ന് ഇന്നത്തെപോലുള്ള ചടങ്ങുകളൊന്നുമില്ലല്ലോ. ആൾ സുമുഖനും അംശംമേനോനുമായിരുന്നു. ആദ്യം അദ്ദേഹം തോലമ്പ്രസ്കൂളിൽ അധ്യാപകനായിരുന്നു. പിന്നീട് സർവെ ട്രെയിനിംഗ് കഴിച്ചു. നാട്ടിൽ മേനോൻപണി ഒഴിവുവന്നപ്പോൾ യോഗ്യതനേടിയ വേറെയാരുമില്ലായിരുന്നു. അങ്ങനെയാണ് അദ്ദേഹം മേനോനായത്. എന്നാൽ ജന്മിക്ക് അതൊട്ടും ഇഷ്ടപ്പെട്ടിരുന്നില്ല. അദ്ദേഹത്തിന്റെ അനുജൻ അനന്തൻമാസ്റ്റർ കർഷകസംഘത്തിന്റെയും കമ്യൂണിസ്റ്റുപാർട്ടിയുടെയും നേതാവായിരുന്നു. പട്ടിണിമാറ്റാനുള്ള പോരാട്ടത്തിൽ പാർട്ടി ഏർപ്പെട്ടിരുന്ന സന്ദർഭമാണത്. വിശപ്പ് മാറണമെങ്കിൽ അരി കിട്ടണം. അരികിട്ടാനുള്ള വഴിയാണ് നേതാക്കന്മാർ ചിന്തിച്ചത്. സ്വാതന്ത്ര്യം കിട്ടിയിട്ട് ഒരു വർഷം പിന്നിട്ട കാലമാണത്. സ്വാതന്ത്ര്യം കിട്ടിയാൽ പട്ടിണിമാറുമെന്നും ചൂഷണം ഇല്ലാതാകുമെന്നും പ്രതീക്ഷിച്ചിരുന്നു. എന്നാൽ നാൾക്കുനാൾ പട്ടിണിയും രോഗവും വർധിക്കുകയായിരുന്നു. നെല്ലുവിളയുന്ന നാടാണ് തില്ലങ്കേരിയെങ്കിലും അതെല്ലാം ജന്മിയുടെ പത്തായത്തിലേക്ക് നിറഞ്ഞുകൊണ്ടിരുന്നു. അന്ന് ചോളമാണ് റേഷനായി കിട്ടിയിരുന്നത്. ചോളം തിന്ന് ആളുകൾ രോഗികളാവുകയായിരുന്നു. അവരെ രക്ഷിക്കാനാണ് നെല്ലെടുത്ത് വിതരണം നടത്തിയത്. ഒറ്റക്കുടിലിലും അന്ന് ഒരു മണിപോലും അരിയുണ്ടായിരുന്നില്ല. 1948 ലെ വിഷുക്കാലമാണത്. വിഷുകഴിച്ചുകൂട്ടാനുള്ള വഴിയെന്ന നിലയിലാണ് ശങ്കരൻകണ്ടി കുറുപ്പിന്റെ പത്തായപ്പുരയിലേക്ക് അനന്തനും കൂട്ടരും കയറിച്ചെന്നത്. കർഷകരിൽനിന്ന് വാരമളന്നു കിട്ടിയ നെല്ല് കൂനകൂട്ടി വച്ചിരുന്നു. അതിൽനിന്ന് കുറെ നെല്ലെടുത്ത് വിതരണം നടത്തുകയായിരുന്നു. ഈ സംഭവത്തെ കുടിയാന്മാരുടെ അതിക്രമമായിട്ടാണ് മേലധികാരികൾ വിലയിരുത്തിയത്. അത് അനുവദിക്കരുതെന്നുവച്ച് പൊലീസ്പട നാട്ടിലിറങ്ങുകയായിരുന്നു. നെല്ലെടുപ്പിന് നേതൃത്വം നൽകി

യത് അനന്തനാണ്. അതുകൊണ്ട് അനന്തന്റെ വീട് ലക്ഷ്യമാക്കിയാണ് പൊലീസ് നീങ്ങിയത്.

ചിരുതമ്മ പ്രസവത്തിന് സ്വന്തം വീട്ടിലേക്കുപോയ സമയത്താണ് തില്ലങ്കേരി സമരം നടക്കുന്നത്. ചിരുതമ്മ ആൺകുഞ്ഞിന് ജന്മം നൽകിയിരുന്നു. ഭർത്താവിന്റെ വീട്ടിലേക്ക് കൂട്ടിക്കൊണ്ടു പോകേണ്ട സമയമായി. എന്നിട്ടും അവിടെനിന്ന് ആരും വന്നില്ല. മകനെ കാണാൻ അച്ഛൻ വന്നിരുന്നെങ്കിലും പിന്നീട് വിവരമൊന്നുമില്ല. ദിവസങ്ങളങ്ങനെ തള്ളിനീക്കുകയായിരുന്നു. വാർത്താവിതരണരീതി ഇന്നത്തെ പോലെയില്ലാത്ത കാലമല്ലേ അത്. യാത്രാസൗകര്യവും കുറവ്. അതുകൊണ്ട് തില്ലങ്കേരിയിൽ എന്തെങ്കിലും സംഭവിച്ചാൽത്തന്നെ വീട്ടിൽ അറിയുമായിരുന്നില്ല.

ദിവസങ്ങൾക്കുശേഷം ഭർത്താവിന്റെ മൂത്തജ്യേഷ്ഠൻ രാവുണ്ണി വീട്ടിൽ വന്നു. മുഖത്ത് സാധാരണയുണ്ടാകാറുള്ള സന്തോഷമില്ലായിരുന്നു. എന്നോട് വിശേഷിച്ചൊന്നും പറയാതെ കുഞ്ഞിനെയെടുത്ത് മാറോട് ചേർത്തുപിടിച്ച് കുറേ ദൂരെ ചെന്നുനിന്നു. കുഞ്ഞിന്റെ മുഖത്തു നോക്കി എന്തെല്ലാമോ പറയുന്നതും സങ്കടപ്പെടുന്നതും ഞാൻ കണ്ടു. പിന്നെ കുഞ്ഞിനെ മാറോട് ചേർത്ത് വിങ്ങിക്കരയുകയായിരുന്നു. വീട്ടിലുള്ളവരെല്ലാം അമ്പരപ്പോടെ ഓടിച്ചെന്നു. ഞാനും ഓടിച്ചെന്ന് കുഞ്ഞിനെ വാങ്ങി. കാര്യമെന്തെന്ന് അമ്മ ചോദിച്ചു. രാവുണ്ണിയേട്ടൻ കണ്ഠമിടറിക്കൊണ്ട് ആ നടുക്കുന്ന വാർത്തയറിയിച്ചു. ഞാൻ തളരുകയായിരുന്നു. അമ്മ എന്നെയും കുഞ്ഞിനെയും താങ്ങിപ്പിടിച്ചു.

ഭർത്താവ് മരണപ്പെട്ടതിനുശേഷം സ്വന്തം വീട്ടിലാണ് ചിരുതയും മോനും കഴിഞ്ഞുകൂടിയത്. ഭർത്താവിന്റെ മരണത്തെപ്പറ്റി പിന്നീട് ആളുകൾ പറഞ്ഞറിഞ്ഞു. സർക്കാർജോലിയായതുകൊണ്ട് പരസ്യമായ പാർട്ടി പ്രവർത്തനത്തിനൊന്നും അദ്ദേഹം പോയിരുന്നില്ല. എന്നാൽ അനുജൻ അനന്തൻ നടത്തുന്ന എല്ലാ പ്രവർത്തനങ്ങൾക്കും സഹായം നൽകിവന്നു. അതുകൊണ്ടുതന്നെ ജന്മിക്കും പൊലീസിനും അദ്ദേഹത്തോട് വിരോധമായിരുന്നു. നെല്ലെടുപ്പിനുശേഷം അനന്തനോട് ജന്മിക്ക് കൂടുതൽ വിരോധമുണ്ടായി. അതിന്റെ പേരിൽ അനന്തന്റെ വീട് പൊലീസ് വന്ന് തകർത്തു. വീടിന്റെ പൊടിപോലും ബാക്കിവച്ചില്ല. ഇതറിഞ്ഞപ്പോൾ അദ്ദേഹവും അനന്തനും മറ്റുപ്രവർത്തകരും അരിശംകൊണ്ടു. തന്റെ വീട് അടിച്ചുതകർത്തതിനുപകരം ജന്മിയുടെ വീടും തകർക്കണമെന്ന് അനന്തൻ പറഞ്ഞുവത്രെ. വിവരമറിഞ്ഞ് ആളുകൾ കൂടിക്കൊണ്ടിരുന്നു. എല്ലാവരുംകൂടി ജാഥയായി മുന്നോട്ടുപോവുകയായിരുന്നു. ഇടിക്കുണ്ട് എന്ന സ്ഥലത്ത് ജാഥയെത്തി. അതിനടുത്ത് തോടുണ്ട്. കൈതച്ചെടികൾ വളർന്നു നിൽക്കുന്ന സ്ഥലം. എം എസ് പിക്കാർ അതിന്റെ മറവിൽ ഒളിച്ചിരിക്കുകയായിരുന്നു. മുന്നോട്ടുനീങ്ങുന്ന ജാഥയ്ക്കുനേരെ മുന്നറിയിപ്പില്ലാതെ വെടിവെക്കുകയായിരുന്നു. ആദ്യം വെടികൊണ്ടുവീണത് മുന്നിൽ നടന്ന അനന്തനാണ്. സഹോദരൻ വീണത് കണ്ട് ഭർത്താവ് ഓടിച്ചെന്ന് താങ്ങിപ്പിടിക്കുകയായിരുന്നത്രെ. കാലിന് വെടിയേറ്റ് അദ്ദേ

ഹവും തളർന്നുവീണു. പതുക്കെ അനുജന്റെ മൃതദേഹത്തിനടുത്തേക്ക് ഇഴഞ്ഞിഴഞ്ഞ് നീങ്ങുകയായിരുന്നു. എന്നാൽ ജന്മിയും കാര്യസ്ഥനും ഗുണ്ടകളും യമദൂതന്മാരായി മുന്നിലേക്ക് വന്നുവത്രെ. കർഷകർക്ക് അനുകൂലമായ നിലപാട് സ്വീകരിക്കുന്ന മേനോനെന്ന നിലയിൽ ഭർത്താവിനോട് ജന്മിക്ക് പകയുണ്ടായിരുന്നു; ആ പക തീർക്കാൻ ഈ സന്ദർഭം പ്രയോജനപ്പെടുത്തിയെന്നാണ് പ്രവർത്തകർ പറഞ്ഞത്. ജന്മിയും ഗുണ്ടകളും അദ്ദേഹത്തെ തടഞ്ഞുവെച്ചു. നിലമുഴാനുപയോഗിക്കുന്ന കലപ്പയെടുത്തുകൊണ്ടുവന്ന് അദ്ദേഹത്തെ അടിക്കുകയായിരുന്നു. കലപ്പകൊണ്ടുള്ള അടിയേറ്റ് ചോരചീന്തി അദ്ദേഹവും ഇടിക്കുണ്ട് വയലിൽ പിടഞ്ഞുമരിച്ചു. സങ്കടത്തോടെയാണ് ചിരുത സംഭവങ്ങൾ അനുസ്മരിച്ചത്. പക്ഷേ, ഭർത്താവിന്റെ വീരസ്മരണ ജീവിക്കാൻ കരുത്ത് പകർന്നതായി ചിരുതമ്മ പറഞ്ഞു. ഒരു വീട്ടിലെ രണ്ടുപേരാണ് ഒരേസമയത്ത് മരണം വരിച്ചത്. അച്ഛൻ ചാത്തുഗുരുക്കളുടെയും അമ്മ താലയുടെയും സ്ഥിതി പറഞ്ഞറിയിക്കാനാവാത്തതായിരുന്നു. രണ്ടുമക്കളും നഷ്ടപ്പെട്ട താലമ്മ ദിവസങ്ങളോളം ഒരേ കിടപ്പിലായിരുന്നു. കേരളത്തിലെ കമ്യൂണിസ്റ്റുപ്രസ്ഥാനത്തിന്റെ വളർച്ചയിലെല്ലാം ഇങ്ങനെ എത്രയോ അമ്മമാരുടെ കണ്ണീരിന്റെ ഉപ്പും നനവുമുണ്ട്.

ജന്മിക്കെതിരെ കത്തിവാളോങ്ങി

ജീവിതത്തിലെ സുപ്രധാനമായൊരു സംഭവവും അവർ വിവരിച്ചു. മകൻ ബാലന് ഏഴുവയസുള്ള കാലം. ഭർത്താവ് മരിച്ചശേഷം കൃഷിപ്പണിക്ക് പോവുമായിരുന്നു. പൊലീസിന്റെ ശല്യം പിന്നെയും ഒഴിവായില്ല. തില്ലങ്കേരികേസിലെ പ്രതികൾക്കായി പൊലീസ് പരക്കം പാഞ്ഞുകൊണ്ടിരുന്നു. പഴശ്ശിരക്തസാക്ഷിയായ വി അനന്തനെ ഒളിപ്പിച്ചിട്ടുണ്ടോ എന്നു പറഞ്ഞാണ് വീട് പരിശോധന നടത്തിയത്. ഒരു വൈകുന്നേരം ചിരുതമ്മ അടുപ്പിൽ തീകത്തിക്കുകയായിരുന്നു. പെട്ടെന്ന് പുറത്തൊരു ശബ്ദം. ആരെല്ലാമോ നടക്കുകയും വർത്തമാനം പറയുകയും ചെയ്യുന്നു. ചിരുതമ്മ എഴുന്നേറ്റുനിന്നു. അടുപ്പിൽ തീ ആളിക്കത്തുകയാണ്. പെട്ടെന്ന് വാതിൽക്കൽ ഒരു രൂപം പ്രത്യക്ഷപ്പെട്ടു. അടുത്ത തോട്ടിലൂടെ നീന്തിക്കയറി വന്നതാണ്. നനഞ്ഞുകുതിർന്ന വസ്ത്രങ്ങൾ അഴിച്ചുമാറ്റിയിരുന്നു. നഗ്നമായി വാതിൽക്കൽ നിൽക്കുന്നരൂപത്തെ ഒന്ന് നോക്കാനേ അവർക്ക് കഴിഞ്ഞുള്ളൂ. ജന്മിയായിരുന്നു അത്. നാട്ടിലെ സ്ത്രീകളെയെല്ലാം സ്വന്തം ആഗ്രഹത്തിന് വശപ്പെടുത്താൻ മടിയില്ലാത്ത ആളാണയാൾ. ഇപ്പോഴാണെങ്കിൽ നന്നായി മദ്യപിച്ചിട്ടുമുണ്ട്. അയാളുടെ പിന്നാലെ ഗുണ്ടകളും വാതിൽക്കൽ വന്നു. "ഇതിലെ പോയപ്പോൾ ഇവിടെക്കയറണമെന്നു തോന്നി.." അയാൾ ശൃംഗാരസ്വരത്തിൽ പറഞ്ഞു. താൻ അപകടത്തിൽപ്പെട്ടിരിക്കുന്നെന്ന് ചിരുതമ്മയ്ക്ക് ബോധ്യമായി. ഉടനെവല്ലതും ചെയ്യണം. ജന്മി അടുത്തേക്ക് വരികയാണ്. അടുപ്പിലാണെങ്കിൽ തീകത്തുന്നു. അടുപ്പിനരികിലുള്ള കത്തിവാൾ കണ്ണിൽപ്പെട്ടു. ചിരു

തമ്മ അത് ക്ഷണത്തിൽ കുനിഞ്ഞെടുത്തു. കത്തിവാളുയർത്തി രണ്ടും കൽപ്പിച്ച് ചിരുതമ്മ മുന്നോട്ട് നീങ്ങി. “അയാളെ കൊല്ലാനുള്ള കരുത്ത് അന്നെനിക്കുണ്ടായിരുന്നു”– അവർ പറഞ്ഞു. എന്റെ ഭാവം കണ്ട് പേടിച്ച ജന്മിയും ഗുണ്ടകളും സ്ഥലംവിട്ടു. ചിരുത്മ്മ പുറത്തിറങ്ങി. അവർ പിന്നീട് ചെയ്തകാര്യമാണ് പ്രധാനം. ഒരു സ്ത്രീലമ്പടനാണ് കയറിവന്നത്. അയാൾ ചവിട്ടിയമണ്ണുപോലും അശുദ്ധിതട്ടിയതാണ്. ചിരുതമ്മ കുറ്റിമാച്ചിയെടുത്ത് അകവും മുറ്റവും തൂത്തുവാരി. ചാണകവെള്ളം തളിച്ച് ശുദ്ധിവരുത്തി വീണ്ടും അടുപ്പിനരികിൽ വന്നിരുന്നപ്പോൾ തേങ്ങിപ്പോയി..അദ്ദേഹമുണ്ടായിരുന്നെങ്കിൽ എന്നാഗ്രഹിച്ചുപോയി.

ചെറോട്ട ദേവിയുടെ ഓർമകൾ

ഞാനും ഷാജിയും കൃഷ്ണൻമാസ്റ്ററും പിന്നീട് മച്ചൂർമലയിലേക്ക് യാത്രയായി. വണ്ടി ചരിഞ്ഞും വളഞ്ഞും കയറ്റം കയറിക്കൊണ്ടിരുന്നു. മച്ചൂർമലയും തില്ലങ്കേരിയും തമ്മിലുള്ള ബന്ധം വളരെ പ്രധാനപ്പെട്ടതാണ്. കർഷക സംഘം തില്ലങ്കേരിയിലിറങ്ങിയത് മച്ചൂർമലവഴിയാണെന്നുപറയാം. കോട്ടയം താലൂക്കിൽ കർഷകസംഘം 1935 ൽത്തന്നെ രൂപംകൊണ്ടിരുന്നു. സി എച്ച് കണാരനാണ് മുൻകൈയെടുത്തത്. അക്കാലത്തെ ജന്മിമാരുടെ ചൂഷണരീതികൾ മുഴക്കുന്നിലും, തില്ലങ്കേരിഗ്രാമത്തിലും പ്രബലമായി നിലനിന്നിരുന്നു. പലതരം അക്രമപ്പിരിവുകളും പൊളിച്ചെഴുത്തും കുടിയൊഴിപ്പിക്കലും ഈ ഗ്രാമങ്ങളെ ദുരിതത്തിലാഴ്ത്തി. ജന്മിമാരെ ചോദ്യം ചെയ്യാനോ കർഷകസംഘത്തിൽ ചേരാനോ ആദ്യകാലത്ത് ആരും തയാറായിരുന്നില്ല. എന്നാൽ കർഷക സംഘം രൂപംകൊണ്ടതോടെ സ്ഥിതിമാറി. തില്ലങ്കേരിയിലെ കർഷകർ നേരിട്ടിരുന്ന ഏറ്റവും വലിയ ശാപം ‘വച്ചുകാണൽ’ആയിരുന്നു. ജന്മിക്ക് ആവശ്യമുള്ള വസ്തുക്കൾ കാഴ്ചവയ്ക്കുന്ന പതിവാണിത്. ഓണവും വിഷുവും വന്നാൽ കുത്തിവെളുപ്പിച്ച പുഴുക്കലരിയും പച്ചക്കറികളും വാഴക്കുലയും ജന്മിക്ക് കാഴ്ചവെക്കണം. ആശാരിപ്പണിയെടുക്കുന്നവർ ആലത്തുരലും വീട്ടി ഉലക്കയും പാലപ്പലകയും വെച്ചുകാണണം. ചെമ്പുംകീഴിടം അധികാരിയാണ് ഇക്കാര്യത്തിൽ കർക്കശരീതി പുലർത്തിയത്. വച്ചുകാണൽ അവസാനിപ്പിക്കുവാൻ കർഷകസംഘം ആഹ്വാനം ചെയ്തു. അതോടെ ജന്മിക്ക് പകകൂടി. തനിക്കിഷ്ടപ്പെടാത്തവരെയൊക്കെ കള്ളക്കേസിൽ കുടുക്കി. ഗുണ്ടകളെ വിട്ട് മർദിച്ചു. ഇതിനെയെല്ലാം ചെറുത്തുതോൽപ്പിക്കാൻ സംഘത്തിനു കഴിഞ്ഞു.

ചെറോട്ട ദേവി

ഭർത്താവ് നക്കായി കണ്ണനെക്കുറിച്ച് ദേവി സംസാരിച്ചു. മച്ചൂർവീട്ടിലെ ചെറോട്ടരാമന്റെയും നക്കായി മാതയുടെയും മകനായിരുന്നു കണ്ണൻ. രാമൻ നാട്ടുകാർക്ക് പ്രിയപ്പെട്ടവനായിരുന്നു. കമ്യൂണിസ്റ്റുപാർട്ടി നേതാക്കൾ അദ്ദേഹത്തിന്റെ വീട്ടിൽ ഒളിവിൽ കഴിഞ്ഞിട്ടുണ്ട്. പ്രസ്ഥാനത്തിന് താങ്ങും തണലുമായൊരു കുടുംബത്തിൽപ്പിറന്ന കണ്ണനും അച്ഛന്റെ വഴി പിന്തുടരുകയായിരുന്നു. പ്രാഥമിക വിദ്യാഭ്യാസംകഴിഞ്ഞ് കൃഷിപ്പണിയിൽ മുഴുകി. നേതാക്കളുമായുള്ള ബന്ധം അദ്ദേഹത്തെ ധീരനായ പോരാളിയാക്കിത്തീർത്തു.

നാട്ടിലെ സമരങ്ങളിലെല്ലാം അദ്ദേഹം പങ്കെടുത്തിരുന്നു. പതിനേഴാം വയസിലാണ് ദേവി അദ്ദേഹത്തിന്റെ ഭാര്യയായി മച്ചൂർവീട്ടിലെത്തിയത്. മച്ചൂർ വീട്ടിൽ എന്നും തിരക്കായിരുന്നു. ഉച്ചയ്ക്കും രാത്രിയിലും ഉണ്ണാൻ പാർട്ടിപ്രവർത്തകരുണ്ടാവും. എപ്പോഴും നെല്ലുകുത്തി അരിയാക്കൽ തന്നെ പണി–ദേവിയമ്മ ചിരിച്ചു. അതൊന്നും വിഷമമുണ്ടാക്കുന്ന കാര്യമല്ലായിരുന്നു. പാർട്ടിയുടെ നേതാക്കളെല്ലാം അന്ന് വീട്ടിൽ വരും. അന്നത്തെ തില്ലങ്കേരി പാർട്ടി ആപ്പീസ് മച്ചൂർവീട്ടിലായിരുന്നു. അദ്ദേഹത്തിന്റെ അച്ഛൻ ഭാവിയെക്കുറിച്ച് ഓരോന്ന് പറഞ്ഞുകൊണ്ടിരിക്കും. ഒരു കാലത്ത് ഇതിലേ റോഡുവരും. വെളിച്ചംവരും, തൊട്ടുകൂടായ്മ മാറും, കർഷകരുടെയും തൊഴിലാളികളുടെയും ഭരണവുംവരും. അദ്ദേഹത്തിന്റെ സ്വപ്നങ്ങൾ പിൽക്കാലത്ത് പൂവണിയുകയുണ്ടായി.

ആ കറുത്തദിവസത്തെക്കുറിച്ചും ദേവിയമ്മ സൂചിപ്പിച്ചു. ഞാൻ പ്രസവത്തിന് വീട്ടിൽ പോയിരുന്നു. നാട്ടിൽ കുഴപ്പം തുടങ്ങിയപ്പോൾ അദ്ദേഹം ഒളിവിലായിരുന്നു. പ്രസവിക്കുന്നതിന് ഏതാനുംദിവസംമുമ്പ് രാത്രിയിൽ കാണാൻ വന്നിരുന്നു. കുട്ടി ജനിച്ചതിനുശേഷവും കാണാൻ വന്നു. അത് അവസാനത്തെ കൂടിക്കാഴ്ചയാകുമെന്ന് കരുതിയില്ല എന്തോ കുഴപ്പമുണ്ടെന്ന് സൂചിപ്പിച്ചിരുന്നു. എന്നെ ആശ്വസിപ്പിച്ചിട്ടാണ് ഇറങ്ങിപ്പോയത്. പ്രസവംകഴിഞ്ഞ് അഞ്ചാറുദിവസത്തേക്ക് അദ്ദേഹത്തിന്റെ വിവരമൊന്നുമില്ലായിരുന്നു. ആ സമയത്തുണ്ടായ ഒരു സംഭവം പറഞ്ഞുകേട്ടിരുന്നു. റേഷൻ ഷോപ്പ് നിലവിൽ വന്ന കാലമാണത്. എന്നാൽ ജന്മിയുടെ ഇഷ്ടത്തിനനുസരിച്ച് റേഷൻകട തുറക്കുകയും പൂട്ടുകയും ചെയ്യുമായിരുന്നു. ഒരുദിവസം ജന്മിയിടപെട്ട് കട നേരത്തെ പൂട്ടിച്ചു. അരിവാങ്ങാൻ വന്നവർ നിരാശരായി. ഈ അരിവാങ്ങിയിട്ട് വേണം ആളുകൾക്ക് വൈകുന്നേരം കഞ്ഞിവെക്കാൻ. വിവരം സി അനന്തട്ടേനറിഞ്ഞു. അദ്ദേഹം റേഷൻകടക്കാരനെ വീട്ടിൽ ചെന്ന് വിളിച്ചിറക്കിക്കൊണ്ടു വന്നു. റേഷൻകട തുറപ്പിച്ച്

ദേവിയമ്മ

അരി വിതരണം നടത്തിയത്രെ.

ഈ വാർത്തയറിഞ്ഞപ്പോൾ ജന്മി കോപംകൊണ്ടു വിറച്ചു. അദ്ദേഹം പ്രതികാരദാഹിയായിമാറി. അനന്തനെ ബാക്കിവെക്കാൻ പാടില്ലെന്നും അദ്ദേഹം പിറുപിറുത്തു. ആദ്യം ഗുണ്ടകളെവിട്ട് അനന്തേട്ടന്റെ വീട് തച്ചു തകർത്തു. വീട്ടുപകരണങ്ങളെല്ലാം നശിപ്പിച്ചു. കുറച്ച് നെല്ലുണ്ടായിരുന്നു. അതെടുത്ത് മുറ്റത്തേക്കെറിഞ്ഞു. കിണറ് വീട്ടുപകരണങ്ങളിട്ട് മൂടി. തില്ലങ്കേരി വില്ലേജ് പാർട്ടി സെക്രട്ടറിയായിരുന്നു അനന്തേട്ടൻ. അനന്തേട്ടനോട് കാട്ടിയ ഈ ക്രൂരത ആർക്കും പൊറുക്കാൻ കഴിയുമായിരുന്നില്ല. ഭർത്താവ് കണ്ണേട്ടനടക്കമുള്ളവർ പ്രതിഷേധപ്രകടനം നടത്തുകയായിരുന്നു. ജാഥയിൽ പുരുഷന്മാർ മാത്രമേ പങ്കെടുത്തിരുന്നുള്ളു. ജാഥയ്ക്കുനേരെ പൊലീസ് തുരുതുരാ വെടിവെച്ചു. കണ്ണേട്ടന്റെ വലത്തെ കാൽപ്പാദത്തിലും ഇടത്തെ മുട്ടിലുമാണത്രെ വെടിയേറ്റത്. കാലിന്റെ നാലുവിരലുകൾ അറ്റുപോയിരുന്നു. കോഴിക്കോട് മെഡിക്കൽ കോളേജാശുപത്രിയിലാണ് ചികിത്സിച്ചത്.

തില്ലങ്കേരിയിൽ വെടിവെപ്പുണ്ടായതും പലരും മരിച്ചതുമായ വാർത്ത അമ്മാവനാണ് വീട്ടിൽ വന്നറിയിച്ചത്. പ്രസവിച്ചുകിടക്കുന്ന എനിക്ക് പൊട്ടിക്കരയാനേ നേരമുണ്ടായുള്ളൂ. ആറുമാസം കഴിഞ്ഞപ്പോഴാണ് ഒരു കത്ത് വന്നത്. ആ കത്തുംകൊണ്ട് ഞങ്ങൾ കോഴിക്കോട്ട് കാണാൻ പോയി. കണ്ണൂരിൽ ചെന്ന് തീവണ്ടിയിൽ കയറി കോഴിക്കോട്ടെത്തുകയായിരുന്നു. മട്ടന്നൂർവരെ നടന്നാണ് പോയത്. പൊലീസുകാർ കാവലുണ്ടായിരുന്നു. എന്നെയും കുഞ്ഞിനെയും കുറേസമയം സൂക്ഷിച്ചു നോക്കി. കുഞ്ഞിനെയുംകൊണ്ട് ഞാൻ അടുത്ത് ചെന്നു. കൂടുതലൊന്നും പറഞ്ഞില്ല. വേഗംതന്നെ മടങ്ങുകയും ചെയ്തു. കാലിലെ മുറിവ് സുഖപ്പെടുന്നതിനുമുമ്പേ അദ്ദേഹത്തെ അറസ്റ്റ് ചെയ്തു കണ്ണൂർ ജയിലിലേക്ക് മാറ്റി. കണ്ണൂർ ജയിലിൽ പലതവണ കാണാൻ പോയിരുന്നു. പിന്നീട് അദ്ദേഹത്തെ സേലം ജയിലിലേക്ക് മാറ്റി. 1950 ഫെബ്രുവരി 11 ന് അവിടെ നടന്ന വെടിവെപ്പിലാണ് അദ്ദേഹത്തിന്റെ ജീവൻ നഷ്ടപ്പെട്ടത്.

പൊട്ടങ്കികൊട്ടന്റേയും ചെറോട്ടകുംഭയുടെയും മകളാണ് ദേവി. കുഞ്ഞിക്കണ്ണൻ, കുഞ്ഞികൃഷ്ണൻ, കുമാരൻ എന്നീ മൂന്നുപേർ ദേവിയമ്മയുടെ സഹോദരങ്ങളാണ്. കുമാരന്റെ മകനാണ് ഷാജി. അദ്ദേഹം രണ്ടുതവണ തില്ലങ്കേരി പഞ്ചായത്ത് പ്രസിഡന്റായിരുന്നു. ഇപ്പോൾ ലോക്കൽ കമ്മിറ്റിയംഗമാണ്. ദേവിയുടെ മകൻ ബാലൻ അകാലത്തിൽ മരണപ്പെടുകയായിരുന്നു.

ജ്യേഷ്ഠന്റെ വീരചരിതം ഓർക്കുന്ന ഗോപാലൻ നമ്പ്യാർ

തില്ലങ്കേരി രക്തസാക്ഷികളിൽ പ്രായംകുറഞ്ഞ ആളാണ് കോയിലോടൻ നാരായണൻനമ്പ്യാർ. തില്ലങ്കേരി കേസിൽ പ്രതിയായി ശിക്ഷി

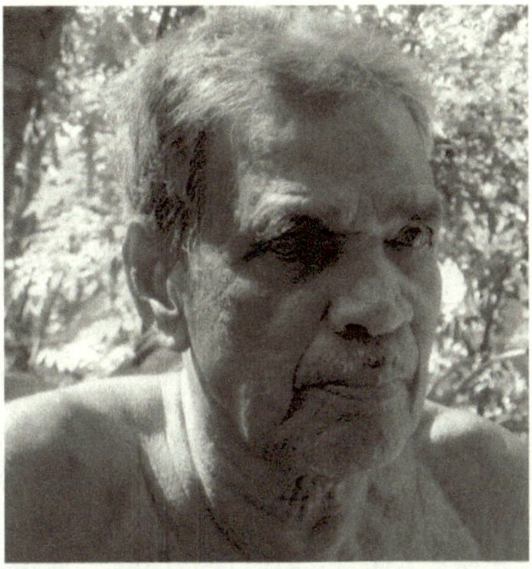
ഗോപാലൻ നമ്പ്യാർ

ക്കപ്പെട്ടശേഷം കണ്ണൂർ സെൻട്രൽ ജയിലിൽനിന്നും സേലത്തേക്ക് മാറ്റുകയായിരുന്നു. തില്ലങ്കേരി കേസിലെ പ്രതികളായ പുല്ലാഞ്ഞിയോടൻ ഗോവിന്ദൻനമ്പ്യാരുടെയും കുഞ്ഞപ്പനമ്പ്യാരുടെയും ഇളയച്ഛൻ എടച്ചേരി പൈതലിന്റെ മകനാണ് നാരായണൻനമ്പ്യാർ. പൈതൽനമ്പ്യാർക്കും കല്യാണിയമ്മക്കും ആകെ ആറുമക്കളാണ്. മൂത്തമകനാണ് സേലം ജയിലിൽ പിടഞ്ഞുമരിച്ചത്. അദ്ദേഹത്തിന്റെ സഹോദരൻ ഗോപാലൻ നമ്പ്യാരെ കാണാൻ ഞങ്ങൾ ആലയാട് പ്രദേശത്തെത്തി. ഗോപാലൻ നമ്പ്യാർക്ക് എൺപത്തിരണ്ടു വയസുണ്ടായിരുന്നു. രോഗം വന്ന് ഒരു കാൽനഷ്ടപ്പെട്ട വ്യക്തിയാണ് അദ്ദേഹം. പ്രായത്തിന്റെ അവശതകളുണ്ടെങ്കിലും ഓർമകൾ നശിച്ചിട്ടില്ല. ധീരനും അരോഗദൃഢഗാത്രനുമായ ജ്യേഷ്ഠന്റെ രൂപവും ഭാവവും മനസിൽ മായാതെ കിടപ്പുണ്ടായിരുന്നു. അദ്ദേഹം അഞ്ചാംതരം വരെ പഠിച്ചു. പിന്നെ അച്ഛന്റെകൂടെ കൃഷിപ്പണിയിൽ ഏർപ്പെട്ടു. ജന്മിമാരെക്കൊണ്ട് ശരണംകിട്ടാത്ത കാലമാണത്. വാരവും പാട്ടവും കൊടുക്കാനാണെങ്കിൽ കൃഷിക്കാർ പെടാപ്പാട്പെടണം. വാരം ബാക്കിയായാലുള്ള സ്ഥിതി കർഷകർക്ക് അറിയാം. കുടിയൊഴിപ്പിക്കും. ജന്മിയുടെ ഇഷ്ടംപോലെ നിലം വേറൊരാൾക്ക് ഏൽപ്പിച്ചുകൊടുക്കുകയും ചെയ്യും. പുല്ല് തച്ചാലും വാരം കൊടുക്കും എന്നതായിരുന്നു നില. വീട്ടിലെ കന്നുകാലികളെ വിറ്റും വാരം കൊടുത്തുതീർത്ത അനുഭവങ്ങൾ ഉണ്ടായിട്ടുണ്ടെന്ന് ഗോപാലൻനമ്പ്യാർ പറഞ്ഞു.

സി എച്ച് കണാരന്റെ ഇംഗ്ലീഷ്

തില്ലങ്കേരി പ്രദേശത്തെ കർഷകസമരങ്ങളിൽ സി എച്ച് കണാരന്റെ സജീവസാന്നിധ്യമുണ്ടായിരുന്നു. അദ്ദേഹത്തിന്റെ നേതൃത്വത്തിൽ കോട്ടയം താലൂക്കിൽ അന്ന് 'സ്വതന്ത്രചിന്താസമാജം' എന്ന പേരിൽ ഒരു സംഘടന രൂപംകൊണ്ടിരുന്നു. തില്ലങ്കേരിയിൽ അദ്ദേഹം ആദ്യം ഇടപെടുന്നത് ഒരു കോൽക്കാരൻ പ്രശ്നത്തിലാണ്. റേഷൻഷാപ്പ് നിലവിൽ വന്ന കാലമാണത്. കർഷകരിൽനിന്ന് മിച്ചനെല്ല് ലെവിയായി സർക്കാരിലേക്ക് അളന്ന് കൊടുക്കണമായിരുന്നു. ഇതിനുവേണ്ടിയാണ് കോൽക്കാരനെ നിയോഗിച്ചത്. എന്നാൽ ആ കോൽക്കാരൻ കൈക്കൂലിക്കാരനും സ്ത്രീലമ്പടനുമായിരുന്നു. സുന്ദരികളായ സ്ത്രീകളുള്ള കുടുംബത്തിന് അയാൾ ഇളവ് അനുവദിക്കും. അയാൾക്ക് എതിരെ കർഷക

സംഘം പ്രതിഷേധശബ്ദമുയർത്തി. മേനിനോക്കി 'മേനി'നിശ്ചയിക്കുന്ന കോൽക്കാരനെതിരെ സബ്കളക്ടർക്കും പരാതി നൽകി. സബ്കളക്ടർ പരാതി അന്വേഷിക്കാൻ എത്തി. ആ സമയത്താണ് സി എച്ച് കണാരൻ രംഗത്ത് എത്തിയത്. ഇംഗ്ലീഷ് അറിയുന്ന കളക്ടറോട് സി എച്ച് കണാരൻ നല്ല ഇംഗ്ലീഷിൽ സംസാരിച്ചു. കോൽക്കാരന്റെ അനീതികൾ അക്കമിട്ട് നിരത്തി. കളക്ടർക്ക് സി എച്ച് കണാരനോട് ആദരവും ബഹുമാനവും തോന്നിയത്രെ. ഉടനെ കോൽക്കാരനെ ശിക്ഷിക്കുകയും ചെയ്തു.

തില്ലങ്കേരിയിലെ ക്ഷേത്രപ്രവേശനം

സി എച്ച് കണാരന്റെ വരവോടെ തില്ലങ്കേരി പ്രദേശത്ത് അയിത്തത്തിനും അന്ധവിശ്വാസങ്ങൾക്കുമെതിരെ പ്രക്ഷോഭസമരങ്ങൾ ഉയർന്നുവന്നു. തിരുവിതാംകൂറിൽ ക്ഷേത്രപ്രവേശനവിളംബരം പുറപ്പെടുവിച്ച സന്ദർഭമാണത്. സി എച്ചിന്റെ വലംകൈ എന്നനിലയിൽ സി അനന്തൻമാസ്റ്റർ ജനനേതാവായി വളർന്നു കഴിഞ്ഞിരുന്നു. ക്ഷേത്രത്തിൽ പ്രവേശിക്കാൻ അവർണസമുദായക്കാർക്കും അനുമതി ലഭിക്കണമെന്ന് അദ്ദേഹം വാദിച്ചു. സ്വന്തം നാട്ടിൽ ഇത് പ്രയോഗത്തിൽ വരുത്താൻ അനന്തൻമാസ്റ്റർ ശ്രമിച്ചു. തില്ലങ്കേരിയിലെ ക്ഷേത്രക്കുളത്തിൽ ഒരുദിവസം കുറെ കുട്ടികളെയും കൂട്ടി അദ്ദേഹം ചെന്നു. എല്ലാവരും ക്ഷേത്രക്കുളത്തിൽ നീന്തിക്കുളിച്ചു. തുടർന്ന് എല്ലാവരും ക്ഷേത്രത്തിനുള്ളിൽ അയിത്തക്കാർക്ക് ചെല്ലാൻ പാടില്ലാത്ത സ്ഥലത്ത് കയറിച്ചെന്ന് തൊഴുതു. സവർണവിഭാഗത്തെ ഞെട്ടിച്ച സംഭവമാണിതെന്ന് ഗോപാലൻനമ്പ്യാർ അനുസ്മരിച്ചു.

ഭാര്യയുടെ കെട്ടുതാലിയുംകൊണ്ട് ചെല്ലുന്നു

പട്ടിണിക്കാർക്ക് ഒരു പിടി നെല്ലെങ്ങനെ കൊടുക്കാം എന്നാണ് അനന്തൻമാസ്റ്ററും പ്രവർത്തകരും ചിന്തിച്ചത്. നാട്ടിലാകെ കരിഞ്ചന്തയും പൂഴ്ത്തിവെയ്പ്പും നടക്കുന്നു. റേഷൻ ഷോപ്പിലാണെങ്കിൽ വേവാത്ത ചോളമാണ്. 1948 വിഷുക്കാലം അടുത്തെത്തിയിരുന്നു. ഈ വിഷുവിനെങ്കിലും ജനങ്ങളെ പട്ടിണിക്കിടരുതെന്ന് മാസ്റ്റർ തീരുമാനിച്ചു. ഇതിനിടയിൽ ശിവപുരത്തുവെച്ച് നെല്ലുപിടുത്തം നടക്കുന്നുണ്ട്. കോട്ടയം കോവിലകത്തേക്ക് കാളവണ്ടിയിൽ കൊണ്ടുപോവുകയായിരുന്ന നെല്ല് കർഷകസംഘം തടയുകയായിരുന്നു. ഇതിന്റെ പേരിലും പൊലീസ് നാട്ടിലിറങ്ങി. ആ സന്ദർഭത്തിലാണ് അനന്തൻമാസ്റ്ററുടെ നേതൃത്വത്തിൽ തില്ലങ്കേരി കുന്നിൽ പ്രവർത്തകരുടെ യോഗം ചേർന്നത്. പട്ടിണി കിടക്കുന്നവർക്കുവേണ്ടി നെല്ലെടുത്ത് വിതരണം ചെയ്യാൻ ആ യോഗം തീരുമാനമെടുത്തു. 1948 ഏപ്രിൽ 13 ന്റെ പ്രഭാതത്തിൽ അനന്തൻമാസ്റ്ററുടെ നേതൃത്വത്തിലുള്ള കർഷകഭടന്മാർ ഒരുങ്ങിയിറങ്ങി. നെല്ല് വിതരണം ചെയ്യുന്ന വാർത്ത ജനങ്ങളെ അറിയിച്ചിരുന്നു. കേട്ടവർ കേട്ടവർ കൊട്ടയും വട്ടി

യുമായി എത്തിച്ചേർന്നു. അവരെയെല്ലാം കൂട്ടിക്കൊണ്ടാണ് ശങ്കരൻകണ്ടി ജന്മിയുടെ തറവാട്ടിലേക്ക് കയറിച്ചെന്നത്.

നെല്ല് വെറുതെ വാങ്ങരുതെന്ന് കർഷകസംഘം നിശ്ചയിച്ചിരുന്നു. അതിന് ന്യായവില നൽകണം. വില താനുണ്ടാക്കിക്കൊള്ളാമെന്ന് അനന്തൻമാസ്റ്റർ ഏറ്റുവത്രെ. അദ്ദേഹത്തിന്റെ കൈവശം പണമുണ്ടായിരുന്നില്ല. ഭാര്യ നാണിയുടെ കഴുത്തിലെ കെട്ടുതാലി മാത്രമാണുണ്ടായിരുന്നത്. ഭർത്താവിന്റെ വിഷമംകണ്ട് ഭാര്യ അത് അഴിച്ചുനൽകുകയായിരുന്നു. അനന്തൻമാസ്റ്റർ അത് വാങ്ങുമ്പോൾ വികാരാധീനനായിപ്പോയത്രേ. ആ കെട്ടുതാലി സ്വന്തം കീശയിലിട്ടുകൊണ്ടാണ് അദ്ദേഹം ജന്മിയുടെ വീട്ടിലെത്തിയത്. നെല്ലിനുള്ള ന്യായവിലയായി ആ കെട്ടുതാലി അദ്ദേഹം കീശയിൽ നിന്നെടുത്ത് നീട്ടി. ജന്മിയും അമ്പരന്നിരിക്കണം. ജന്മി അത് വാങ്ങിയില്ല. കൂടെ വന്നവരെല്ലാം നെല്ലുകിട്ടാതെ മടങ്ങുന്നവരായിരുന്നില്ല. നിർബന്ധിതനായ ജന്മി ഒടുവിൽ വഴങ്ങി. വന്നുചേർന്നവർക്കെല്ലാം മൂന്നിടങ്ങഴി നെല്ലുവീതം അളന്നു കൊടുത്തു. നെല്ലു കിട്ടാത്തവർ ഇനിയുമുണ്ടായിരുന്നു. അവരെയുംകൊണ്ട് മറ്റൊരു ജന്മിയായ പുല്ലാട്ട് തറവാട്ടിലേക്ക് ചെന്നു. ശേഷിച്ചവർക്ക് അവിടത്തെ നെല്ലെടുത്ത് വിതരണം നടത്തി.

പൊലീസിറങ്ങുന്നു

തില്ലങ്കേരിയിലെ പട്ടിണിപ്പാവങ്ങൾ വിഷു ആഘോഷത്തിന് വട്ടം കൂട്ടുകയായിരുന്നു. കർഷകനേതാക്കൾ നൽകിയ നെല്ല് പുഴുങ്ങിയുണക്കി കുത്തി അരിയാക്കി. കൊന്നപ്പൂക്കളും കുലമാങ്ങകളും ഇല്ലെങ്കിലും തില്ലങ്കേരിയിലെ കുടിലുകളിൽ വിഷുപക്ഷികൾ പാടാനെത്തി. പക്ഷേ, എല്ലാം ക്ഷണികമായിരുന്നു. നെല്ലെടുത്ത് വിതരണം ചെയ്ത വാർത്ത മേലധികാരികൾ അറിഞ്ഞു. നാട്ടിലെ മറ്റൊരു ജന്മിയായ ചെമ്പുംകീഴിടം ക്ഷോഭിച്ചുവശായി. ഒരുപക്ഷേ, തന്റെ വീട്ടിലേക്കും കർഷകർ കയറി വരുമെന്ന് അദ്ദേഹം കണക്കുകൂട്ടി. അതനുവദിക്കരുത്. അദ്ദേഹം ഗുണ്ടകളെയും പൊലീസിനെയും അണിനിരത്തി. അനന്തൻമാസ്റ്ററെ വകവരുത്താനുള്ള ഗൂഢാലോചനയാണ് അദ്ദേഹത്തിന്റെ നേതൃത്വത്തിൽ നടന്നത്. പൊലീസും ഗുണ്ടകളും അനന്തന്റെ വീട്ടിലെത്തി. അനന്തനെ കിട്ടാത്തതിലുള്ള ദേഷ്യം വീടിനോടാണ് തീർത്തത്. വീടാകെ അടിച്ചു തകർത്തു. വീട്ടുപകരണങ്ങളെല്ലാം കിണറ്റിലെടുത്തിട്ടു.

അടുത്ത ദിവസം പ്രഭാതത്തിൽ ഈ വാർത്ത കേട്ടുകൊണ്ടാണ് ജനങ്ങൾ ഉണർന്നത്. തങ്ങൾക്കുവേണ്ടി ഒരുപിടി നെല്ല് തന്ന നേതാവിനോട് കാട്ടിയ ഈ പരാക്രമം അവർക്ക് സഹിക്കാൻ കഴിഞ്ഞില്ല. വിവരമറിഞ്ഞ് അനന്തൻമാസ്റ്ററും ഓടിയെത്തി. എല്ലാവരും രോഷാകുലരായിത്തീർന്നു. വീട് തകർത്തവരെ വെറുതെ വിട്ടുകൂടെന്ന് ആളുകൾ വിളിച്ചുപറഞ്ഞു. തില്ലങ്കേരിയിലെ പട്ടിണിക്കാരുടെ വികാരങ്ങൾ അലകടലായി

ഇളകിമറിയുകയായിരുന്നു. അവരെയുംകൊണ്ടാണ് അനന്തൻമാസ്റ്ററും സഖാക്കളും പ്രതിഷേധജാഥ നടത്തിയത്. അന്തരീക്ഷം ഭേദിക്കുന്ന മുദ്രാവാക്യങ്ങളുമായി പൊരിവെയിലത്ത് ആ ജനക്കൂട്ടം മുന്നോട്ട് നീങ്ങി. ജാഥ ഇടിക്കുണ്ട് വയലിലെത്തിയതേയുള്ളൂ. സമീപത്തെ തോട്ടിനുള്ളിൽ എം എസ് പിക്കാർ മറഞ്ഞിരിക്കുകയായിരുന്നു. അനന്തൻമാസ്റ്ററെ കണ്ടതും അവർ വെടിവെക്കാൻ തുടങ്ങി. പെട്ടെന്ന് വെടിയുതിർന്നപ്പോൾ ആർത്തലപ്പും നിലവിളിയും മുദ്രാവാക്യങ്ങളും കൊണ്ട് അന്തരീക്ഷം മുഖരിതമായി. സി അനന്തൻ, സി ഗോപാലൻ, കുണ്ടാഞ്ചേരി ഗോവിന്ദൻ, പോരുകണ്ടി കൃഷ്ണൻ, വെള്ളുവക്കണ്ടി രാമൻ, നമ്പിടിക്കുന്നുമ്മൽ നാരായണൻ നമ്പ്യാർ, കാറാട്ട് കുഞ്ഞമ്പു എന്നിവർ തൽക്ഷണം രക്തസാക്ഷികളായി.

ജ്യേഷ്ഠനെക്കുറിച്ച് ഗോപാലൻനമ്പ്യാർ വീണ്ടും ഓർമിച്ചു. പ്രതിഷേധപ്രകടനത്തിൽ പങ്കെടുത്തെങ്കിലും വെടിയേൽക്കാതെ രക്ഷപ്പെടുകയായിരുന്നു. അതോടെ ഒളിവിൽ പോയി. പൊലീസാണെങ്കിൽ ദിവസേന വീട്ടിൽക്കയറി ഭീഷണിപ്പെടുത്തും. ഇതു മനസിലാക്കിയ ജ്യേഷ്ഠൻ ഒടുവിൽ കീഴടങ്ങുകയായിരുന്നു. കണ്ണൂർ ജയിലിൽ കുറേക്കാലം റിമാൻഡ് തടവുകാരനായി. പിന്നെ ശിക്ഷിക്കപ്പെട്ട് സേലം ജയിലിലേക്ക് മാറ്റി. 1950 ഫെബ്രുവരി 11 ന് സേലം ജയിലിൽ നടന്ന കൂട്ടക്കുരുതിയിലാണ് ജ്യേഷ്ഠന്റെ ജീവൻ നഷ്ടപ്പെട്ടത്. അന്ന് ഗോപാലൻ നമ്പ്യാർക്ക് 18 വയസാണ്. സേലം ജയിലിൽനിന്ന് ഒരു ചുവന്ന കടലാസ് വന്നിരുന്നു. ജ്യേഷ്ഠനെപ്പോലെ ഗോപാലൻ നമ്പ്യാരും കൃഷിപ്പണിയെടുത്താണ് കഴിഞ്ഞുകൂടിയത്. പാർവതിയാണ് അദ്ദേഹത്തിന്റെ ഭാര്യ. മോഹനൻ, ശശിധരൻ, ഗംഗാധരൻ, അനിത, രജിത എന്നിവർ മക്കൾ.

പിതാവിന്റെ ധീരത

ഞങ്ങൾ പുല്ലാഞ്ഞിയോടൻ ഗോവിന്ദൻനമ്പ്യാരുടെ മകൾ മാധവിയുടെയും അമ്പാടി ആശാരിയുടെ മകൾ മാധവിയുടെയും വീടുകൾ സന്ദർശിച്ചു. ഗോവിന്ദൻനമ്പ്യാരും അനുജനും ഒന്നിച്ചാണ് സമരത്തിൽ പങ്കെടുത്തത്. ഒന്നിച്ച് ശിക്ഷിക്കപ്പെട്ട് സേലം ജയിലിലെത്തി. ഒന്നിച്ചുതന്നെ രക്തസാക്ഷിത്വവും വരിച്ചു. ഒരുവീട്ടിലെ രണ്ടുപേർ ഒരേസമയം രക്തസാക്ഷികളായ ചരിത്രം തില്ലങ്കേരിക്ക് മാത്രം അവകാശപ്പെടാനുള്ളതാണ്. ഗോവിന്ദൻനമ്പ്യാരുടെ മകൾ മാധവി പിതാവ് മരിക്കുമ്പോൾ മൂന്നാംതരത്തിൽ പഠിക്കുകയായിരുന്നു. തില്ലങ്കേരി വെടിവെപ്പിൽനിന്നും രക്ഷപ്പെട്ട് അച്ഛനും, ഇളയച്ഛനും ഒളിവിൽ പോയി. പൊലീസ് എപ്പോഴും വീട്ടിൽവരും. അച്ഛനെ എവിടെ ഒളിപ്പിച്ചിരിക്കുന്നു എന്ന് ചോദിക്കും. ഞങ്ങളാകെ പേടിച്ചു വിറച്ച നാളുകളാണത്. ഒളിവിൽപ്പോയ അച്ഛൻ ഏതെങ്കിലും രാത്രിയിൽ വീട്ടിൽവരും. കീഴടങ്ങുന്നതിന്റെ തലേദിവസം

രാത്രിയിലും വന്നു. അമ്മ അച്ഛനുവേണ്ടി കുമ്പളങ്ങപ്രഥമൻ ഉണ്ടാക്കി വെച്ചിരുന്നു. അച്ഛനിഷ്ടപ്പെട്ട വിഭവമാണ് കുമ്പളങ്ങപ്രഥമൻ. രാത്രി ഏറെ വൈകിയിരുന്നു. പ്രഥമൻ കുടിക്കുന്നതിനിടയിൽ അച്ഛൻ പറഞ്ഞു: "നാളെ ഹാജരാവുകയല്ലേ? പിന്നീട് പ്രഥമൻ കുടിക്കാൻ കഴിഞ്ഞില്ലെങ്കിലോ?" അമ്മയ്ക്ക് കരച്ചിൽ വന്നിരുന്നു. ഞങ്ങളെയെല്ലാം സമാധാനിപ്പിച്ചിട്ടാണ് അച്ഛൻ ഇറങ്ങിപ്പോയത്. കണ്ണൂരിൽ റിമാൻഡിൽ കഴിയുമ്പോൾ വീട്ടിലുള്ളവർ കാണാൻ പോയിരുന്നു. സേലത്തുനിന്ന് ചുവന്ന കടലാസുവന്നപ്പോഴാണ് അച്ഛന്റെ മരണവിവരം അറിയുന്നത്. മയിലപ്രവൻ ഗോവിന്ദൻനമ്പ്യാരുടെ ഭാര്യയാണ് മാധവി. രാജൻ, സരസ്വതി, ശാന്ത, മനോഹരൻ, പുരുഷോത്തമൻ, വിശ്വനാഥൻ, ശിവദാസ് എന്നിവർ മക്കൾ.

അമ്പാടി ആശാരി

കള്ളപ്പറയും ചെറുനാഴിയുംകൊണ്ട് കർഷകരെ ചൂഷണം ചെയ്തും അടിച്ചൊതുക്കിയും വിറപ്പിച്ച ജന്മിത്തത്തിന്റെ കരാളനീതിയോട് സന്ധിയില്ലാതെ പോരാടിയ സമരഭടനാണ് അമ്പാടി ആശാരി. കുഞ്ഞമ്പു ആശാരിയുടെയും മാതൈ അമ്മയുടെയും മകനാണ്. പ്രാഥമിക വിദ്യാഭ്യാസത്തിനുശേഷം പരമ്പരാഗതവൃത്തിയിലേർപ്പെട്ടു. വച്ചുകാണൽ എന്ന ദുരാചാരം പ്രബലമായിരുന്ന സമയമാണത്. ആശാരിയായതുകൊണ്ട് വർഷംതോറും പുതിയ ഉരലും ഉലക്കയും ഇടങ്ങഴിയും കാഴ്ചവെക്കണമായിരുന്നു. അമ്പാടി ഈ ആചാരം തെറ്റിച്ചു. ഓണം വന്നിട്ടും അവയൊന്നും കാഴ്ചവെച്ചില്ല. പതിവ് തെറ്റിച്ച അമ്പാടിയോട് ജന്മിക്ക് പകയായി. അതുകൊണ്ടുതന്നെ പൊലീസുകാരെക്കൊണ്ട് അമ്പാടിയെ വകവരുത്താൻ ജന്മി ആഗ്രഹിച്ചിരുന്നു. മകൾ മാധവിയുടെ മനസിൽ അച്ഛന്റെ രൂപം ഇപ്പോഴും ഉണ്ട്. നല്ല ഉയരമുള്ള ശരീരമായിരുന്നു. ഏത് കാര്യത്തിനും മുന്നിലുണ്ടാകും. അനന്തൻമാസ്റ്ററുടെ വലംകൈയായിരുന്നു. സേലം ജയിലിൽ വെടിയേറ്റിട്ടും അച്ഛൻ മരിച്ചിരുന്നില്ലത്രെ. അതുകണ്ട ജയിൽ വാർഡർമാർ നെയ്ത്തുമഗ്ഗത്തിന്റെ തടികൊണ്ട് അച്ഛനെ അടിക്കുകയായിരുന്നത്രെ. ചുവന്നകടലാസുവന്നപ്പോഴാണ് മരണ വിവരമറിഞ്ഞത്.

തില്ലങ്കേരി രക്തസാക്ഷികൾ

തില്ലങ്കേരി ഗ്രാമം ഇന്ന് ഏറെ മാറിയിട്ടുണ്ട്. പുരോഗമന വിപ്ലവപ്രസ്ഥാനങ്ങൾക്കെല്ലാം ഇവിടെ നല്ല വേരോട്ടവുമുണ്ട്. ജനജീവിതത്തെ ഗുണപരമായി മാറ്റിപ്പണിയുന്നതിൽ ഈ പ്രസ്ഥാനങ്ങളെല്ലാം സജീവമായി ഇടപെടുന്നു. നാട്ടുചട്ടമ്പികളും പൊലീസും ചേർന്ന് നായാടിയ കറുത്തകാലത്തെ അതിജീവിച്ചുകൊണ്ടാണ് തില്ലങ്കേരി ഗ്രാമം ഉയിർത്തു

വന്നത്. കുടിവെള്ളവും റോഡും വിദ്യാഭ്യാസസൗകര്യങ്ങളും ഉണ്ടാക്കുന്നതിൽ ഗ്രാമപഞ്ചായത്ത് ഫലപ്രദമായി ഇടപെടുന്നു. കീഴടങ്ങാൻ തയാറില്ലാതിരുന്ന പോരാളികളാണ് തില്ലങ്കേരി ഗ്രാമത്തിന്റെ ചരിത്രം രചിച്ചത്. 12 പേർ രക്തസാക്ഷികളായി. നേർക്കുനേരെ നിന്ന് നെഞ്ചിലേക്ക് ഏഴുപേർ വെടിയുണ്ടകൾ ഏറ്റുവാങ്ങി. ഇടിക്കുണ്ട് വയലിൽ ചോരപ്പൂക്കൾ വിടരുകയായിരുന്നു. അഞ്ചുപേരാണ് സേലം ജയിലിൽ പിടഞ്ഞുതീർന്നത്.

6

മെയ് ഒന്നും മുനയൻകുന്നും

മെയ് ദിനത്തിന്റെ, പാരീസ് കമ്യൂണിന്റെ
സ്പെയിനിലെ സർവരാജ്യ ബ്രിഗേഡിന്റെ
ഇവിടെയീ മലനാടിന്റെ, നിങ്ങൾക്കു-
പിറവി നൽകിയ വീര കയ്യൂരിന്റെ
അഭിനിവേശമാ, യാശയാവേശമായ്
അവസാനിക്കാത്ത ധീരേതിഹാസമായ്
ചിതറിവീണു സഖാക്കളേ, നിങ്ങൾ തൻ
ഹൃദയരക്തവും രക്തസാക്ഷിത്വവും...

മെയ് ഒന്ന് ലോകതൊഴിലാളിവർഗദിനം. അധ്വാനിക്കുന്നവരുടെ ആത്മാഭിമാനം ഉണർന്നുനിന്ന സുദിനം. എട്ടുമണിക്കൂർ ജോലി, എട്ടുമണിക്കൂർ വിനോദം, എട്ടുമണിക്കൂർ വിശ്രമം എന്ന മുദ്രാവാക്യം പ്രയോഗത്തിൽകൊണ്ടുവരാൻ തൊഴിലാളികൾ ഒന്നടങ്കം പണിമുടക്കിയ ദിവസമാണിത്. ഉദയംതൊട്ട് അസ്തമയംവരെ പണിയെടുക്കുന്നവർ ഒരു കൊടിക്കീഴിലണിനിരന്ന് മഹാപ്രവാഹമായിത്തീരുമ്പോൾ ഇങ്ങ് കേരളത്തിൽ വടക്കെ മലബാറിലെ മുനയൻകുന്നിൽ ആത്മവിശ്വാസത്തിന്റെയും ആദർശത്തിന്റെയും പിൻബലവുമായി നാൽപ്പത്തിരണ്ടു വീരയോദ്ധാക്കൾ ഒത്തുചേരുകയായിരുന്നു. മെയ്ദിനത്തിന്റെ ആഘോഷത്തെക്കാൾ അത് നൽകുന്ന സന്ദേശമാണ് പ്രധാനമെന്ന് ലെനിൻ ചൂണ്ടിക്കാട്ടുകയുണ്ടായി. മുനയൻകുന്നിന്റെയും സന്ദേശമാണ് ഇവിടെ പ്രസക്തമാവുന്നത്. കുന്ന് എന്ന പ്രകൃതിസങ്കൽപ്പത്തെ മാറ്റിനിർത്തിയാണ് ആ കുന്നിൻചെരിവിലേക്ക് ധീരയോദ്ധാക്കൾ നടന്നു കയറിയത്. മുതലാളിത്തത്തിന്റെ ഹൃദയത്തിൽ ഇടിത്തീയും തൊഴിലാളികളുടെ മനസിൽ പ്രതീക്ഷകളും അങ്കുരിപ്പിച്ചുകൊണ്ട് ലോകത്ത് ഉദയംകൊണ്ട കമ്യൂ

ണിസ്റ്റ് ദർശനം ആ പോരാളികളെ ആവേശംകൊള്ളിച്ചിരുന്നു. പട്ടിണി കിടന്നു വലഞ്ഞവർക്ക് ഇത്തിരി ആഹാരം നൽകുക എന്ന പ്രാഥമിക കടമ ഏറ്റെടുത്തവരായിരുന്നു. അവരിൽ ഭൂരിഭാഗവും. കോറോത്തുള്ള വരും കോറോം നെല്ലെടുപ്പ് സമരത്തിൽ പങ്കെടുത്തവരുമാണ്. മന്ദഹ സിച്ചുകൊണ്ട് തൂക്കിലേറിയ കയ്യൂരിലെ പോരാളികളുടെ ഓർമകൾ അവ രുടെ സിരകളിൽ പടരുന്നുണ്ടായിരുന്നു.

മനോഹരമായ കുന്നിൻപ്രദേശം

കണ്ണൂർ ജില്ലയിലെ ചെറുപുഴയിൽനിന്ന് മൂന്നു കിലോമീറ്ററോളം ദൂരത്തിലാണ് മുനയൻകുന്ന് നിലകൊള്ളുന്നത്. കാസർഗോഡ് ജില്ലയുടെ ഭാഗമായ ഈസ്റ്റ് എളേരി പഞ്ചായത്തിലാണ് ആ കുന്ന്. പണ്ടത് തെക്കൻ കർണാടകത്തിന്റെ ഭാഗമായിരുന്നു. താഴ്വാരത്തിൽ തെല്ലകലത്തായി പുഴയൊഴുകുന്നു. കുരുമുളക് വള്ളികൾ പടർന്നു നിൽക്കുന്നതാണ് കുന്നിൻചെരിവ്. മുരിക്കുമരങ്ങളിലാണ് വള്ളികൾ ചുറ്റിപ്പിണഞ്ഞുകിട ക്കുന്നത്. മരങ്ങളും ഇടതൂർന്നു നിൽക്കുന്നു. ആ കുന്നിൻചെരിവിൽ പുനം കൃഷി നടത്തുമായിരുന്നു. വള്ളിപ്പറമ്പുകളിൽ കാവൽമാടങ്ങളു ണ്ടായിരുന്നു. അങ്ങിങ്ങായി ഏതാനും കുടിലുകളും കാണുമായിരുന്നു. കുടിലുകളെന്നു പറഞ്ഞാൽ ഓടയും മുളയും കായൽച്ചപ്പുംകൊണ്ട് നിർമിച്ചത്. അത്തരമൊരു കുടിലിലാണ് ചെഞ്ചേരിയൻ കൃഷ്ണൻനാ യർ താമസിപ്പിച്ചിരുന്നത്. അദ്ദേഹം പുനംകൃഷിനടത്തി കിട്ടുന്ന നെല്ല് സൂക്ഷിച്ചതും ആ കുടിലിലാണ്. അദ്ദേഹത്തിന്റെ വേലക്കാരി ഉമ്പിച്ചിയും ഭർത്താവ് രാമനും അവിടെത്തന്നെയാണ് കഴിഞ്ഞുകൂടിയത്. കർഷക പോരാളികൾക്ക് ഒത്തുകൂടാൻപറ്റിയ ഇടം എന്ന നിലയിലാണ് ആ കുടിൽ കണ്ടെത്തിയത്. പി കൃഷ്ണപിള്ളയുടെ രാഷ്ട്രീയസ്വഭാവം കാത്തുസൂ ക്ഷിച്ചിരുന്ന കുഞ്ഞാപ്പുമാസ്റ്ററാണ് ആ കുടിൽ കണ്ടുപിടിച്ചത്. സ്ഥലം തെക്കൻ കർണാടകത്തിലായതുകൊണ്ട് മലബാർപൊലീസ് എത്താനി ടയില്ലെന്ന് നേതാക്കൾ കണക്കുകൂട്ടി. വല്ല സംശയവും ഉണ്ടാ യാൽത്തന്നെ പുഴനീന്തി രക്ഷപ്പെടാനും കഴിയുമായിരുന്നു. കുഞ്ഞാപ്പു മാസ്റ്ററും കണ്ണൻനായരും ആദ്യംതന്നെ അവിടെ എത്തിച്ചേർന്നു. സുര ക്ഷിതത്വം ഉറപ്പാക്കിയശേഷം മറ്റുള്ളവരും ഓരോരുത്തരായി വന്നെത്തി. പയ്യന്നൂർ ഫർക്കയിൽ കോറോത്ത് രൂപീകരിച്ച വിപ്ലവഗ്രൂപ്പിന്റെ തുടർച്ച യായി രൂപംകൊണ്ട ഗറില്ലഗ്രൂപ്പ് പോരാളികളാണ് മുനയൻകുന്നിൽ ഒത്തുചേർന്നത്.

നെല്ലെടുപ്പ് തുടരുന്നു

1948 ഏപ്രിൽ 11 ന്റെ പ്രഭാതത്തിലാണ് കോറോം നെല്ലെടുപ്പ് നട ന്നത്. തുടർന്ന് അറസ്റ്റും വെടിവെപ്പും ബി പൊക്കന്റെ രക്തസാക്ഷിത്വ വുമുണ്ടായതോടെ പ്രവർത്തകരെല്ലാം ഒളിവിൽ പോവുകയായിരുന്നു. പൊലീസ് ഭീകരതയിൽ നാട് നടുങ്ങിവിറച്ചു. കോറോത്തിന്റെ കിഴക്കൻ

പ്രദേശമായ ആലപ്പടമ്പിലും നെല്ലെടുപ്പിനുള്ള ഒരുക്കം നടക്കുന്നുണ്ടായിരുന്നു. കോറോം നെല്ലെടുത്തതിന്റെ മൂന്നാംദിവസം 1948 ഏപ്രിൽ 15 ന് ആലപ്പടമ്പിലെ നാരായണൻ നമ്പീശന്റെയും ശ്രീധരൻ നമ്പീശന്റെയും മഠത്തിൽനിന്നും നെല്ലെടുത്ത് വിതരണം ചെയ്തു. ന്യായവില നൽകിയെങ്കിലും ജന്മി പണം വാങ്ങിയില്ല. പകരം നെല്ലെടുത്തവർക്കെതിരെ കേസ് കൊടുത്തു. സി കെ കുഞ്ഞിരാമൻ, കുന്നുമ്മൽ രാമൻ, എ വി ചാത്തു തുടങ്ങിയ നേതാക്കളാണ് ആലപ്പടമ്പ് നെല്ലെടുപ്പിന് നേതൃത്വം വഹിച്ചത്. കരിവെള്ളൂരിൽ അന്ന് പൊലീസ് ക്യാമ്പുണ്ടായിരുന്നു. നെല്ലെടുപ്പ് വാർത്തയറിഞ്ഞ് പൊലീസ് കുതിച്ചെത്തി. കണ്ണിൽക്കണ്ട വീടുകളെല്ലാം അടിച്ചുതകർത്തു. വീട്ടുപകരണങ്ങൾ കിണറ്റിലിട്ടു. വിളവുകളെല്ലാം നശിപ്പിച്ചു. ആലപ്പടമ്പിൽ പൊലീസ് നരനായാട്ടുതന്നെ നടത്തി. പതിനെട്ടുപേരെ പ്രതികളാക്കി നെല്ലെടുപ്പ് കേസ് ചാർജ് ചെയ്തു..

ആലപ്പടമ്പിലെ നെല്ലെടുപ്പിനുശേഷം പ്രാപ്പൊയിൽ ചിറ്റാരിയിൽ നെല്ലെടുപ്പുണ്ടായി. കോറോം സമരത്തെത്തുടർന്ന് ഒളിവിൽപ്പോയ പാപ്പിനിശ്ശേരി കൃഷ്ണൻനായർ, പാപ്പിനിശ്ശേരി കേളുനമ്പ്യാർ, മൊടത്തറ ഗോവിന്ദൻനായർ, പാപ്പിനിശ്ശേരി ചിണ്ടൻനായർ, യു കുഞ്ഞപ്പൻ, എം പി കുമാരൻ, ചെരളൻ നാരായണൻ, വണ്ണത്താൻ കേളു തുടങ്ങിയവരുടെ നേതൃത്വത്തിൽ ഇരുപതിലേറെപ്പേർ പ്രാപ്പൊയിൽ നെല്ലെടുപ്പിൽ പങ്കുകൊണ്ടു. വിളക്കുവട്ടം എന്ന സ്ഥലത്തുവച്ച് നെല്ല് വിതരണം നടത്തി. ഇതിന്റെ പേരിലും ഇരുപത്തൊന്നുപേരെ പ്രതിചേർത്ത് കേസ് ചാർജ് ചെയ്തു.

വീട് കൊള്ള ചെയ്തെന്നപേരിൽ വേറെയും കുറ്റം പ്രതികളുടെ മേൽ ചുമത്തിയിരുന്നു.

വേങ്ങയിൽ നായനാരുടെ കുറ്റൂർ മഠത്തിൽ കയറിച്ചെന്ന് നെല്ലെടുത്ത് വിതരണം നടത്തിയതും ഇക്കാലത്തുതന്നെ. അതായത് 1948 ഏപ്രിൽ 19 ന്. എരമത്തുള്ള വേങ്ങയിൽ നായനാരുടെ ചിറ്റാരിയിലും അന്നുതന്നെ നെല്ലെടുപ്പുണ്ടായി. കെ എ ചിണ്ടൻപൊതുവാൾ, കെ അബ്ദുൾഖാദർ, മൊടത്തറ ഗോവിന്ദൻ നമ്പ്യാർ, സി പി നാരായണൻ, വി വി കണ്ണൻ, തോട്ടത്തിൽ കുഞ്ഞമ്പു തുടങ്ങിയവർ കുറ്റൂർമഠത്തിലെ സമരത്തിന് നേതൃത്വം വഹിച്ചു. വേങ്ങയിൽ നായനാർ വീരവാദം മുഴക്കിയിരുന്നത്രെ. തന്റെ മതിലുകടന്ന് നെല്ലെടുക്കാൻ കമ്യൂണിസ്റ്റുകാർക്ക് ധൈര്യമുണ്ടോ എന്നാണ് വേങ്ങയിൽ നായനാർ ചോദിച്ചത്. ഈ വെല്ലുവിളി ഏറ്റെടുത്തുകൊണ്ടാണ് വേങ്ങയിൽ നായനാരുടെ മഠത്തിൽ ചെന്ന് നെല്ലെടുത്ത് വിതരണം നടത്തിയത്.

നെല്ലെടുപ്പും വിതരണവും ഒരു പ്രക്രിയയായി പയ്യന്നൂർ ഫർക്കയിലെ പോരാളികൾ സ്വീകരിക്കുകയായിരുന്നു. കൽക്കത്താസമ്മേളനം കഴിഞ്ഞ് തിരിച്ചെത്തിയ കുഞ്ഞിക്കണ്ണൻ മാസ്റ്ററും കമ്യൂണിസ്റ്റ് പാർട്ടി

നേതാവ് കെ സി കുഞ്ഞാപ്പുമാസ്റ്ററുമാണ് ഈ സാഹസവൃത്തിക്ക് പ്രചോദനമേകിയത്. കോറോത്ത് 1948 ഏപ്രിൽ പത്തിനു രൂപംകൊണ്ട വിപ്ലവ ഗ്രൂപ്പ് വിപുലപ്പെട്ട് വരികയായിരുന്നു. നെല്ലുണ്ടെങ്കിൽ എലി കോറോത്തുനിന്നും വരും എന്ന പഴഞ്ചൊല്ലുണ്ടായത് അക്കാലത്താണ്. സ്വതന്ത്രഇന്ത്യയിൽ മലബാറിൽ ആദ്യത്തെ നെല്ലെടുപ്പുണ്ടായത് പയ്യന്നൂർ ഫർക്കയിലാണ്. തുടർന്ന് ഇരിക്കൂർ ഫർക്കയിലും നെല്ലെടുപ്പ് നടന്നു. വിശപ്പ് എന്ന അടിസ്ഥാന ജീവൽപ്രശ്നത്തിന് പരിഹാരം കണ്ടെത്തുകയെന്ന കമ്യൂണിസ്റ്റ്ദൗത്യമാണ് കോറോത്തും ആലപ്പടമ്പിലും പ്രാപ്പൊയിയിലും കുറ്റൂരിലും ഇരിക്കൂറിലും നടന്ന നെല്ലെടുപ്പിലൂടെ നിർവഹിക്കപ്പെട്ടത്. പത്രങ്ങൾ ഈ നെല്ലെടുപ്പിനെ അപഹസിക്കുകയും ആക്ഷേപിക്കുകയും ചെയ്തിരുന്നു. ആലപ്പടമ്പിലെ നെല്ലെടുപ്പിനുശേഷം വന്ന ഒരു വാർത്ത അവിടത്തെ സ്ത്രീകളെ അപമാനിച്ചു എന്ന തരത്തിലായിരുന്നത്രെ.

വൈപ്പിരിയത്ത് സുപ്രധാനയോഗം

ഏപ്രിൽ 10 ന് കോറോത്തു തുടങ്ങിയ നെല്ലെടുപ്പ് പ്രവർത്തനം പത്തുദിവസത്തോളം നീണ്ടുനിന്നു. ഈ ദിവസം കൊണ്ടുതന്നെ നാട് പോലീസിന്റെ പിടിയിലായിത്തീർന്നിരുന്നു. എം എസ് പിക്കാർ ഗുണ്ടകളുടെ സഹായത്തോടെ നാട് അരിച്ചുപെറുക്കി. കൽക്കത്താ തീരുമാനം നടപ്പിലാക്കാൻ ശ്രമിക്കുന്നു എന്ന തരത്തിലാണ് പൊലീസ് പ്രശ്നത്തെ നോക്കിക്കണ്ടത്. അതുകൊണ്ടുതന്നെ എന്തുവിലകൊടുത്തും വിപ്ലവഗ്രൂപ്പിനെ തകർത്തെറിയണമെന്ന് പൊലീസ് ദൃഢനിശ്ചയമെടുത്തിരുന്നു. നാട്ടിലെ സൈ്വര്യജീവിതം അപകടത്തിലായതോടെ കമ്യൂണിസ്റ്റുനേതാക്കളും ജാഗരൂകരായി. മർദനവും അക്രമവും കള്ളക്കേസും ഇങ്ങനെ തുടർന്നാൽ പ്രസ്ഥാനത്തിനുപോലും നിലനിൽപ്പില്ലാതാവുമെന്ന് നേതാക്കൾ കണക്കുകൂട്ടി. അങ്ങനെയാണ് ഗറില്ലാമാതൃകയിൽ ചെറുത്തുനിൽപ്പിനെക്കുറിച്ച് ആലോചിച്ചത്. കാങ്കോൽ വില്ലേജിലെ വൈപ്പിരിയം എന്ന പ്രദേശത്തുള്ള പാറപ്പുറത്ത് രഹസ്യയോഗം വിളിച്ചുചേർത്തത് ഈ പശ്ചാത്തലത്തിലാണ്. 1948 ഏപ്രിൽ 21 ന് അർധരാത്രിയിലാണ് ആ യോഗം ചേർന്നത്. പി കണ്ണൻനായരും കുഞ്ഞാപ്പുമാസ്റ്ററും പ്രസംഗിച്ചു. നാട്ടിൽ ജീവിക്കാനാവാത്ത അവസ്ഥ വന്നു ചേർന്നിരിക്കുന്നു. വീടുകളും വീട്ടുപകരണങ്ങളുമെല്ലാം നശിപ്പിക്കപ്പെട്ടിരിക്കുകയാണ്. ഇത് തുടരാൻ അനുവദിച്ചുകൂടാ. ഈ പൊലീസ് ഭീകരത ചെറുത്തുതോൽപ്പിക്കണം. അതിനു വേണ്ട ആയുധം സംഭരിക്കണം. പരിശീലനവും നേടണം. ഇതിനുപറ്റിയ സ്ഥലത്തെക്കുറിച്ചാണ് പിന്നീടാലോചന നടന്നത്. കുഞ്ഞാപ്പുമാസ്റ്റർ മുനയൻകുന്ന് പ്രദേശം കണ്ടുവച്ചിട്ടുണ്ടായിരുന്നു. അന്ന് യോഗത്തിനെത്തിയവരെ നാലുഗ്രൂപ്പായി തിരിച്ചു. ഓരോഗ്രൂപ്പും

മുനയൻ കുന്നിൽ എത്തേണ്ടതെങ്ങനെയെന്ന് വിശദീകരിച്ചുകൊടുത്തു. നാടിനും ജനതയ്ക്കുംവേണ്ടി ജീവൻ ബലിയർപ്പിക്കുമെന്ന പ്രതിജ്ഞ യോടെ യോഗം അവസാനിപ്പിച്ചു.

കുന്നുമ്മൽ ശ്രീദേവി അനുഭവിച്ച പീഡനം

ആലപ്പടമ്പിലെ പൊലീസ് അതിക്രമത്തിൽ ഏറ്റവും കൂടുതൽ പീഡനമനുഭവിച്ച വനിതയാണ് ശ്രീദേവി. ആലപ്പടമ്പിലെ കൃഷ്ണൻ വൈദ്യരുടെയും കുന്നുമ്മൽ പാട്ടിയമ്മയുടെയും മകളായിരുന്നു. പതി നാലാം വയസിൽ വിവാഹം നടന്നു. കരിവെള്ളൂർസമരസേനാനി പയ ങ്ങപ്പാടൻ കുഞ്ഞിരാമനാണ് വരൻ. 1946 ൽ കരിവെള്ളൂർ സംഭ വത്തെത്തുടർന്ന് പയങ്ങപ്പാടൻ ഒളിവിൽ പോയിരുന്നു. അദ്ദേഹത്തിനെ കിട്ടാത്തതിന്റെ ദേഷ്യം തീർത്തത് ഭാര്യയോടാണ്. ആലപ്പടമ്പ് നെല്ലെ ടുപ്പ് സംഘടിപ്പിച്ചത് അദ്ദേഹത്തിന്റെ നിർദേശപ്രകാരമാണെന്ന് പൊലീസ് വിശ്വസിച്ചിരുന്നു. അതുകൊണ്ടുതന്നെ പൊലീസ് ശ്രീദേവി യുടെ വീട് കൊള്ളയടിച്ചു. വീട്ടുപകരണങ്ങളെല്ലാം നശിപ്പിച്ചു. അസഭ്യ വർഷംകൊണ്ട് സ്ത്രീകളെ പൊറുതിമുട്ടിച്ചു. അവരെ ആലപ്പടമ്പ് എം എസ് പി ക്യാമ്പിൽ പിടിച്ചുകൊണ്ടുപോയി ഉപദ്രവിച്ചു. പൊലീസ് അ ക്രമത്തിൽനിന്നും രക്ഷപ്പെടാൻ ചിലർവച്ച നിർദേശം ഭർത്താവിനെ ഉപേ ക്ഷിക്കുക എന്നതായിരുന്നു. ശ്രീദേവി അതിന് തയാറായില്ല. വീട്ടുകാർ പുതിയൊരു സംബന്ധക്കാരനെ കണ്ടെത്തിയിരുന്നു. അയാളെക്കൊണ്ട് നിർബന്ധിച്ച് പുടവ കൊടുപ്പിച്ചുവെങ്കിലും ശ്രീദേവി തന്റെ ദൃഢനിശ്ച യത്തിലുറച്ചുനിന്നു. അതോടെ അവർ ഒറ്റപ്പെട്ടു. പൊലീസ്ഭീഷണി ഭയന്ന് നാട്ടുകാരും ശ്രീദേവിയെ ഒറ്റപ്പെടുത്തിയിരുന്നു. ഒരുതരം സാമൂഹ്യബ ഹിഷ്കരണം തന്നെ അവർക്ക് നേരിടേണ്ടിവന്നു. പക്ഷേ, എല്ലാം സഹി ച്ചുകൊണ്ട് ആ ധീരവനിത ജീവിച്ചു. മുനയൻ കുന്നിൽവച്ച് രക്ത സാക്ഷിത്വം വരിച്ച കുഞ്ഞിരാമൻ ശ്രീദേവിയുടെ സഹോദരനാണ്.

യാത്ര തുടരുന്നു

വൈപ്പിരിയത്ത് യോഗം ചേർന്ന വിപ്ലവഗ്രൂപ്പുകൾ ലക്ഷ്യസ്ഥാന മായ മുനയൻകുന്നിലേക്ക് നീങ്ങിത്തുടങ്ങി. കാൽനടയാത്രയായിരുന്നു. ആരുടെയും കണ്ണിൽപ്പെടാനും പാടില്ല. ഓരോദിവസവും യാത്രകഴി ഞ്ഞാൽ ഒരു നിശ്ചിതസ്ഥാനത്ത് വിശ്രമിക്കുമായിരുന്നു. കോറോം നെല്ലെ ടുപ്പിൽ പങ്കെടുത്തവർ കാനായി–എരമംവഴി കുറ്റൂരിലെത്തുകയായിരു ന്നു. അവിടെനിന്നും വെള്ളോറ–കക്കറവഴി ചെറുപുഴ ഭാഗത്തേക്ക് നീങ്ങി. വിജനമായ കാട്ടുപ്രദേശത്തൂടെയായിരുന്നു യാത്ര. ഇറക്കവും കയറ്റവും പാറക്കെട്ടുകളുമുള്ള പ്രദേശങ്ങൾ സൂക്ഷ്മതയോടെ മറികടന്ന് മുന

യൻകുന്ന് ലക്ഷ്യംവച്ച് എല്ലാവരും നടന്നു. ചെറുപുഴയിൽ റേഷൻ കട നടത്തിയിരുന്ന ആലപ്പടമ്പുകാരൻ കേളു പാർട്ടിക്കൂറുള്ള ആളായിരുന്നു. അദ്ദേഹത്തിന്റെ റേഷൻകടയിൽനിന്നും ഒരു ചാക്ക് അരിവാങ്ങി അത് ചെറിയ ചുമടുകളാക്കിയാണ് യാത്രതുടർന്നത്. കർണാടക അതിർത്തിയിലെത്തിയപ്പോൾ എല്ലാവർക്കും സമാധാനമായി. ഇനി ഭയപ്പെടാനില്ല. മലബാർ പൊലീസിന്റെ അധികാരപരിധി അവസാനിച്ചു. വൈപ്പിരിയം സമ്മേളനത്തിനുശേഷം മൂന്നുദിവസത്തിനുള്ളിൽത്തന്നെ വിപ്ലവഗ്രൂപ്പിൽ പെട്ടവരെല്ലാം മുനയൻകുന്നിലെത്തിച്ചേർന്നു.

പി. കണ്ണൻനായർ സ്മരിക്കുന്നു:

> മർദനത്തിനെതിരായ ചെറുത്തുനിൽപ്പ് അനിവാര്യമാക്കിയ കാലമാണത്. കിട്ടാവുന്ന ആയുധങ്ങൾ ശേഖരിച്ച് ചെറുത്തുനിൽക്കണം. ഇതിന്റെ ഭാഗമായി പയ്യന്നൂർ ഫർക്കയിലെ നാൽപ്പത്തിരണ്ടു സഖാക്കൾ മുനയൻകുന്നിൽ കേന്ദ്രീകരിച്ചു. മൂന്നുപുറവും കുന്നുകളാൽ വളയപ്പെട്ട ഒരു പ്രദേശത്താണ് ഞങ്ങളെല്ലാം വന്നെത്തിയത്. അവിടേക്ക് പ്രവേശിക്കാൻ ഒറ്റയടിപ്പാത മാത്രമേയുണ്ടായിരുന്നുള്ളൂ. 1948 ഏപ്രിൽ 26ന് വൈകുന്നേരത്തോടെ ആ നാൽപ്പത്തിരണ്ടുപേരും മുനയൻകുന്നിലെത്തിച്ചേർന്നു.

ഇടവരമ്പിലെ പീഡനം

ചെറുപുഴയ്ക്കടുത്താണ് ഇടവരമ്പ് എന്ന പ്രദേശം. അവിടെ സി പി കൃഷ്ണൻനായരെന്ന പാർട്ടിപ്രവർത്തകൻ കുടുംബത്തോടെ കഴിഞ്ഞുവന്നിരുന്നു. അവരുടെ വീട് ഗുണ്ടകൾ തീയിട്ടു നശിപ്പിക്കുകയുണ്ടായി. ചട്ടികലങ്ങളെല്ലാം തച്ചുടച്ചിരുന്നു. കീറത്തുണിപോലും ബാക്കിവെച്ചില്ല. കൃഷ്ണൻനായരെ ക്രൂരമായി മർദിച്ചിരുന്നു. പേടിച്ചുവിറച്ച് അദ്ദേഹവും ഭാര്യയും മകളും കുറ്റിക്കാട്ടിൽ അഭയംതേടി. ഇടവരമ്പ് സംഭവം കുഞ്ഞാപ്പുമാസ്റ്റർ അറിഞ്ഞു. അദ്ദേഹം സഹപ്രവർത്തകരെയുംകൂട്ടി സംഭവസ്ഥലത്തെത്തി. ദയനീയമായിരുന്നു ആ കാഴ്ച. കൃഷ്ണൻനായരും ഭാര്യയും മകളും എവിടെ പോയെന്ന് മാസ്റ്റർ തിരക്കി. അദ്ദേഹം ഉറക്കെ വിളിച്ചു. കുറ്റിക്കാടിന്റെ മറവിൽനിന്നും ശബ്ദം കേട്ടു. ഞങ്ങൾ ഉടുതുണിയില്ലാതെ കഴിയുകയാണെന്ന് കൃഷ്ണൻനായർ വിളിച്ചുപറഞ്ഞു. കുഞ്ഞാപ്പുമാസ്റ്റർ സ്വന്തം മുണ്ടഴിച്ച് എറിഞ്ഞുകൊടുത്തു. സഹപ്രവർത്തകരും വസ്ത്രം നൽകി. ആ വസ്ത്രം ധരിച്ചുകൊണ്ട് കൃഷ്ണൻനായരും കുടുംബവും കുറ്റിക്കാട്ടിൽനിന്നും പുറത്തുകടന്നു. ഇനിയും അവിടെ കഴിയുന്നത് സുരക്ഷിതമല്ലെന്ന് കുഞ്ഞാപ്പുമാസ്റ്റർ പറഞ്ഞു. അവരെ വിശ്വസ്തരായ സഖാക്കളുടെ സംരക്ഷണത്തിൽ പാർപ്പിക്കാൻ

ഏർപ്പാട് ചെയ്തു. ഈ സംഭവം കൂടുതൽ ജാഗ്രതകൈക്കൊള്ളാൻ നേതാക്കളെ പ്രേരിപ്പിച്ചു.

വണ്ണാൻ ചിണ്ടനും സേനയും കുന്ന് കയറി

കൽക്കത്ത സമ്മേളനം കഴിഞ്ഞ് കോറോത്തെ കുഞ്ഞിക്കണ്ണൻമാസ്റ്ററും മറ്റും തിരിച്ചെത്തിയതു മുതൽ നാട് ഉണർന്നെണീക്കുകയായിരുന്നു. ഈ ഉണർവിനെ തടയിടാനുള്ള സർവശ്രമങ്ങളും അധികാരികൾ ചെയ്തു. അക്രമവും ഭീഷണിയും കള്ളക്കേസുമാണ് പ്രധാനം. ഇതിനൊക്കെപുറമെയാണ് കള്ളപ്രചരണങ്ങൾ. കോറോം സമരസേനാനി വണ്ണാൻ ചിണ്ടനെപ്പറ്റി അന്ന് ഇംഗ്ലീഷ് പത്രത്തിൽ വാർത്തവന്നിരുന്നത്രെ. “വണ്ണാൻ ചിണ്ടനും ചുവപ്പുസേനയും കുന്നു കയറി” എന്നാണ് വാർത്ത വന്നത്. ചിണ്ടനെപ്പറ്റി പല അത്ഭുതകഥകളും അക്കാലത്ത് പ്രചരിച്ചിരുന്നു. ആൾമാറാട്ടം നടത്താൻ കഴിയും എന്നാണ് ഒരു കഥ. വണ്ണാൻ ചിണ്ടൻ കോറോം നാട്ടിന്റെ രോമാഞ്ചമായിരുന്നു. ബീഡിത്തൊഴിലാളിയായി ജീവിതം തുടങ്ങിയ അദ്ദേഹം കർഷകസംഘത്തിന്റെയും കമ്യൂണിസ്റ്റുപാർട്ടിയുടെയും സജീവപ്രവർത്തകനായിരുന്നു.

മുനയൻകുന്നിലെ പോരാളികൾ

ഒളിസംഘടന രൂപീകരിക്കാനുള്ള തയാറെടുപ്പാണ് മുനയൻ കുന്നിൽ നടന്നത്. പൊരുതി മരിക്കുന്നതിലുള്ള അഭിമാനം അവിടെ വന്നെത്തിയവരുടെയെല്ലാം മുഖങ്ങളിൽ തെളിഞ്ഞിരുന്നു. നാടിനെ അടിമപ്പെടുത്താനും നശിപ്പിക്കാനും നടത്തുന്ന എല്ലാശ്രമങ്ങളെയും ചെറുത്തു തോൽപ്പിക്കുമെന്നവർ പ്രതിജ്ഞയെടുത്തു. അവർ 42 പേരുണ്ടായിരുന്നു. അന്നത്തെ ഫർക്കാപാർട്ടി സെക്രട്ടറി കണ്ണൻനായർ, കുഞ്ഞാപ്പുമാസ്റ്റർ എന്നിവർ വിപ്ലവഗ്രൂപ്പിന് നേതൃത്വംകൊടുത്തു. വിപ്ലവഗ്രൂപ്പിനെ പത്തുപേർ വീതമുള്ള നാല് സ്ക്വാഡാക്കി തിരിച്ചു. ഓരോ സ്ക്വാഡിനും ഓരോ ലീഡർ. ഭക്ഷണം, അച്ചടക്കം, കാവൽ എന്നിവ ഓരോ ഗ്രൂപ്പിനെ ഏൽപ്പിച്ചിരുന്നു. ജീവിതം നിഷ്ക്രിയമായി, മൂകജന്തുക്കളെപ്പോലെ തള്ളിനീക്കാനുള്ളതല്ല എന്ന ബോധം ആ പോരാളികൾക്കുണ്ടായിരുന്നു. ചിട്ടയോടെ നാലുദിവസം അവർ അവിടെ കഴിഞ്ഞു. ആയുധപ്രയോഗവും മറ്റുയുദ്ധതന്ത്രങ്ങളും അവർ പരിശീലിപ്പിച്ചു. കെ എ ചിണ്ടപൊതുവാൾ, മാവില ചിണ്ടൻ നമ്പ്യാർ എന്നിവരായിരുന്നു പരിശീലകർ. മലബാറിലെ കമ്യൂണിസ്റ്റുപ്രസ്ഥാനത്തെ സംബന്ധിച്ചിടത്തോളം മുനയൻകുന്നിലെ ഒത്തുചേരൽ വളരെ നിർണായകമായിരുന്നു. നാട്ടിലെ സ്വൈര്യജീവിതം തകർക്കുന്ന പൊലീസിനെയും ഗുണ്ടകളെയും ചെറുത്തുതോൽപ്പിച്ച് ജനകീയഭരണം സ്ഥാപിച്ചെടുക്കുകയാണ് മുനയൻകുന്ന് പോരാളികൾ ലക്ഷ്യം വെച്ചത്. ചൈനയിലെയും തെലങ്കാനയിലെയും കർഷകമുന്നേറ്റചരിത്രം അവർക്ക് മാതൃകയായുണ്ടായിരുന്നു.

ഏപ്രിൽ 30 ന്റെ രാത്രി

മുനയൻകുന്ന് വിപ്ലവപ്പോരാളി ഇ വി കുഞ്ഞിക്കണ്ണൻ മാസ്റ്റർ. ഏപ്രിൽ 30 ന്റെ നിർണായക യോഗത്തെക്കുറിച്ച് അനുസ്മരിക്കുന്നു.. അദ്ദേഹത്തിനന്ന് പതിനെട്ടുവയസ് പ്രായമാണ്...

> അടുത്തദിവസം മെയ് ദിനമാണ്. മുനയൻകുന്നിൽവച്ച് മെയ്ദിനം ആചരിക്കണമെന്ന് കണ്ണൻനായർ പറഞ്ഞു. കഴിഞ്ഞ നാലുദിവസത്തെ ക്യാമ്പ് പ്രവർത്തനം അവലോകനം ചെയ്തു. ചിലർ പുഴയിൽച്ചെന്ന് പരസ്യമായി കുളിച്ചിരുന്നു. അവരെ കുഞ്ഞാപ്പുമാസ്റ്റർ ശാസിച്ചു. കുളിക്കുന്നത് വല്ലവരുടെയും കണ്ണിൽപ്പെട്ടിരിക്കാം. അത് അപകടത്തിന് ഇടവരുത്തും. അതുകൊണ്ട് എത്രയും പെട്ടെന്നുതന്നെ ഇവിടം വിടണമെന്ന് അദ്ദേഹം പറഞ്ഞു. കുടക് ഭാഗത്തേക്ക് നീങ്ങുന്നതാണ് നല്ലതെന്നും സൂചിപ്പിച്ചു. അവിടെ ജന്മിമാരുടെ വീടുകളിൽച്ചെന്ന് നെല്ലെടുത്ത് പാവങ്ങൾക്ക് വിതരണം നടത്തണം. ഒരു സമാന്തരസർക്കാർ സംവിധാനമുണ്ടാക്കി പാവങ്ങളെ രക്ഷിക്കുകയാണ് നമ്മുടെ കടമ. അതിനുവേണ്ടി ഓരോരുത്തരും ജീവൻ ബലിയർപ്പിക്കാൻ തയാറാവണം. ആദ്യം കണ്ണൻനായർ പ്രസംഗിച്ചു. പിന്നാലെ കുഞ്ഞാപ്പുമാസ്റ്ററും പ്രസംഗിച്ചു. അദ്ദേഹത്തിന്റെ വാക്കുകൾക്ക് നല്ല ശക്തിയുണ്ടായിരുന്നു. ഞങ്ങളിൽ ആ വാക്കുകൾ ആവേശം ഉണർത്തി.

സുപ്രധാനം യോഗം അവസാനിക്കുമ്പോൾ അർധരാത്രി കഴിഞ്ഞിരുന്നു. ആ വീട്ടിനുള്ളിലും പുറത്തുമായി എല്ലാവരും കിടന്നു. ക്യാമ്പിന്റെ കാവൽച്ചുമതലയുള്ള പനയന്തട്ട കണ്ണൻനമ്പ്യാരും പാപ്പിനിശ്ശേരി കേളുനായരും പറമ്പതിർത്തിയിൽ കാവൽ നിന്നു. ഒറ്റയടിപ്പാതയിലൂടെ വല്ലവരും നടന്നുവരുന്നുണ്ടെങ്കിൽ അവർക്ക് കണ്ടെത്താനാകും. സമയം നീങ്ങിക്കൊണ്ടിരുന്നു. നിനച്ചിരിക്കാതെ മഴപെയ്തു. വീട്ടിന് പുറത്തു കിടന്നവർ അകത്ത് ചെന്നുകിടന്നു. മഴയുള്ളതുകൊണ്ട് കാവൽ വേണ്ടെന്ന് കുഞ്ഞാപ്പുമാസ്റ്റർ പറഞ്ഞു. കണ്ണൻനമ്പ്യാരും കേളുനായരും വീട്ടിന്റെ വരാന്തയിൽ കാവൽനിന്നു. തണുത്ത കാറ്റടിക്കുന്നുണ്ടായിരുന്നു. സ്വാഭാവികമായും കൺപോളകൾക്കെല്ലാം കനം കൂടിവന്നു. ഏതോ നിമിഷത്തിൽ എല്ലാവരും മയങ്ങിപ്പോയി..

തോക്കുകൾ ഗർജിക്കുന്നു

മെയ് ഒന്നിന്റെ പ്രഭാതത്തിലേക്ക് ലോകം പതുക്കെ നീങ്ങുകയായിരുന്നു. മറുവശത്ത് പയ്യന്നൂർ പൊലീസ് സ്റ്റേഷനിൽ തകൃതിയായ ആലോചന നടന്നുകൊണ്ടിരുന്നു. വണ്ണാൻ ചിണ്ടനും സേനയും കുന്നു കയറിയെന്ന വാർത്ത ഗൗരവത്തോടെ ചർച്ചചെയ്തു. വിപ്ലവകാരികളുടെ താവളം കണ്ടെത്താനുള്ള ചാരപ്രവർത്തനം നടന്നുകൊണ്ടിരുന്നു. അപ

രിചിതരായ ചിലർ പുഴയിൽ കുളിക്കുന്നതും കുന്നിൻചരിവിൽ നടക്കുന്നതും മമ്മു എന്ന ആളാണത്രേ കണ്ടത്. അയാൾ പാടിച്ചാലിലെ മലഞ്ചരക്കുകടയിലെ പണിക്കാരനായിരുന്നു. അപരിചിതരെ കണ്ടവിവരം അയാൾ മുതലാളിയെ അറിയിച്ചു. പാരിതോഷികമായി മമ്മുവിന് അപ്പോൾത്തന്നെ ഇരുപത്തഞ്ചുരൂപ മുതലാളി നൽകി. പിന്നീടും സമ്മാനം കിട്ടിയത്രെ. മുതലാളി ഉടനെ പയ്യന്നൂരിലേക്ക് ആളെ അയച്ചു. മുനയൻകുന്നിൽ വിപ്ലവകാരികൾ ക്യാമ്പുചെയ്യുന്ന വാർത്ത കിട്ടിയതോടെ പൊലീസ് ജാഗരൂകരായി. മുന്നൂറോളം ചുവപ്പുസേന മുനയൻകുന്നിൽ താവളമടിച്ചിട്ടുണ്ടെന്നാണത്രെ പൊലീസിനു കിട്ടിയ വാർത്ത. മുന്നൂറോളം തോക്കുകളും അവരുടെ പക്കലുണ്ടെന്നും അറിവായി. അതുകൊണ്ടുതന്നെ പൊലീസ് വൻതയാറെടുപ്പ് നടത്തി. എം എസ് പിക്കാരെയുംകൊണ്ട് പയ്യന്നൂർ സർക്കിൾ ഇൻസ്പെക്ടരും സംഘവും പുറപ്പെട്ടു. ഇരുട്ടിന്റെ മറപറ്റിയാണ് സംഘം നീങ്ങിയത്. വാഹനം ഓടുന്നതുവരെ അതിൽ യാത്രചെയ്തു. പിന്നെ കാൽനട. മുനയൻകുന്നിലേക്ക് വഴികാട്ടാനായി പാടിച്ചാലിൽനിന്ന് വേട്ടുവരെ കൂടെ കൂട്ടിയിരുന്നു. ഒടുവിൽ അർധരാത്രികഴിഞ്ഞപ്പോൾ കുന്നിൻ താഴ്വാരത്തിലെത്തിച്ചേർന്നു. പിന്നീടുള്ള നീക്കം വളരെ കരുതലോടെയായിരുന്നു. ഇഴഞ്ഞിഴഞ്ഞാണ് ആ പറമ്പതിർത്തിയിൽ പൊലീസെത്തിയത്. ആ ഓലക്കുടിലിനടുത്തെത്തിയശേഷം വെടിവെപ്പിനുള്ള ഒരുക്കം നടത്തി. ഇരുട്ട് നിറഞ്ഞുകിടക്കുന്ന കുടിൽ വ്യക്തമായി കാണുമായിരുന്നില്ല. അതുകൊണ്ട് ആദ്യം ലൈറ്റ് വെടിവച്ചു. പൂത്തിരി കത്തിപ്പടരുന്നതുപോലെ നല്ല പ്രകാശം പരന്നു. വെളിച്ചം കണ്ട് കുഞ്ഞാപ്പുമാസ്റ്റർ പിടഞ്ഞെണീറ്റു. സന്ദർഭത്തിന്റെ ഗൗരവം അദ്ദേഹത്തിന് ബോധ്യമായി. കണ്ണൻനായരെയും ചിണ്ടപൊതുവാളെയും അദ്ദേഹം വിളിച്ചു. തോക്കെടുത്ത് ചെറുത്തുനിൽക്കുന്നതിനെക്കുറിച്ചാലോചിക്കുന്നതിനിടയിൽ എം എസ് പി കമാന്ററുടെ കൽപ്പനയുയർന്നു. "ഫയർ!" പിന്നെ തുരുതുരെ തോക്കുകൾ ഗർജിക്കുകയായിരുന്നു.

ആദ്യം കുഞ്ഞാപ്പുമാസ്റ്റർക്ക്

മുനയൻകുന്ന് ക്യാമ്പിന്റെ നിയന്ത്രണം കുഞ്ഞാപ്പുമാസ്റ്റർക്കായിരുന്നു. പി കൃഷ്ണപിള്ളയെപ്പോലെ സദാസമയവും ചടുലതപ്രകടിപ്പിച്ച മാസ്റ്റർക്ക് ഏപ്രിൽ 30 ന്റെ രാത്രിയിൽ ഉറക്കം വന്നില്ല. മുനയൻകുന്നിൽ തങ്ങൾ തമ്പടിച്ച വിവരം പൊലീസ് മണത്തറിഞ്ഞിരിക്കണമെന്നുതന്നെ ആ ദീർഘദർശി കണക്കുകൂട്ടി. മെയ് ഒന്നിന്റെ പ്രഭാതത്തിൽ സ്ഥലം വിടണമെന്ന് തീരുമാനിച്ചത് ഈ കണക്കുകൂട്ടലിന്റെ അടിസ്ഥാനത്തിലാണ്. വണ്ണാൻ ചിണ്ടനും സേനയും കുന്നുകയറിയെന്നവാർത്ത പത്രത്തിൽ വന്നതായി അദ്ദേഹവും രഹസ്യമായി മനസിലാക്കിയിരുന്നു. വേണ്ടിവന്നാൽ തിരിച്ചടിക്കാനുള്ള എല്ലാനിർദേശങ്ങളും അദ്ദേഹം നൽകിയിരുന്നു. കഴിഞ്ഞ നാലുദിവസം ഇവിടെ സുരക്ഷിതമായി കഴിഞ്ഞുകൂ

ടി. ലൈറ്റ് കണ്ട് നിന്ന വരും വെടിയൊച്ച കേട്ടവരും ഭയത്തോടെ കുടിലിനകത്തേക്കോടി. കുഞ്ഞാപ്പുമാസ്റ്റർ ജാഗ്രതകൈക്കൊള്ളാൻ നിർദേശിച്ചു. ആയുധവുമായി മാസ്റ്ററും ചിണ്ടപ്പൊതുവാളും പുറത്തേക്കിറങ്ങി. മുനയൻകുന്നിൽവച്ച് കാലിന് വെടിയേറ്റ പാവൂർ കണ്ണൻ ഒരു അഭിമുഖത്തിൽ പറഞ്ഞത് ആദ്യം വെടിയേറ്റത് കുഞ്ഞാപ്പുമാസ്റ്റർക്കാണെന്നാണ്. അദ്ദേഹം തോക്കെടുത്ത് വെടിവെക്കാൻ ഒരുങ്ങുമ്പോഴേക്കും തീയുണ്ട നെഞ്ച് തുളച്ചുകയറിയിരുന്നു. കാവൽനിന്ന പാപ്പിനിശ്ശേരി കേളുനായരും മൊടത്തറ ഗോവിന്ദൻ നമ്പ്യാരുമാണ് തുടർന്ന് വെടിയേറ്റുവീണത്. പിന്നെ ചിണ്ടപ്പൊതുവാൾ, കുന്നുമ്മൽ കുഞ്ഞിരാമൻ, പി കണ്ണൻ നമ്പ്യാർ. ആറുപേർ മുനയൻകുന്നിൽവെച്ച് തൽക്ഷണം രക്തസാക്ഷിത്വം വരിച്ചു. രണ്ടുപേരെ പോലീസും ഗുണ്ടകളും ചേർന്ന് തല്ലിക്കൊന്നു. അറസ്റ്റിലായവരിൽ ഒരാൾ കണ്ണൂർ സെൻട്രൽ ജയിലിൽ കഴിയവെ ചികിത്സകിട്ടാതെ മരണമടഞ്ഞു. ഇങ്ങനെ മുനയൻകുന്ന് രക്തസാക്ഷികൾ ഒമ്പതുപേരാണെന്ന് പറയാം. ഈ കാലയളവിൽത്തന്നെയാണ് മുനയൻകുന്നിലേക്ക് യാത്രപുറപ്പെട്ട പെരളത്തെ പുന്നക്കോടൻ കുഞ്ഞമ്പുവും വെടിവെപ്പിൽ രക്തസാക്ഷിത്വം വരിച്ചത്. അദ്ദേഹത്തെക്കൂടി ഉൾപ്പെടുത്തിയാൽ മുനയൻകുന്ന് രക്തസാക്ഷികളുടെ പട്ടിക പത്തായിത്തീരും.

ബഹളത്തിൽ പലരും രക്ഷപ്പെട്ടു. ഇ വി കുഞ്ഞിക്കണ്ണൻ മാസ്റ്റർക്ക് വയറ്റത്തും വിരലിലുമാണ് വെടിയേറ്റത്. ഉണ്ട വയറുതുളഞ്ഞ് പുറത്തേക്ക് പോയി. പാപ്പിനിശ്ശേരി കൃഷ്ണൻനായർക്ക് വലതു തുടയിൽ വെടിയേറ്റു. പാവൂർക്കണ്ണനും കെ വി കുട്ടിക്കും ഇടതുകാൽപ്പാദത്തിലാണ് വെടികൊണ്ടത്.

കുഞ്ഞിക്കണ്ണൻ മാസ്റ്റർ പറഞ്ഞത്

വെടിപൊട്ടിയപ്പോൾ ആകെ ബഹളമായിരുന്നു. ഇടതടവില്ലാതെ വെടിയുണ്ട പാഞ്ഞുവരികയാണ്. ഞാൻ പുറത്തേക്കോടി രക്ഷപ്പെടാൻ ശ്രമം നടത്തിയെങ്കിലും സാധിച്ചില്ല. അതിനകം എന്റെ വയറ്റിന്റെ വശത്തൂടെ ഒരു ഉണ്ട തുളഞ്ഞുപോയി. മറ്റൊരു ഉണ്ട വിരലിലും കൊണ്ടു. ഞാൻ അവശനായിപ്പോയിരുന്നു. കുടിലിനുള്ളിൽ ചോര തളം കെട്ടിക്കിടക്കുന്നു. വെടികൊണ്ട ഞങ്ങൾ നാലുപേരെ മുറ്റത്ത് കൊണ്ടിട്ടു. പന്ത്രുപേരെ പിടിക്കുകയും ചെയ്തു. മരിച്ച ആറുപേരെയും ഒന്നിച്ച് പുറത്ത് കിടത്തി. യുദ്ധം കഴിഞ്ഞ പ്രതീതിയാണ് എങ്ങും. വെയിൽ പരന്ന് തുടങ്ങിയിരുന്നു. വീട്ടുപറമ്പിൽ വാഴകളുണ്ടായിരുന്നു. പൊലീസ് വാഴകൾക്കുനേരെ വെടിവെച്ചു. പൊലീസുകാർക്കുനേരെ തിരിച്ചുവെടിവച്ചു എന്നതിന്റെ തെളിവായി ആ വാഴത്തടകൾ മുറിച്ചെടുത്തിരുന്നു. പിടിയിലായവരെയെല്ലാം അതിക്രൂരമായി മർദിച്ചിരുന്നു. മൃതദേഹങ്ങൾ ചാക്കിൽക്കെട്ടി വേട്ടുവരെക്കൊണ്ടെടുപ്പിച്ച് പാടിച്ചാലിൽ കൊണ്ടുവന്നു. മുറിവേറ്റ നാലുപേരെയും ചാക്ക് മഞ്ചൽപോലെ മുളയുടെ സഹായ

ത്താൽ കെട്ടി പാടിച്ചാലിലെത്തിച്ചു. പിടിയിലായവരെ നടത്തുകയായിരുന്നു. പാടിച്ചാലിൽ പൊലീസ് വാഹനമുണ്ടായിരുന്നു. അവിടെ ഡോക്ടരും തയാറായിനിന്നിരുന്നു. മുറിവേറ്റവരെ ചികിത്സിക്കാനല്ല ഡോക്ടറെത്തിയത്. മൃതദേഹങ്ങൾ പോസ്റ്റ്മോർട്ടം നടത്താനാണ്. അവിടെ റോഡരികിലിരുന്ന് പോസ്റ്റമോർട്ടം നടത്തിയത്രെ. പിന്നെ ഒരു കുഴിയുണ്ടാക്കി ആറുമൃതദേഹവും അതിലിട്ടുമൂടി. പിടിയിലായവരെയും മുറിവേറ്റവരെയും വാഹനത്തിലിട്ട് പയ്യന്നൂരിൽ കൊണ്ടുവന്ന് ലോക്കപ്പ് ചെയ്തു. ഇടുങ്ങിയമുറിയിൽ പതിനാറുപേർ. തിരിയാനും മറിയാനും ഇടമില്ല. മലമൂത്രവിസർജനത്തിനുപോലും പുറത്ത് വിട്ടില്ല. ഇതിനിടയിൽ എ വി ചിണ്ടനെ പ്രത്യേകം പുറത്തേക്ക് കൊണ്ടുപോയി തല്ലിച്ചതയ്ക്കുകയുണ്ടായി. ചിണ്ടനെ മലർത്തിയും കമിഴ്ത്തിയും കിടത്തി അമ്മിക്കൂട്ടിയുരുട്ടി എല്ല് നുറുക്കി. ചിണ്ടന്റെ ശരീരം നീരുകെട്ടി വീർത്തുവന്നു. പാവൂർ കണ്ണന്റെയും കെ വി കുട്ടിയുടെയും മുറിവിൽ പൊടിയും മണ്ണുംപറ്റി പഴുത്തു നാറുന്നുണ്ടായിരുന്നു. നാലാംദിവസം എല്ലാവരെയും തളിപ്പറമ്പ് കോടതിയിൽ ഹാജരാക്കി. പരിക്കേറ്റവരെ കണ്ണൂർ ഗവൺമെന്റ് ആശുപത്രിയിൽ പ്രവേശിപ്പിച്ചു. അവിടെവച്ച് പാവൂർകണ്ണന്റെ കാൽപ്പാദം മുറിച്ചു മാറ്റേണ്ടിവന്നു. ജീവിക്കുന്ന രക്തസാക്ഷിയെന്ന നിലയിൽ പുതുതലമുറയ്ക്ക് ആവേശമായി അദ്ദേഹം വളരെക്കാലം ജീവിച്ചു. എ കെ ജി മുൻകൈയെടുത്ത് അദ്ദേഹത്തിന് കൃത്രിമകാല് വച്ചുപിടിപ്പിക്കുകയുണ്ടായി. പാപ്പിനിശ്ശേരി കൃഷ്ണൻനായരും കെ വി കുട്ടിയും നാലുമാസക്കാലം കണ്ണൂർ ആശുപത്രിയിൽ ചികിത്സയിലായി. കൃഷ്ണൻനായർക്ക് മൂന്നുവെടിയുണ്ടകളേറ്റിരുന്നു. കെ. പി കുട്ടിയുടെ കാൽപ്പാദവും മുറിച്ചു നീക്കിയിരുന്നു. പിടിയിലായവരെയെല്ലാം കണ്ണൂരിൽ റിമാണ്ട് ചെയ്തു. മംഗലാപുരം കോടതയിലാണ് വിചാരണ നടന്നത്. ഓരോരാളെയും വിവിധ കാലയളവിൽ ശിക്ഷിക്കുകയുണ്ടായി. കൊടക്കൽ കുഞ്ഞിക്കണ്ണൻ മാസ്റ്ററും എ വി ചിണ്ടനും ജയിലിൽ കഴിയവെ തടവ് ചാടുകയുണ്ടായി. പിടിക്കപ്പെട്ടശേഷം ചിണ്ടനെ നാലുവർഷത്തെ കഠിനതടവിന് ശിക്ഷിച്ചു. പാർട്ടി നിരോധനം നീക്കുന്നതുവരെ കുഞ്ഞിക്കണ്ണൻ മാസ്റ്റർ ഒളിവിൽകഴിഞ്ഞു. കോറോം നെല്ലെടുപ്പ് കേസിൽപ്പെട്ടവർതന്നെയാണ് മുനയൻകുന്ന് കേസിലും ഉൾപ്പെട്ടത്.

കുഞ്ഞിക്കണ്ണൻ മാസ്റ്റർ ബാലസംഘം പ്രവർത്തകനായിരുന്നു. ആലപ്പടമ്പിലെ കെ പി കൃഷ്ണൻനായരുടെയും ഇവി കല്യാണിയമ്മയുടെയും മകൻ. എട്ടാംതരം വരെ പഠിച്ചു. ബാലഭാരതസംഘം ആലപ്പടമ്പ് വില്ലേജ് സെക്രട്ടറിയായിരുന്നു. കർഷകസംഘം രൂപംകൊണ്ടപ്പോൾ അതിന്റെ പ്രവർത്തകനായി. കരിഞ്ചന്തയ്ക്കും പൂഴ്ത്തിവെയ്പ്പിനും എതിരെയുള്ള സമരങ്ങളിലെല്ലാം പങ്കുകൊണ്ടു. വിദ്യാഭ്യാസവും ചുറുചുറുക്കുംകൊണ്ട് മുറ്റുള്ളവരുടെ ആദരവും അംഗീകാരവും നേടി. മൊറാഴ സംഭവത്തെത്തുടർന്ന് സുബ്രഹ്മണ്യഷേണായി കുഞ്ഞിക്കണ്ണന്റെ വീട്ടിൽ ഒളിവിൽ കഴിഞ്ഞിരുന്നു. അതിന്റെ പേരിൽ പൊലീസ് വീട്ടിലെത്തി ഭീഷ

ണിപ്പെടുത്തുകയും മർദിക്കുകയും ചെയ്തു. 1946 ഡിസംബർ ഇരുപതിന് കരിവെള്ളൂരിലേക്ക് പുറപ്പെട്ട ജാഥയിൽ കുഞ്ഞിക്കണ്ണൻ മാസ്റ്ററും അണിനിരന്നു. വെടിവെപ്പുണ്ടായതറിഞ്ഞ് തിരികെ വരികയായിരുന്നു. അക്കാലത്ത് *ദേശാഭിമാനി*പത്രത്തിന്റെ ഫണ്ടുശേഖരണത്തിന് പണമയച്ചു എന്ന കേസും അദ്ദേഹത്തിൽ ചുമത്തുകയുണ്ടായി. അതിന്റെ പേരിൽ പൊലീസ് പിടിച്ചുകൊണ്ടുപോയി. പണമയച്ചത് തെളിയിക്കുന്നതിന് പോസ്റ്റ്മാഷുടെ മുന്നിലും ഹാജരാക്കി. മണിയോർഡർ അയച്ചത് ഈ കുട്ടിയല്ലെന്ന് പോസ്റ്റുമാസ്റ്റർ പറഞ്ഞതോടെ കേസിൽ നിന്നൊഴിവാക്കി.

ജയിൽമോചിതനായശേഷം കുഞ്ഞിക്കണ്ണൻമാസ്റ്റർ ട്രെയിനിംഗ് കഴിച്ച് അധ്യാപകനായി. അധ്യാപക സംഘടനാ പ്രവർത്തനകനായിരുന്നു. 1985 ൽ ജോലിയിൽനിന്ന് വിരമിച്ചു. ഗ്രാമപഞ്ചായത്തു മെമ്പറായും പ്രവർത്തിച്ചു. സി കെ കാർത്ത്യായനിയാണ് ഭാര്യ. ജനാർദനൻ, കോമളവല്ലി, നളിനി, രാജൻ, രമാദേവി എന്നിവർ മക്കൾ.

ശാരദയും ഭർത്താവും അനുസ്മരിക്കുന്നു

ചിണ്ടപ്പൊതുവാളുടെ ഏകമകളാണ് ശാരദ. പൊതുവാളുടെ മരുമകൻ ബാലകൃഷ്ണനനാണ് ശാരദയെ വിവാഹം ചെയ്തത്. കോറോം മുതൽ മുനയൻകുന്നുവരെ നീണ്ട സമരപാതകളിൽ കരുത്തും ചൈതന്യവുമായി നിലകൊണ്ടത് കെ എ ചിണ്ടപൊതുവാളാണ്. ക്യാപ്റ്റൻ ചിണ്ടപ്പൊതുവാൾ എന്നാണ് അദ്ദേഹം അറിയപ്പെട്ടത്. പയ്യന്നൂർ ഫർക്കയിൽ തന്നെ ധീരതയുടെ പ്രതീകമായി വർത്തിച്ച ചിണ്ടപ്പൊതുവാൾക്ക് കഴുത്തിലാണ് വെടിയേറ്റത്. വെടിയേറ്റിട്ടും തളരാതെ കൈയിൽക്കിട്ടിയ ഉലക്കയുമായി അമ്മാവൻ മുന്നോട്ട് നീങ്ങിയെന്നാണ് പറഞ്ഞുകേട്ടതെന്ന് മരുമകനും മകളുടെ ഭർത്താവുമായ ബാലകൃഷ്ണൻ അനുസ്മരിച്ചു. വെളുത്ത് നീണ്ട ശരീരമായിരുന്നു അമ്മാവന്. കൊക്കാനിശ്ശേരി കണ്ടമ്മത്ത് അപ്പാടെ വീട്ടിലെ മാണിക്കം അമ്മയുടെയും രാമനാത്ത് ചിണ്ടപ്പൊതുവാളുടെയും മകനായി 1916 ലാണ് ജനിച്ചത്. പയ്യന്നൂർ ബി ഇ എം സ്കൂളിൽ അഞ്ചാംതരംവരെ പഠിച്ചു. പാവപ്പെട്ട കുടുംബാംഗമായ പൊതുവാൾക്ക് കൂടുതൽ പഠിക്കാൻ അവസരമുണ്ടായില്ല. ജീവിതവൃത്തിയെന്നനിലയിൽ ബീഡിത്തൊഴിൽ പരിശീലിച്ചു. ബീഡിത്തൊഴിലാളികൾ സംഘടിച്ചു തുടങ്ങിയപ്പോൾ ചിണ്ടപ്പൊതുവാൾ അതിന്റെ പ്രവർത്തകനായി. അന്ന് ബീഡിത്തൊഴിലാളികളുടെ നില ദയനീയമായിരുന്നു. കൂലി വളരെ കുറവ്. പലതരം കട്ടിങ്ങുകൾ. ചിണ്ടപ്പൊതുവാളും മറ്റും ഇതിനെതിരെ പ്രതിഷേധിച്ചു. 1928 ൽ പയ്യന്നൂർ കോൺഗ്രസ് സമ്മേളനം ചേർന്നത് ചിണ്ടപ്പൊതുവാളുടെ വീടിന് സമീപത്തായുള്ള മൈതാനത്താണ്. ജവഹർലാൽ നെഹ്റുവിനെ കാണാൻ ചിണ്ടപ്പൊതുവാളും പോയിരുന്നുവത്രെ. 1930 ലെ ഉപ്പുസത്യഗ്രഹത്തിന്റെ ആവേശവും അദ്ദേഹം ഏറ്റുവാങ്ങിയിരുന്നു. ഉപ്പുസമരജാഥയിൽ പാടിക്കൊണ്ടു

നീങ്ങിയ പി കൃഷ്ണപിള്ള അദ്ദേഹത്തിന്റെ ആരാധകനായി മാറി.

പി കണ്ണൻ നായരുമായുള്ള ബന്ധമാണ് ചിണ്ടപ്പൊതുവാളെ പാർട്ടി രംഗത്തേക്ക് നയിച്ചത്. കണ്ണൻനായർ ബീഡിത്തൊഴിലാളിയൂണിയൻ നേതാവായിരുന്നു. ചെറുപ്പത്തിലേ ഗുസ്തിപഠിച്ച ആളാണ് പൊതുവാൾ. സമീപപ്രദേശങ്ങളിൽ അദ്ദേഹം ഗുസ്തിപരിപാടിക്ക് പോകുമായിരുന്നു. ഗുസ്തിക്കാരൻ പൊതുവാൾ എന്നും ആളുകൾ വിളിച്ചിരുന്നു.

അമ്മാവൻ ഉശിരനും ധീരനുമായിരുന്നെന്നും മരുമകൻ ബാലകൃഷ്ണൻ പറഞ്ഞു. അമ്മാവൻ മരിക്കുമ്പോൾ എനിക്ക് പത്തുവയസാണ്. അമ്മാവന്റെ പേര് കേൾക്കുമ്പോൾത്തന്നെ ഗുണ്ടകളും മറ്റും ഞെട്ടിവിറക്കും. അക്കാലത്ത് രാത്രി ആരും പുറത്തിറങ്ങുമായിരുന്നില്ല. രാത്രിയിൽ ആർക്കെങ്കിലും പ്രസവവേദനയെടുത്താൽ നേരെ വീട്ടിലേക്കാണോടിവരിക. അമ്മാവൻ വേണം വയറ്റാട്ടിയെ വിളിച്ചുകൊണ്ടുവരാൻ. പ്രസവം കഴിഞ്ഞ് വയറ്റാട്ടിയെ തിരിച്ചുകൊണ്ടാക്കിയിട്ടേ അമ്മാവൻ തിരിച്ചുവരൂ.

അച്ഛൻ കുടുംബസ്നേഹിയായിരുന്നു

ചിണ്ടപ്പൊതുവാൾ വിവാഹം ചെയ്തത് കേളോത്തെ പാർവതിയമ്മയെയാണ്. അദ്ദേഹം രാഷ്ട്രീയപ്രവർത്തകനായിത്തീർന്നശേഷമാണ് വിവാഹിതനാവുന്നത്. രണ്ടുകുടുംബവും തമ്മിൽ ബന്ധമുണ്ടായിരുന്നു. അച്ഛൻ മുനയൻകുന്നിൽ രക്തസാക്ഷിത്വം വരിക്കുമ്പോൾ മകൾ ശാരദക്ക് ഒന്നരവയസാണ്. അച്ഛന്റെ രൂപംപോലും മനസിൽ പതിയാത്ത പ്രായം. എന്നാൽ അച്ഛൻ വീട്ടിൽ വന്നാലെല്ലാം മകളെയെടുത്ത് ലാളിക്കുമായിരുന്നു എന്ന് അമ്മ പറഞ്ഞു തന്നിട്ടുണ്ട്. അച്ഛന് എല്ലാവരോടും വലിയ സ്നേഹമായിരുന്നു. പയ്യന്നൂരില് എന്തുകാര്യമുണ്ടായാലും മൂന്നില് നടക്കാൻ അച്ഛനുണ്ടാകുമത്രെ. യുദ്ധകാലം വന്നപ്പോഴാണ് അച്ഛൻ പട്ടാളത്തിൽ പോയത്. പട്ടാളത്തിലും രാഷ്ട്രീയ പ്രചാരണം നടത്തുകയായിരുന്നു. രണ്ടുവർഷത്തോളം മാത്രമേ പട്ടാളത്തിൽ കഴിഞ്ഞുള്ളൂ. തിരിച്ചുവന്നതോടെ വീണ്ടും രാഷ്ട്രീയപ്രവർത്തകനായി. വളണ്ടിയർ സംഘത്തെ പരിശീലിപ്പിക്കുന്ന ചുമതല അച്ഛനായിരുന്നു. കരിവെള്ളൂർ സംഭവം നടന്നതോടെ പയ്യന്നൂരും പരിസരങ്ങളിലുമുള്ള പാർട്ടി പ്രവർത്തകർ ഒളിവിൽപ്പോയി. അച്ഛനും ഒളിവിൽ പോയി.

കോറോം നെല്ലെടുപ്പിനുശേഷം അച്ഛൻ ഒരു തവണ വീട്ടിൽ വന്നിരുന്നെന്ന് അമ്മ പറഞ്ഞിരുന്നു. കോറോം നെല്ലെടുപ്പിനുശേഷം ഇടയ്ക്കിടെ പൊലീസും എം എസ് പിയും വന്ന് ഉപദ്രവിച്ചു. അച്ഛനെ എവിടെ ഒളിപ്പിച്ചു എന്നു ചോദിച്ച് വീട്ടിലുള്ളവരെയെല്ലാം ഭയപ്പെടുത്തും. പൊലീസും ഗുണ്ടകളും രാവ് നീളെ നടക്കുന്നകാലമാണത്. ഒരു തവണ പോലീസ് വന്ന് ചോദിച്ചത്... "ആലക്കാട്ട് നിന്ന് കട്ടെടുത്ത പൊന്നും പണവും എവിടെയാ സൂക്ഷിച്ചത്" എന്നാണ്. എങ്കിലും ഒരു രാത്രി അച്ഛൻ വന്നുവത്രെ. അമ്മ മകളെയുംകൊണ്ട് പുറത്തിറങ്ങി. അദ്ദേഹം മകളെവാങ്ങി ഉമ്മവച്ചശേഷം അമ്മയുടെ കൈയിൽത്തന്നെ കൊടുത്തു.

അന്നിറങ്ങിപ്പോയതാണ്. പിന്നെ അച്ഛനെ ആരും കണ്ടിട്ടില്ല. മൃതദേഹം പോലും കാട്ടിയില്ല.

ശാരദയ്ക്ക് രണ്ടുമക്കളാണ്. രാധ, ഉണ്ണി. രാധയുടെ ഭർത്താവ് കഥകളി കലാകാരൻ അനിൽപൂത്തലത്താണ്.

ഉണ്ണി പയ്യന്നൂർ സർവീസ് ബാങ്കിൽ പ്യൂണാണ്. എട്ടാംതരം വരെ പഠിച്ച ശാരദ ജനാധിപത്യമഹിളാ അസോസിയേഷൻ പ്രവർത്തകയും. പയ്യന്നൂർ സഗരസഭയിലെ കൗൺസിലറുമായിരുന്നു. ചിണ്ടപ്പൊതുവാളുടെ ഏകസഹോദരി ദേവകിയുടെ മകനാണ് ബാലകൃഷ്ണൻ.

ബാലകൃഷ്ണന്റെ ഓർമയിൽ ആ കറുത്തദിനം മായാതെ കിടപ്പുണ്ടായിരുന്നു. അറ്റം കാണാത്ത പഞ്ഞവും പട്ടിണിയും ഇല്ലാതാക്കാനാണ് അമ്മാവനടക്കമുള്ളവർ മുനയൻകുന്നിൽ ഒത്തുകൂടിയത്. അന്ന് മാണിക്കംഅമ്മ ബാലകൃഷ്ണനെയുംകൂട്ടി റേഷൻ വാങ്ങാൻ പോയിരുന്നു. നേരം പതിനൊന്നുമണിയായിക്കാണണം. ഇരുവരും വരിയിൽ നിൽക്കുകയായിരുന്നു. ചിണ്ടപ്പൊതുവാളുടെ അമ്മയെ റേഷൻ കടക്കാരനറിയാം. റേഷൻ വാങ്ങാൻ നിൽക്കുന്നവരിൽ പലരും മാണിക്കം അമ്മയെ നോക്കുകയും എന്തോ സ്വകാര്യം പറയുകയും ചെയ്യുന്നുണ്ട്. പരിചയക്കാരനായ ഒരാൾ അടുത്ത് വന്ന് പറഞ്ഞു... "മാണിക്കമ്മേ..., വീട്ടിലേക്ക് പോട്... ഇവനെയും കൂട്ട്.. റേഷൻ പിന്നെ വാങ്ങാം..." റേഷൻ വാങ്ങാതെ അവർ വീട്ടിലെത്തി. എന്താണ് കാര്യമെന്നവർക്ക് മനസിലായിരുന്നില്ല. കുറേ കഴിഞ്ഞപ്പോഴാണ് വീട്ടിലേക്ക് ചിലർ കടന്നുവന്നത്. മുനയൻകുന്നിൽവച്ച് അമ്മാവന് വെടികൊണ്ടു എന്നാണവർ പറഞ്ഞത്. പിന്നെ പിന്നെ മരണവാർത്തയും അറിയിച്ചു. വീട്ടിലാകെ നിലവിളിയായിരുന്നു. മാണിക്കംഅമ്മ കരഞ്ഞുകരഞ്ഞ് തളർന്നുപോയി. ഒരാഴ്ചക്കാലം അവർ ഒരേ കിടപ്പായിരുന്നു...

കുന്നുമ്മൽ അപ്പുവിന്റെ ഓർമ

കുന്നുമ്മൽ കുഞ്ഞിരാമന്റെ ജ്യേഷ്ഠനാണ് അപ്പു. എൺപത്തേഴു വയസ്സ് പ്രായമുള്ള അപ്പു അനുജനെപ്പറ്റി ഏറെ സംസാരിച്ചു. പാട്ടിയമ്മയുടെയും കൃഷ്ണന്റെയും അഞ്ചുമക്കളിൽ നാലാമനാണ് കുഞ്ഞിരാമൻ. വീട്ടിനടുത്ത വിഷ്ണുശർമ്മ സ്കൂളിലും കരിവെള്ളൂർ മാന്യഗുരു സ്കൂളിലുമായി പഠിച്ചു. പിന്നെ കൃഷിപ്പണിയിലേർപ്പെട്ടു. ബാലസംഘം പ്രവർത്തകനായിരുന്നു. ക്രമേണ കർഷകസംഘത്തിലും അംഗമായി. പഠിക്കാൻ നല്ല മിടുക്കനായിരുന്നു. പഠിപ്പ് നിർത്തിയപ്പോൾ രാഷ്ട്രീയമായി. രാത്രിയിൽ കൃഷിപ്പണിക്കാരെ എഴുത്തും വായനയും പഠിപ്പിച്ചിരുന്നു. എല്ലാവരും അവനെ മാഷ് എന്നാണ് വിളിച്ചിരുന്നത്. ഒളിവിൽ കഴിയുന്നവർക്ക് രഹസ്യക്കത്തുകൾ എത്തിച്ചിരുന്നത് കുഞ്ഞിരാമനാണ്. പാർട്ടിക്കാരുടെകൂടെ അവനും പോവുകയായിരുന്നു. ആലപ്പടമ്പ് നെല്ലെടുപ്പോടെ അവൻ ഒളിവിലായി. പൊലീസ് എപ്പോഴും അന്വേഷിച്ചുവരും. വീടും വീട്ടുപകരണങ്ങളും തകർക്കും. പൊലീസിനെ പേടിച്ച് കിടന്നുറ

ങ്ങാൻ പറ്റാത്ത കാലമാണത്. രക്തസാക്ഷിത്വം വരിക്കുമ്പോൾ കുഞ്ഞി രാമന് പത്തൊമ്പതു വയസാണ്.

സാവിത്രി അച്ഛനെ അനുസ്മരിക്കുന്നു

സാവിത്രി

ഒരു ഇടത്തരം കർഷക കുടുംബത്തിലാണ് സാവിത്രിയുടെ അച്ഛൻ മൊടത്തറ ഗോവിന്ദൻ നമ്പ്യാർ ജനിച്ചത്. കൊടക്കൽ കേളുനായരുടെയും തേമി അമ്മയുടെയും രണ്ടാമത്തെ മകൻ. പാർവ്വതി, നാരായണൻ, ജാനകി, രാഘവൻ, ദാമോദരൻ എന്നിവരാണ് സഹോദരങ്ങൾ. പ്രാഥമിക വിദ്യാഭ്യാസത്തിനുശേഷം കാർഷിക വൃത്തി സ്വീകരിച്ചു. നല്ല അധ്വാനശീലനായിരുന്നു. ബാലസംഘത്തിലൂടെയാണ് രാഷ്ട്രീയത്തിലിറങ്ങിയത്. കർഷകസംഘത്തിന്റെ സജീവപ്രവർത്തകനായി. അമ്മ പറഞ്ഞുകേട്ട അറിവേ മകൾ സാവിത്രിക്കുള്ളൂ. നെല്ലെടുത്ത് വിതരണം നടത്തിയത് ഞങ്ങളുടെ വീട്ടിനുമുന്നിൽ വച്ചാണെന്ന് സാവിത്രി പറഞ്ഞു. പൊലീസിറങ്ങിയതോടെ അച്ഛൻ ഒളിവിൽ പോയി. പൊലീസ് എപ്പോഴും വീട്ടിൽ വന്ന് ഭയപ്പെടുത്തിയിരുന്നു. വീട്ടുസാധനങ്ങളെല്ലാം എറിഞ്ഞുടയ്ക്കും. വെള്ളരിയും മത്തനും കുമ്പളവും മറ്റും വീട്ടിലുണ്ടായിരുന്നു. അതെല്ലാം കൊത്തിനുറുക്കി പുറത്തേക്കെറിഞ്ഞു. മകനെ കിട്ടാത്തതിന്റെ ദേഷ്യം പിതാവ് കേളുനായരോടാണ് തീർത്തത്. അദ്ദേഹത്തെ വലിച്ചിഴച്ച് മർദിച്ചു. ജന്മിയുടെ വീട്ടിൽനിന്നും കൊള്ളചെയ്തതെല്ലാം എവിടെയാ സൂക്ഷിച്ചത് എന്ന് ചോദിച്ചാണ് ഭീഷിണിപ്പെടുത്തിയത്. അമ്മ എന്നെ മാറോടടക്കിപ്പിടിച്ച് കഴിഞ്ഞുകൂടി. അച്ഛനെ പിടികിട്ടാത്തതിന്റെ പേരിൽ മുത്തച്ഛനെ പിടിച്ചുകൊണ്ടു പോയിരുന്നു. മകനെ കിട്ടിയാലേ വിട്ടയക്കൂ എന്നാണ് പൊലീസ് പറഞ്ഞത്. പൊലീസ് അതിക്രമം അറിഞ്ഞ അച്ഛൻ ഒരു ഘട്ടത്തിൽ കീഴടങ്ങേണ്ടെന്ന് നിശ്ചയിച്ചു. എന്നാൽ അച്ഛനെ പിടിച്ചുകൊണ്ടുപോയെന്നറിഞ്ഞതോടെ കീഴടങ്ങാതെ മടങ്ങി. നേരെ മുനയൻകുന്നിലേക്കാണ് അച്ഛൻ പോയത്. ഉച്ചയോടടുത്തപ്പോഴാണ് അച്ഛൻ കൊല്ലപ്പെട്ടവാർത്ത വീട്ടിലറിഞ്ഞത്. പിന്നെ നിലവിളിയായിരുന്നു. അച്ഛന്റെ മൃതദേഹം വീട്ടിലെത്തിക്കുമെന്ന് വിചാരിച്ചിരുന്നു. അതുണ്ടായില്ല. എയർഫോഴ്സുദ്യോഗസ്ഥൻ ജനാർദനനാണ് സാവിത്രിയെ വിവാഹം കഴിച്ചത്. നാല് മക്കൾ; രവി, സുജാത, രേണുക, ഉദയകുമാർ. മൊടത്തറഗോവിന്ദൻനമ്പ്യാരുടെ സ്മാര

കമായി ഒരു വായനശാല കോറോം കൂർക്കരയിൽ പ്രവർത്തിക്കുന്നു.

കുഞ്ഞാപ്പുമാസ്റ്ററെന്ന പോരാളി

പയ്യന്നൂരിനടുത്ത കാങ്കോലിൽ ചെമ്മരത്തിയുടെയും രാമന്റെയും നാലാമത്തെ മകനായിട്ടാണ് കുഞ്ഞാപ്പുമാസ്റ്റർ ജനിച്ചത്. വിദ്യാഭ്യാസത്തിനുശേഷം അധ്യാപകനായി ജീവിതം തുടങ്ങി. ഇതിനിടയിൽത്തന്നെ രാഷ്ട്രീയത്തിലിറങ്ങിയിരുന്നു. കർഷകർക്കിടയിലാണ് പ്രവർത്തിച്ചത്. അധ്യാപകരംഗത്തും സജീവമായിരുന്നു. ആദ്യം വീട്ടിനടുത്തുള്ള സ്കൂളിലാണ് ജോലി നോക്കിയതെങ്കിലും പിന്നീട് ഇരിട്ടിക്കടുത്ത മുഴക്കുന്നിൽ അധ്യാപകനായി. ഇക്കാലത്ത് കുഞ്ഞാപ്പുമാസ്റ്റർ രാഷ്ട്രീയനേതാവെന്ന നിലയിൽ അറിയപ്പെട്ടു തുടങ്ങിയിരുന്നു. പി കൃഷ്ണപിള്ളയെപ്പോലെ ഒരു നിമിഷവും അടങ്ങിയിരിക്കാൻ കുഞ്ഞാപ്പുമാസ്റ്റർക്കാവില്ല. അദ്ദേഹം ചെന്നിടത്തെല്ലാം ജനത ഉണർന്നെണീറ്റിരുന്നു. മുഴക്കുന്നിലും ആദ്യം കോൺഗ്രസ് കമ്മിറ്റിയാണുണ്ടാക്കിയത്. പിന്നീട് കോൺഗ്രസ് സോഷ്യലിസ്റ്റായി. കമ്യൂണിസ്റ്റുപാർട്ടി രൂപംകൊണ്ടതോടെ അതിന്റെ ശക്തനായ വക്താവായി. 1940 സെപ്തംബർ 15 ന് മലബാറിലാകെ മർദന പ്രതിഷേധദിനാചരണം നടന്നു. തലശ്ശേരി, മൊറാഴ, മട്ടന്നൂർ, കൂത്തുപറമ്പ് എന്നിവിടങ്ങളിൽ പൊലീസ് ലാത്തിച്ചാർജും വെടിവെപ്പുമുണ്ടായി. മട്ടന്നൂരിലേക്കുള്ള മുഴക്കുന്ന് പ്രതിഷേധജാഥ നയിച്ചത് കുഞ്ഞാപ്പുമാസ്റ്ററും ഗോപാലൻമാസ്റ്ററും അനന്തനുമാണ്. ഡിസ്ട്രിക്ട് മജിസ്ട്രേട്ട് പ്രകടനവും പൊതുയോഗവും പൊറുക്കില്ലെന്ന് ചെണ്ടകൊട്ടി പരസ്യം ചെയ്തിരുന്നു. നാനാവശത്തുനിന്നും ജാഥകൾ എത്തിക്കൊണ്ടിരുന്നു. പെട്ടെന്നുതന്നെ പൊലീസ് ലാർത്തിച്ചാർജ് തുടങ്ങി. സമരഭടൻമാർ തിരിച്ചും ആക്രമിച്ചു. സംഘർഷം മുറ്റിയ അന്തരീക്ഷം. ലാത്തിച്ചാർജ് നടത്തിയിട്ടും ആരും പിരിഞ്ഞുപോയില്ല. കല്ലേറിൽ ഒരു പൊലീസുകാരൻ വീണു. മാരകമായ പരിക്കേറ്റ ആ കോൺസ്റ്റബിൾ ജില്ലാ ആശുപത്രിയിൽവച്ച് മരണമടഞ്ഞു. തുടർന്ന് പ്രദേശം മുഴുവൻ പൊലീസിന്റെ കൈയിലായി. നാൽപ്പത്താറുപേരെ പ്രതിചേർത്ത് കേസ് ചാർജ്ചെയ്തു.

മട്ടന്നൂർ സംഭവത്തോടെ കുഞ്ഞാപ്പുമാസ്റ്റർ മുഴക്കുന്ന് വിട്ടു. പാർട്ടി നിരോധിക്കപ്പെട്ട കാലമായതിനാൽ അദ്ദേഹം ഒളിവിൽപ്പോയി. തില്ലങ്കേരിയിൽ 1948 ഏപ്രിൽ 15നു നടന്ന നെല്ലെടുപ്പുസമരത്തിന് പ്രേരണചെലുത്തിയത് കുഞ്ഞാപ്പുമാസ്റ്ററാണ്. അദ്ദേഹം പയ്യന്നൂർ ഫർക്കയിൽ തിരിച്ചെത്തിയതോടെ പാർട്ടി സെക്രട്ടറിസ്ഥാനം ഏറ്റെടുത്തു. മുനയൻകുന്നിലേക്ക് പോരാളികളെ നയിച്ചത് അദ്ദേഹമാണ്.

പി കേളുനായർ

പയ്യന്നൂരിലെ കോറോത്തുള്ള പാപ്പിനിശ്ശേരി വീട്ടിലാണ് കേളുനായർ ജനിച്ചത്. കെ പി കൃഷ്ണൻനായരുടെയും പാർവ്വതിയമ്മയുടെയും മൂത്തമകൻ. വെടിയേറ്റ പാപ്പിനിശ്ശേരി കൃഷ്ണൻനായർ കേളുനായരുടെ

ഇളയമ്മയുടെ മകനാണ്. ഇരുവരും ഒന്നിച്ചായിരുന്നു താമസം. കർഷക സംഘത്തിൽ ചേർന്നതും ഒന്നിച്ചുതന്നെ. തലമുറകളായി ജന്മിത്തത്തിന്റെ നീരാളിപ്പിടുത്തത്തിൽപ്പെട്ട് സർവസ്വവും നശിച്ച കൃഷിക്കാർക്കിടയിലാണ് കേളുനായർ പ്രവർത്തിച്ചത്. പട്ടിണിക്കാരായ ജനങ്ങളെ സംഘടിപ്പിച്ച് കരിഞ്ചന്തയ്ക്കും പൂഴ്ത്തിവയ്പിനുമെതിരെ അണിനിരത്തുന്നതിൽ അദ്ദേഹവും സജീവപങ്കാളിത്തം വഹിച്ചു. കോറോം നെല്ലെടുപ്പിനുശേഷം അദ്ദേഹം ഒളിവിൽപ്പോയി. തുടർന്ന് മുനയൻകുന്നിലെത്തുകയായിരുന്നു. ക്യാമ്പിന് കാവൽ നിന്നത് കേളുനായരും മൊടത്തറ ഗോവിന്ദൻ നമ്പ്യാരുമാണ്. മുനയൻകുന്നിൽവെച്ച് രണ്ടാമത് വെടിയേറ്റ് വീണത് കേളുനായരാണ്. അവിവാഹിതനായിരുന്നു. കേളുനായരുടെ സഹോദരി ദേവകിയെ വിവാഹം ചെയ്തത് കോറോം സമരസേനാനി പി ഇ ചെറിയരാമൻ നമ്പ്യാരാണ്. അവർക്ക് അഞ്ചു മക്കളുണ്ട്; ദാമോദരൻ, സാവിത്രി, പത്മാവതി, മാധവൻ, ചന്ദ്രമതി.

പനയന്തട്ട കണ്ണൻ നമ്പ്യാർ

കിഴക്കെ എളേരി ഗ്രാമക്കാരനാണ് കണ്ണൻ നമ്പ്യാർ. കാങ്കോലിലെ പനയന്തട്ട ലക്ഷ്മിയമ്മയുടെ മകനായ നമ്പ്യാർ പിന്നീട് ചിറ്റാരിക്കലേക്ക് താമസം മാറ്റുകയായിരുന്നു. സ്വന്തമായി പുനംകൃഷിയും വള്ളിപ്പറമ്പുമുണ്ടായിരുന്നു. കർഷകസംഘം രൂപംകൊണ്ടപ്പോൾ കണ്ണൻനമ്പ്യാർ അതിന്റെ പ്രവർത്തകനായി. കൃഷിക്കാർ ചോരയും നീരും കൊടുത്ത് ഉൽപ്പാദിപ്പിക്കുന്ന വിളവുകൾ തട്ടിയെടുക്കാൻ ജന്മിത്തത്തെ അനുവദിക്കില്ലെന്ന് നമ്പ്യാരും ശപഥം ചെയ്തു. മുനയൻകുന്നിൽ പോരാളികൾ വരുന്നതറിഞ്ഞ് കണ്ണൻ നമ്പ്യാർ അവിടേക്ക് പോയതായിരുന്നു. സ്ഥലപരിചയമുള്ളതുകൊണ്ട് കണ്ണൻ നമ്പ്യാരെ ക്യാമ്പിന്റെ മൊത്തം കാവൽ ചുമതല ഏൽപ്പിക്കുകയായിരുന്നു. എം എസ് പിക്കാരുടെ വെടിയുണ്ട അദ്ദേഹത്തിന്റെ നെഞ്ചും തകർത്തുകളഞ്ഞു.. ആലപ്പടമ്പിലെ കല്യാണിയാണ് ഭാര്യ. മക്കൾ സരോജിനി, രാഘവൻ.

മാവില ചിണ്ടൻനമ്പ്യാരെക്കുറിച്ച് മകൾ ഓർക്കുന്നു

ധീരനും ഉശിരനുമായ പോരാളിയായിരുന്നു മാവില ചിണ്ടൻ നമ്പ്യാരെന്ന് മകൾ പത്മിനി ഓർക്കുന്നു. അച്ഛൻ മരിക്കുമ്പോൾ മകൾ ചെറിയ കുഞ്ഞായിരുന്നു. ജ്യേഷ്ഠത്തി നാരായണിക്ക് ആറു വയസും. 1901 ലാണ് അച്ഛൻ ജനിച്ചത്. കൈപ്രവൻ കമ്മാരൻ എഴുത്തച്ഛൻ എന്ന ആളുടെ മകൻ. ലക്ഷ്മിയാണ് അച്ഛന്റെ അമ്മ. വിദ്യാഭ്യാസംകഴിഞ്ഞ് കൃഷിപ്പണിക്കാരനായി. പയ്യന്നൂരിൽ കോൺഗ്രസ് സമ്മേളനം നടന്നപ്പോഴും ഉപ്പു സത്യഗ്രഹം നടന്നപ്പോഴും അച്ഛൻ പോയിരുന്നത്രെ. വീട്ടിനെക്കാൾ നാട്ടുകാര്യത്തിലാണ് എന്നും ശ്രദ്ധിച്ചിരുന്നത്. കർഷകസംഘം ഉണ്ടായതു മുതൽ അച്ഛൻ അതിൽ സജീവമായി. രണ്ടാംലോകമഹായുദ്ധകാലത്താണ് പട്ടാളത്തിൽപോയത്. നല്ലതടിയും ഉയരവുമുള്ളതുകൊണ്ട് പട്ടാ

ളത്തിൽ ചേരാൻ ബുദ്ധിമുട്ടുണ്ടായില്ല. രണ്ടുകൊല്ലം പട്ടാളക്കാരനായി. പിന്നെ 1946 ൽ നാട്ടിൽ തിരികെ വന്നു. ആ സമയം നാട്ടിൽ സമരങ്ങൾ ശക്തിപ്പെട്ടിരുന്നു. കർഷകസംഘത്തിന്റെയും പാർട്ടിയുടെയും മുന്നിൽനിന്ന് പ്രവർത്തിച്ച അച്ഛൻ കരിവെള്ളൂർ ജാഥയിൽ പങ്കെടുത്തിരുന്നു. പാർട്ടിപ്രവർത്തകർക്ക് അക്കാലത്ത് വളണ്ടിയർ പരിശീലനം നൽകിയതും അച്ഛനാണ്. 48 ലെ നെല്ലെടുപ്പിനുശേഷം ഒളിവിൽ തന്നെയായിരുന്നു. കോറോത്തെ നെല്ലെടുപ്പിനുശേഷമാണ് ആലപ്പടമ്പിൽ സമരം നടക്കുന്നത്. ആലപ്പടമ്പ് നമ്പീശന്റെ വീട്ടിൽചെന്ന് ന്യായമായ വിലയ്ക്ക് നെല്ല് തരണമെന്നാണ് ആവശ്യപ്പെട്ടത്. ജന്മി നെല്ല് കൊടുക്കുകയുണ്ടായി. എന്നാൽ പിന്നീട് ജന്മി കേസ് കൊടുത്തു. കത്തിയും വാളുമായി കമ്യൂണിസ്റ്റുകാർ വീടാക്രമിച്ചു എന്നാണ് കേസ് കൊടുത്തത്. പൊലീസ് അച്ഛനെ അന്വേഷിച്ച് എപ്പോഴും വീട്ടിൽ വരുമായിരുന്നു. അമ്മ അതെല്ലാം നടുക്കത്തോടെയാണ് മക്കളോട് പറഞ്ഞത്. അച്ഛനെ കിട്ടാത്തതുകൊണ്ട് വീടാക്രമിച്ച് നശിപ്പിച്ചു. വീട്ടിലെ അമ്മിയും മറ്റുപകരണങ്ങളും കിണറ്റിലെടുത്തിട്ടു. അമ്മ ഞങ്ങൾ മക്കളെയുംകൊണ്ട് എരമത്തെ അച്ഛന്റെ വീട്ടിലേക്ക് പോയത്രെ. എന്നാൽ പൊലീസിനെ പേടിച്ച് അവിടെയും താമസിക്കാൻ കഴിഞ്ഞില്ല. മറ്റുവീട്ടുകാർക്ക് ഞങ്ങളോട് മിണ്ടുന്നതുതന്നെ പേടിയായിരുന്നു.

ആലപ്പടമ്പ് നെല്ലെടുപ്പിനുശേഷം അച്ഛൻ മുനയൻകുന്നിലേക്ക് പോയി. അവിടെ വെടിവെപ്പുണ്ടായപ്പോൾ രക്ഷപ്പെടുകയായിരുന്നു. അമ്മ അന്ന് മക്കളെയും കൂട്ടി പല സ്ഥലത്തും മാറിമാറി കഴിഞ്ഞു. ഒടുവിൽ രക്ഷയില്ലാതായപ്പോൾ നാട്ടിലെ അധികാരിയുടെ വീട്ടിൽച്ചെന്ന് അഭയം തേടി. ഒളിവിലുള്ള അച്ഛൻ കാര്യങ്ങളെല്ലാമറിയുന്നുണ്ടായിരുന്നു. ഒരു രാത്രി അച്ഛൻ അധികാരിയുടെ വീട്ടിൽ വന്നു. ഭാര്യയെയും മക്കളെയും ഇനിയും വിഷമിപ്പിക്കാനാവില്ലെന്ന് അധികാരിയോട് പറഞ്ഞു. അതുകൊണ്ട് പൊലീസിന് കീഴടങ്ങാൻ തയാറായി. അന്നത്തെ കോൺഗ്രസ് നേതാവ് ടി വി കണ്ണപ്പൊതുവാളുടെ കൂടെ അച്ഛൻ കരിവെള്ളൂരിലെ പൊലീസ് ക്യാമ്പിലെത്തുകയായിരുന്നു. കണ്ണപ്പൊതുവാൾ അച്ഛനെ ഉപദ്രവിക്കരുതെന്ന് പറഞ്ഞെങ്കിലും പൊലീസുകാർ കേട്ടില്ലത്രെ. കലികൊണ്ടവരെപ്പോലെ പൊലീസ് അച്ഛനോട് പെരുമാറി. 1948 മെയ് 11 നാണ് അച്ഛൻ കീഴടങ്ങിയത്. അന്ന് അധികാരിയുടെ പുരയിൽത്തന്നെ ഞങ്ങൾ സമാധാനത്തോടെ കഴിഞ്ഞു. എന്നാൽ കരിവെള്ളൂർ പൊലീസ് ക്യാമ്പിൽ അച്ഛൻ ക്രൂരമർദനമേറ്റ് പിടയുകയായിരുന്നു.

അടുത്തദിവസം അമ്മ ഞങ്ങളെയുംകൂട്ടി ആലപ്പടമ്പിലെ വീട്ടിലേക്ക് ചെന്നു. അച്ഛൻ കീഴടങ്ങിയതോടെ എല്ലാകുഴപ്പങ്ങളും അവസാനിച്ചു എന്നാണ് കരുതിയത്. അച്ഛൻ ഉടനെ തിരിച്ചെത്തുമെന്നുതന്നെ അമ്മ കരുതി. എന്നാൽ ഉച്ചയോടടുത്തനേരത്ത് ചിലർ കടന്നുവന്നു. അവർ അച്ഛൻ പൊലീസ് ക്യാമ്പിൽവച്ച് ചോരഛർദിച്ച് പിടഞ്ഞുമരിച്ച വിവരം അറിയിച്ചു. അമ്മ നിലവിളിയായിരുന്നു. "കഷ്ടപ്പാടും കണ്ണീരും

ദാരിദ്ര്യവും ബഹിഷ്കരണവും എല്ലാം സഹിച്ചുകൊണ്ടാണ് അമ്മ ഞങ്ങൾ മക്കളെ വളർത്തിയത്. ഇത്തരം അനുഭവങ്ങൾ മിക്ക അമ്മമാർക്കുമുണ്ടാകും..." പത്മിനി പറഞ്ഞു. കല്ലത്ത് കരുണാകരൻ മാസ്റ്ററാണ് പത്മിനിയുടെ ഭർത്താവ്...

മാരാങ്കാവിൽ കുഞ്ഞമ്പു

മുനയൻകുന്നിൽനിന്നും രക്ഷപ്പെട്ട മറ്റൊരു പോരാളിയാണ് കുഞ്ഞമ്പു. പരമ്പരാഗതമായി കമ്യൂണിസ്റ്റുപാർട്ടിയോട് കൂറുള്ള കുടുംബമായിരുന്നു കുഞ്ഞമ്പുവിന്റേത്. പലനേതാക്കളും ആ വീട്ടിൽ ഒളിവിൽ കഴിഞ്ഞിട്ടുണ്ട്. പ്രാഥമികവിദ്യാഭ്യാസമേ കുഞ്ഞമ്പുനേടിയുള്ളൂ. പിന്നെ കൃഷിപ്പണിക്കാരനായി. കർഷകസംഘം രൂപികരിച്ചതുമുതൽ അതിന്റെ പ്രവർത്തകനായി. കോറോം നെല്ലെടുപ്പിൽ പങ്കെടുത്തശേഷം ഒളിവിൽ പോയി. മുനയൻകുന്നിൽവച്ച് തലനാരിഴയ്ക്ക് രക്ഷപ്പെട്ടു. ഒളിവിൽപ്പോയ കുഞ്ഞമ്പുവിനെ ഗുണ്ടകൾ വളഞ്ഞു പിടിച്ച് തല്ലിച്ചതച്ച് പെരിങ്ങോം പൊലീസിൽ ഏൽപ്പിച്ചു. അവിടെയും മർദനംതന്നെ. അടിയേറ്റ് മരിച്ച മാരാങ്കാവിൽ കുഞ്ഞമ്പുവിനെ പെരുവഴിയിൽ കൊണ്ടിടുകയായിരുന്നു...

രക്തസാക്ഷിയായി ജീവിച്ചു

മുനയൻകുന്നിൽവച്ച് ഇടതുകാൽപ്പാദത്തിൽ വെടിയേറ്റ പാവൂർ കണ്ണൻ കോറോം പ്രദേശത്തെ ജീവിക്കുന്ന രക്തസാക്ഷിയായിരുന്നു. കൈക്കോളൻ രാമന്റെയും പാവൂർ ചെമ്മരത്തിയുടെയും മകനായി 1909 ലാണ് കണ്ണൻ ജനിച്ചത്. കർഷകസംഘം ഉണ്ടായതുതൊട്ട് അതിന്റെ പ്രവർത്തകനായി. 1946 ൽ പാർട്ടി അംഗമായി. ഒളിവിൽ കഴിയുന്നവരെ അടുത്ത താവളത്തിലെത്തിക്കുന്ന ചുമതലയായിരുന്നു കണ്ണന്. പാർട്ടി കാർഡുകൾ വിതരണം ചെയ്യുന്ന ചുമതലയും വഹിച്ചു. കോറോം നെല്ലെടുപ്പിനെത്തുടർന്ന് ഒളിവിൽപ്പോയി. എരമം പുല്ലുപാറവഴി കുറ്റൂരിലും പിന്നെ മുനയൻ കുന്നിലും എത്തുകയായിരുന്നു. മുനയൻകുന്നിൽ ഭക്ഷണ ചുമതലയായിരുന്നു. ഇടതുകാലിനേറ്റമുറിവ് പഴുക്കാനിടയായി. കണ്ണൂരാശുപത്രിയിൽവച്ച് ഇടതുകാൽമുട്ടിനു കീഴെവച്ച് മുറിച്ചുനീക്കി. മുനയൻകുന്ന് കേസ് വിചാരണയ്ക്കായി മംഗലാപുരം സബ്ജയിലിലേക്ക് മാറ്റി. വിചാരണയ്ക്കുശേഷം ഒരു വർഷത്തെ തടവിന് ശിക്ഷിച്ചു. മുനയൻകുന്നിലേക്ക് പോകുമ്പോൾ കണ്ണൻ വിവാഹിതനായിരുന്നു. മാതിയാണ് ഭാര്യ. കാൽപ്പാദം മുറിച്ചുമാറ്റിയശേഷം ഭർത്താവിനെ കാണാൻ മാതി പോയിരുന്നു. കാലില്ലാത്ത കണ്ണന് നിന്നെ ഇനി നോക്കാനാവില്ലെന്ന് മാതാപിതാക്കൾ മാതിയോട് പറഞ്ഞുവത്രെ. അതിന് മാതിയുടെ പ്രതികരണം ആവേശകരമായിരുന്നു. "ഉരിയരി ഇരന്നിട്ടായാലും ഞാനെന്റെ കണ്ണനെ കാത്തുരക്ഷിക്കും" എന്നവർ പറഞ്ഞുവത്രെ. ജീവിക്കുന്ന രക്തസാക്ഷിയായി കോറോം പരവന്തട്ടയിൽ കണ്ണൻ കഴിഞ്ഞുകൂടി. 2003 ജനുവരിയിൽ മരണമടഞ്ഞു. പവിത്രൻ, കൃഷ്ണൻ, കാർത്യാ

യനി, ലക്ഷ്മണൻ, ജയകുമാരി, ചന്ദ്രിക എന്നിവരാണ് മക്കൾ.

പാപ്പിനിശേരി കൃഷ്ണൻനായർ

മുനയൻകുന്നിലെ വെടിവെപ്പിൽ വലതുകാലിനും പുറത്തും തോളത്തും വെടികൊണ്ട സമരഭടനാണ് കൃഷ്ണൻനായർ. പാപ്പിനിശ്ശേരി നാരായണി അമ്മയുടെ മൂത്തമകനായിരുന്നു. പിതാവ് ചിണ്ടപ്പൊതുവാൾ. കോറോം ദേവിസഹായം സ്കൂളിൽ പ്രാഥമികവിദ്യാഭ്യാസം കഴിച്ചു. തുടർന്ന് കൃഷിപ്പണിയിൽ മുഴുകി. പിന്നീട് കർണാടകത്തിലെ കുടകിലേക്ക് ജോലിക്കുപോയി. വെള്ളക്കാരുടെ തോട്ടത്തിൽ പണിയെടുത്തു. കുറേകാലത്തിനുശേഷം നാട്ടിലേക്കുതന്നെ വന്നു. കർഷകസംഘം ശക്തിപ്പെട്ടുവന്ന സമയമാണ്. കൃഷ്ണൻനായർ അതിന്റെ പ്രവർത്തകനായി. മുനയൻകുന്നിൽവച്ച് രക്തസാക്ഷിത്വംവരിച്ച കേളുനായർ വലിയമ്മയുടെ മകനാണ്. അദ്ദേഹത്തോടൊപ്പം കർഷകസംഘത്തിൽ പ്രവർത്തിച്ചു. കോറോം നെല്ലെടുപ്പിൽ പ്രധാനപങ്ക് വഹിച്ചു. പ്രാപൊയിൽ ചിറ്റാരിയിലെ നെല്ലെടുപ്പിന് നേതൃത്വം നൽകി. തുടർന്ന് മുനയൻകുന്നിലെത്തുകയായിരുന്നു. മുനയൻകുന്ന് വെടിവെപ്പിൽവലതുതുടയ്ക്കും പുറത്തും തോളിലും വെടികൊണ്ടു. കണ്ണൂർ ആസ്പത്രിയിലാണ് ചികിത്സിച്ചത്. ആസ്പത്രിയിൽ ആമം വച്ച് കട്ടിലിനോട് ബന്ധിച്ചിരുന്നു. കോറോം, പ്രാപ്പൊയിൽ, മുനയൻകുന്ന് എന്നീ കേസുകളിലായി നാലുവർഷത്തെ തടവുശിക്ഷ ലഭിച്ചു. ഭാര്യ പനയന്തട്ട ഇടയിലെവീട്ടിൽ കാർത്യായനി. വേണുഗോപാലൻ, ഉണ്ണികൃഷ്ണൻ, വിജയൻ, സാവിത്രി, രാജൻ എന്നിവർ മക്കൾ. 2011 ൽ മരണമടഞ്ഞു.

കെ വി കുട്ടി

മുനയൻകുന്നിൽവച്ച് ഇടതുകാലിന് വെടിയേറ്റ കുട്ടി കാങ്കോലിലെ കണ്ണപ്പെരുവണ്ണാന്റെ മകനാണ്. അമ്മ മാണി. ഏഴാംതരം വരെ പഠിച്ചു. പിന്നെ നെയ്ത്തുപണിയിലേർപ്പെട്ടു. ആലപ്പടമ്പ് നെല്ലെടുപ്പ് കേസിൽ പ്രതിയായതോടെ ഒളിവിൽപ്പോയി. പൊലീസ് വീട് തകർക്കുകയുണ്ടായി. വൈപ്പിരിയത്തെ യോഗം കഴിഞ്ഞാണ് മുനയൻകുന്നിലെത്തിയത്. വെടിയേറ്റ മുറിവ് വേണ്ടത്ര ചികിത്സകിട്ടാതെ പഴുത്തതിന്റെ ഫലമായി ഇടതുകാൽമുട്ടിനു കീഴെവച്ച് മുറിച്ച് നീക്കുകയുണ്ടായി. കേസ് വിചാരണയ്ക്ക് മംഗലാപുരത്തേക്ക് കൊണ്ടുപോയി. പാർട്ടിപ്രവർത്തകരുടെ സഹായത്തോടെ തിരുവനന്തപുരത്തുചെന്ന് കൃത്രിമകാൽ വച്ച് പിടിപ്പിച്ചു. മാധവിയാണ് ഭാര്യ. സുരേഷ്, വത്സ എന്നിവർ മക്കൾ. 1988 ൽ മരിച്ചു.

പുന്നക്കോടൻ കുഞ്ഞമ്പു

പുന്നക്കോടൻ ഉറുവാടിയുടെയും കണ്ണൻ വെളിച്ചപ്പാടിന്റെയും മകനായി 1915 ൽ ജനിച്ചു. പ്രാഥമികവിദ്യാഭ്യാസത്തിനുശേഷം കൃഷിക്കാര

നായി ജീവിതം തുടങ്ങി. 1937 ലാണ് പെരളം വില്ലേജിൽപ്പെട്ട പുത്തൂരിൽ കർഷകസംഘം പ്രവർത്തിച്ചു തുടങ്ങുന്നത്. കർഷകസംഘത്തിന്റെയും കമ്യൂണിസ്റ്റുപാർട്ടിയുടെയും അടിയുറച്ച പ്രവർത്തകനായി പുന്നക്കോടൻ കുഞ്ഞമ്പു മാറുകയായിരുന്നു.

രണ്ടാംലോകമഹായുദ്ധത്തെതുടർന്നുള്ള കടുത്ത ഭക്ഷ്യക്ഷാമം, അതിനെ രൂക്ഷമാക്കിയ പൂഴ്ത്തിവെപ്പ്. കരിഞ്ചന്ത, ജന്മിത്തത്തിന്റെ സാമ്പത്തികചൂഷണം എന്നിവയ്ക്കെല്ലാമെതിരെ ഉയർന്നുവന്ന കർഷകസമരങ്ങളിലെല്ലാം പുന്നക്കോടൻ കുഞ്ഞമ്പുവും പങ്കെടുത്തു. 1948 ലെ നെല്ലെടുപ്പ് സമരത്തെത്തുടർന്ന് അദ്ദേഹം ഒളിവിൽപ്പോവുകയായിരുന്നു.

ആലപ്പടമ്പ് ശ്രീധരൻ നമ്പീശന്റെ മഠത്തിൽ നടന്ന നെല്ലെടുപ്പ് സമരം, കുറ്റൂർ വേങ്ങയിൽ നായനാരുടെ വീട്ടിൽ നടന്ന നെല്ലെടുപ്പ് സമരം, പ്രാപ്പൊയിലും, കൊഴുമ്മലുമെല്ലാം തുടർച്ചയായി നടന്ന നെല്ലെടുപ്പ് സമരങ്ങൾ എല്ലാം ചേർന്ന് പയ്യന്നൂർ ഫർക്കയെ തീർത്തും സംഘർഷപൂരിതമാക്കി. കേസിലെ പ്രതിയായ കുഞ്ഞമ്പുവിനെയുംതേടി പൊലീസും ഗുണ്ടകളും പരക്കംപാഞ്ഞിരുന്നു. ഒളിവിലായിരുന്ന കുഞ്ഞമ്പു മുനയൻ കുന്നിലേക്കുള്ള യാത്രയിൽ ഗർഭിണിയായ ഭാര്യയെ കാണുവാൻ പോയതായിരുന്നു. വീട്ടിൽച്ചെന്ന് ഗർഭിണിയായ ഭാര്യയെ കണ്ട് തിരിച്ചുവരവെ ഗുണ്ടകളും പൊലീസും ചേർന്ന് അദ്ദേഹത്തെ ആക്രമിച്ച് കൊലപ്പെടുത്തുകയായിരുന്നു. 1948 ഏപ്രിൽ 23 നാണ് അദ്ദേഹം രക്തസാക്ഷിയായത്. കുഞ്ഞുമാണിയാണ് ഭാര്യ. ഏകമകൻ ഭാസ്കരൻ.

കൊലമരത്തിൽ നിന്നുള്ള കുറിപ്പുകൾ

ജൂലിയസ് ഫ്യൂച്ചിക് കൊലമരത്തിൽ നിന്നെഴുതിയ കുറിപ്പിൽ ഇങ്ങനെ പറയുന്നു:

ഈ ചരിത്രകാലഘട്ടത്തിൽ ജീവിക്കുന്നവരോട് എനിക്കൊന്നു പറയാനുണ്ട്. ഈ സമരത്തിൽ പങ്കെടുക്കുന്ന വരെ ഒരിക്കലും മറക്കാതിരിക്കുക. നിങ്ങൾക്കു വേണ്ടിയും തങ്ങൾക്കുതന്നെ വേണ്ടിയും മരിച്ചവരെപ്പറ്റി കഴിയുന്നത്ര വിവരങ്ങൾ ശേഖരിക്കുക. വർത്തമാനകാലം അചിരേണ ഭൂതകാല ചരിത്രമായി മാറും. ചരിത്രം സൃഷ്ടിച്ച പേരറിയപ്പെടാത്തവരായ വീരനായകൻമാരെക്കൊണ്ട് നിറഞ്ഞ ഒരു മഹനീയ കാലഘട്ടമായി അതറിയപ്പെടും. അവർക്കേവർക്കും പേരുകളും മുഖങ്ങളും ആശകളും ആഗ്രഹങ്ങളും ഉണ്ടായിരുന്നു. അവരുടെ ത്യാഗങ്ങൾ, ഏറ്റവും ചെറിയവരുടെതുപോലും ഇന്നുള്ള ഏറ്റവും മുന്തിയവരുടെതിനേക്കാൾ ഒട്ടും കുറവായിരുന്നില്ല. നിങ്ങൾ അവരെ അറിഞ്ഞിരുന്നാൽ എന്നപോലെ, അവർ നിങ്ങളുടെ കുടുംബങ്ങൾ ആയിരുന്നാൽ എന്നപോലെ അത്ര അടുപ്പം അവരോട് നിങ്ങൾക്ക് തോന്നണമെന്നാണ് ഞാനാഗ്രഹിക്കുന്നത്..."

പരിചയപ്പെട്ടു നിങ്ങളും, രാപ്പക-
ലവരെ നമ്മുടെ നാട്ടിൻപുറങ്ങളിൽ
അവരുടെ പടപ്പാട്ടുകൾ നമ്മുടെ
കരൾമിടിപ്പിന്റെ ഭാഗമാണിപ്പോഴും
ചെറിയവരെ ചവിട്ടി മെതിക്കുന്ന
ഭരണകൂടമടിച്ചു തകർക്കുവാൻ
മുതലാളിത്തത്തെ ജന്മിത്തവാഴ്ചയെ
കടപുഴക്കി കടലിലെറിയുവാൻ
തൊഴിലാളിക്കും കൃഷിക്കാരനും നിങ്ങൾ
വഴികൾ കാട്ടിക്കൊടുത്തു സഖാക്കളേ...!

(*നമ്മുടെ രക്തം*, ടി വി കെ)

7

മേപ്പയൂരിന്റെ കർമധീരത

അല്ലിതു പുരാവൃത്തം,
നമ്മുടെ ഗ്രാമത്തിലെ
കല്ലിനും കണ്ണീർ വന്നൊ-
രാസന്ന കഥാശേഷം

അപ്രതീക്ഷിതമായി സ്വന്തം പീടികവരാന്തയിൽ ചോരവാർന്നു വീണ ഇബ്രാഹിമിന്റെ ദുരന്തത്തിൽ മനംനൊന്ത് കവിയും എഴുത്തുകാരനുമായ സി പി അബൂബക്കർ പാടുന്നു. മേപ്പയൂരിലെ ഇബ്രാഹിമിന്റേത് പുരാവൃത്തകഥയല്ല. ഓർക്കുന്തോറും സിരകളെ ത്രസിപ്പിക്കുന്ന പോരാട്ടവഴിയിലെ ഉണർത്തുപാട്ടാണ്. ആ ദുരന്തം കല്ലിനെപ്പോലും കരയിച്ചിരിക്കണം. അത്രയ്ക്ക് ക്രൂരവും പൈശാചികവുമായാണ് വർഗീയശക്തികൾ ആക്രമിച്ചത്. ഒന്ന് തടുക്കാനോ ചെറുക്കാനോ ഉള്ള സാവകാശം അദ്ദേഹത്തിനു കിട്ടിയില്ല. മേപ്പയൂരിന്റെ തുടുത്ത മണ്ണിൽ സ്വന്തം കർമധീരത ചോരകൊണ്ട് അടയാളപ്പെടുത്തിയ ഇബ്രാഹിം അനന്തരതലമുറകൾക്കെല്ലാം പ്രചോദനമായി വളരുന്നു. മേപ്പയൂരിന്റെ കണ്ണിലുണ്ണി എന്നാണ് അദ്ദേഹത്തെ വിശേഷിപ്പിക്കുക. മേപ്പയൂർകാരുടെ ഏതാ

ഇബ്രാഹിം

ഇബ്രാഹിമിന്റെ അച്ഛനും അമ്മയും

വശ്യങ്ങൾക്കും ആദ്യം ഓടിയെത്തുന്നത് ഇബ്രാഹിമാണ്. ദീനാനുകമ്പ കാട്ടുകയെന്ന മാനവീയഗുണം അദ്ദേഹമൊരിക്കലും കൈവിട്ടിരുന്നില്ല. ഇതിന് ജാതീയോ മതമോ രാഷ്ട്രീയനിറമോ നോക്കാറില്ല. സർവർക്കും സുസമ്മതൻ. സർവരെയും സ്നേഹിച്ചവൻ. നാടിന്റെ നട്ടെല്ലായി വളർന്ന സി പി ഐ (എം) ന്റെ പോരാളിയായി തെളിഞ്ഞുവന്നവൻ. പക്ഷേ, വർഗീയഭീകരത ആ മനുഷ്യസ്നേഹിയെ പതിയിരുന്നാക്രമിച്ചു. മതേതരത്വത്തിന്റെ കാവലാളായ കമ്യൂണിസ്റ്റുപ്രസ്ഥാനത്തെ ആക്രമിക്കാനും തകർക്കാനും വർഗീയവാദികളെന്നും തുനിഞ്ഞിരുന്നു. സൗമ്യസാന്നിധ്യംകൊണ്ട് ജനമനസിൽ ഇടം നേടിയ ഇബ്രാഹിമിനുനേരെയും വർഗീയഭീകരത വാളോങ്ങാൻ മടിച്ചില്ല. ബോധപൂർവം നേരത്തെ ആസൂത്രണം ചെയ്യപ്പെട്ട ആ ആക്രമണത്തിൽ പൊലിഞ്ഞുപോയത് ഒരു നാടിന്റെ പൊന്നോമനയാണ്.

പോരാട്ടങ്ങളുടെ തുടുത്ത മണ്ണ്

ഞങ്ങളാദ്യം ചെന്നത് ഇബ്രാഹിമിന്റെ വീട്ടിലേക്കാണ്. മേപ്പയൂര് ബസിറങ്ങിയാൽ തെല്ലിട ഓട്ടോറിക്ഷയിൽ സഞ്ചരിക്കണം. കോഴിക്കോട് ജില്ലയിലെ മേലടി ബ്ലോക്കിലാണ് മേപ്പയൂർ പഞ്ചായത്ത് സ്ഥിതി ചെയ്യുന്നത്. നാടിന്റെ പഴയപേര് വെങ്കപ്പാറപൊയിൽ എന്നായിരുന്നു. 17 വാർഡുകൾ ഉണ്ട്. പഞ്ചായത്തിന് മേപ്പയൂർ എന്ന പേരുണ്ടായത് ഏങ്ങനെയെന്നത് അന്വേഷണ വിഷയമാണ്. കമ്യൂണിസ്റ്റ് കർഷകപോരാട്ടങ്ങൾ കൊണ്ട് തുടുത്തതാണ് ഈ മണ്ണ്. നാടുവാഴിത്തവും ജന്മിത്തവും അടക്കിവാണ പ്രദേശമാണിത്. അക്രമപ്പിരിവുകളും പൊളിച്ചെഴുത്തും കുടിയൊഴിപ്പിക്കലുംകൊണ്ട് ദുസ്സഹമായ ജനജീവിതത്തിന് താങ്ങും തണലുമായത് കർഷകസംഘവും കമ്യൂണിസ്റ്റുപാർട്ടിയുമാണ്. പേരാമ്പ്ര ഏരി

യയിൽപ്പെട്ട പ്രദേശമാണ് മേപ്പയൂർ. ഇതിനടുത്താണ് കൂത്താളി എന്ന മലമ്പ്രദേശം. കൂത്താളിസമരം കർഷക പോരാട്ടങ്ങളുടെ ചരിത്രത്തിൽ ശ്രദ്ധേയമാണ്. അന്ന് സമരപ്രഖ്യാപനജാഥ പുറപ്പെട്ടത് മേപ്പയൂരിൽ നിന്നാണ്. പൊലീസിന്റെ കണ്ണുവെട്ടിച്ച് തോണിയിൽ കൂത്താളിയിൽ ചെന്നിറിങ്ങിയ സമരവളണ്ടിയർമാർക്ക് നേതൃത്വം നൽകിയത് മേപ്പയൂരിലെ ടി സി ചാത്തുവാണ്. തോണിയിൽ അവിടെ ചെന്നിറങ്ങിയ വളണ്ടിയർമാർ കൂത്താളി മണ്ണിൽ ചെങ്കൊടി നാട്ടി അവകാശപ്രഖ്യാപനം നടത്തുകയായിരുന്നു. എം കെ കേളു, എം കുമാരൻമാസ്റ്റർ, ടി കെ കെ അബ്ദുള്ള എന്നിവരായിരുന്നു സമരമുഖത്തെ നേതാക്കൾ. 1957 ൽ ഇ എം എസ് സർക്കാർ അധികാരത്തിൽ വന്നതിനുശേഷമാണ് കൂത്താളി മലവാരം പതിച്ചുനൽകാൻ നടപടി ഉണ്ടായത്.

അയിത്തവും അടിമത്തവും നിലനിന്ന പഴയകാലത്ത് നാട്ടിലെ അവർണർക്ക് അനുഭവിക്കേണ്ടിവന്ന വിഷമതകളെക്കുറിച്ച് സി പി അബൂബക്കർ വിവരിച്ചു. കീഴാളരെ പാട്ടവ്യവസ്ഥയിൽ ജന്മിമാർക്ക് കൈമാറ്റം ചെയ്തിരുന്നു. തെറ്റ് ചെയ്തെന്ന് ജന്മിക്ക് തോന്നിയ കീഴാളനെ നുകത്തിൽക്കെട്ടി നിലം ഉഴാൻ നിർബന്ധിച്ച സംഭവവുമുണ്ടായിരുന്നത്രെ. അവർണർക്ക് ക്ഷേത്രപ്രവേശനം കിട്ടണമെന്ന് ആവശ്യപ്പെട്ടുകൊണ്ട് സി പി ഐ (എം) നടത്തിയ സമരത്തെക്കുറിച്ചും അബൂബക്കർ സൂചിപ്പിച്ചു. പാലേരിയിൽനിന്നും കൊണ്ടു വന്ന ഇളനീർക്കുലകൾ ക്ഷേത്രത്തിൽ കയറ്റാതെ സവർണർ തടയുകയുണ്ടായി. ഇതേത്തുടർന്ന് തുറന്ന സംഘട്ടനംതന്നെ നടക്കുകയുണ്ടായി. അവർണരെയും കൂട്ടി അമ്പലക്കുളത്തിൽച്ചെന്ന് മുങ്ങിക്കുളിച്ച് പ്രതിഷേധിച്ചതും സമരത്തിന്റെ ഭാഗമായിരുന്നു. സാഹിത്യത്തിൽ പ്രശസ്തി നേടിയ നാടാണ് പാലേരി. *പാലേരി മാണിക്യം കൊലക്കേസ്* എന്ന പേരിൽ ടി പി രാജീവന്റെ ഒരു നോവലുണ്ട്. അത് പിന്നീട് സിനിമയുമായി.

മൂപ്പരെപ്പോലെ മൂപ്പര് മാത്രം

മേപ്പയൂർ വലിയ പട്ടണമൊന്നുമല്ല. കൊയിലാണ്ടിയിൽ നിന്നാണ് പോകുന്നതെങ്കിൽ ബസിൽ 12 കിലോമീറ്ററോളം സഞ്ചരിക്കണം. അവിടെ നാൽക്കവലകളും ചെറിയ ബസ്സ്റ്റാന്റും, ഹയർ സെക്കണ്ടറി സ്കൂളുമുണ്ട്. മുമ്പ് മേപ്പയൂർ നിയോജകമണ്ഡലമായിരുന്നു. എം കെ കേളുവും എ വി അബ്ദുറഹിമാൻ ഹാജിയും എ കണാരനും മറ്റും അവിടെനിന്ന് തിരഞ്ഞെടുക്കപ്പെട്ടിട്ടുണ്ട്. ഗ്രാമീണ ചാരുത വറ്റാതെ നിലകൊള്ളുന്ന നാടാണ് മേപ്പയൂർ. ഈ ചാരുത പ്രകൃതിയിലെന്നതുപോലെ മനുഷ്യഹൃദയത്തിലും കുടികൊള്ളുന്നു. മതമേതായാലും മനുഷ്യരെല്ലാം ഒന്നാവണമെന്നും നന്നാവണമെന്നും മേപ്പയൂരിലെ ജനങ്ങൾ ആഗ്രഹിക്കുന്നു. ഈ ആഗ്രഹങ്ങളുടെ പച്ചപ്പുകൾ ഉണങ്ങാതെ നിലനിർത്തുന്നത് കമ്യൂണിസ്റ്റുപ്രസ്ഥാനമാണ്.

ഇബ്രാഹിമിന്റെ എടത്തിലെ വീട്ടിൽ ഭാര്യ സുബൈദയും, ഇളയ

ഇബ്രാഹിമിന്റെ ഭാര്യയും മക്കളും

മകൻ ഷെബിൻ ലാലും ഞങ്ങളെ സ്വീകരിച്ചു. ഇബ്രാഹിമിന് രണ്ട് ആൺമക്കളാണ്. മൂത്തമകൻ ഫെബിൻലാൽ ഇപ്പോൾ ബഹറിൻ മിനിസ്ട്രിയിൽ കമ്പ്യൂട്ടർ വിഭാഗത്തിൽ ജോലി ചെയ്യുന്നു. ഷെബിൻലാൽ ബി എസ് സി നഴ്സിംഗ് ഫൈനൽ ഇയറിന് പഠിക്കുന്നു. ഫെബിൻലാലിന്റെ വിവാഹം ഏതാനും മാസം മുൻപ് കഴിഞ്ഞതേയുള്ളൂ. കുനിയിൽ ഇബ്രാഹിമിന്റെയും സുലേഖയുടെയും മകൾ സുമീനയാണ് വധു. അവൾ മംഗലാപുരത്ത് ബി എസ് സി നഴ്സിങ്ങിന് പഠിക്കുന്നു. മേപ്പയൂർ കായാലത്തെ കെ കെ സൂപ്പിയുടെയും ആയിഷയുടെയും മകളാണ് സുബൈദ. മേപ്പയൂർ സ്കൂളിൽനിന്നും പത്താംതരം പാസായി വീട്ടിൽ വെറുതെ കഴിയുമ്പോഴാണ് വിവാഹാലോചന വന്നത്. ഇബ്രാഹിമിന്റെ കുടുംബവുമായി നേരത്തെ പരിചയമുണ്ടായിരുന്നു. നല്ല ചുറുചുറുക്കുള്ള ചെറുപ്പക്കാരനായിരുന്നു അദ്ദേഹം. പാർട്ടി യുവജനസംഘടനയുടെ നേതാവുമായിരുന്നു. വെളുത്തു മെലിഞ്ഞ ആ മനുഷ്യനെ വീട്ടിലുള്ളവർക്കെല്ലാം ഇഷ്ടമായിരുന്നു എന്ന് സുബൈദ ഓർമിച്ചു. 1981 ലാണ് നിക്കാഹ് നടന്നത്. വളരെ സ്നേഹം തന്ന ആളായിരുന്നു മൂപ്പര്. കുടുംബസ്നേഹിയെന്ന് പറഞ്ഞാൽ ഇങ്ങനെയുള്ള ആള് വേറെ കാണില്ല. ഈ സ്നേഹം വീട്ടുകാർക്ക് മാത്രമല്ല നാട്ടുകാർക്കും പങ്കിട്ടുകൊടുത്തു. മൂപ്പരെപ്പോലെ മൂപ്പര് മാത്രമേ കാണൂ. ചിലപ്പോൾ രാത്രി വീട്ടിലെത്താൻ വളരെ വൈകാറുണ്ട്. പാർട്ടി പ്രവർത്തനവുമായി ബന്ധപ്പെടുമ്പോൾ ഇങ്ങനെയൊക്കെ വേണ്ടി വരുമെന്ന് അദ്ദേഹം പറയുമായിരുന്നു. മൂപ്പർക്ക് പാർട്ടിയും ഒരു കുടുംബം തന്നെയായിരുന്നു. രണ്ടുവർഷം കഴിഞ്ഞാണ്

ആദ്യത്തെ കുഞ്ഞുണ്ടായത്. അവന് ഫെബിൻലാൽ എന്ന് പേരിട്ടതും മൂപ്പര് തന്നെ. രണ്ടുമക്കളുടെയും പേരിന്റെ ഒടുവിൽ ലാൽ എന്ന് ചേർത്തിട്ടുണ്ട്.

സുബൈദക്ക് മൂന്ന് ആങ്ങളമാരാണ്; മജീദ്, നൗഷാദ്, ലത്തീഫ്. മജീദിന്റെ ഭാര്യ ഖദീജ നഴ്സറി ടീച്ചറാണ്. വീട്ടമ്മയായ ജമീലയാണ് നൗഷാദിന്റെ ഭാര്യ. ലത്തീഫിന്റെ ഭാര്യ സൗദ പറയഞ്ചേരി ഗേൾസ് ഹയർ സെക്കണ്ടറി സ്കൂൾ അധ്യാപികയാണ്.

കണ്ണീരുണങ്ങാത്ത നാളുകൾ

സുബൈദയെ സംബന്ധിച്ചിടത്തോളം കണ്ണീരുണങ്ങാത്ത നാളുകളായിരുന്നു അത്. രണ്ടാമത്തെ മകനെ ഗർഭംധരിച്ച സന്ദർഭമായിരുന്നു. മൂത്തമകന് രണ്ടരവയസ്സ്. ശാരീരിക ബുദ്ധിമുട്ടുകളെ തുടർന്ന് സുബൈദ ഉമ്മയുടെ കൂടെ കഴിയുകയായിരുന്നു. ഇബ്രാഹിം വീട്ടിൽ വന്നുംപോയും കൊണ്ടിരുന്നു. അദ്ദേഹത്തെപ്പറ്റി നാട്ടിൽ ചില കള്ളക്കഥകൾ പ്രചരിക്കുന്നുണ്ടായിരുന്നു. അമ്പലത്തിൽ കയറി അശുദ്ധിപ്പെടുത്തിയെന്നാണ് പറഞ്ഞ് പരത്തിയത്. താനിക്കാര്യം ചോദിച്ചിരുന്നെന്ന് സുബൈദ പറഞ്ഞു. മൂപ്പരങ്ങനെ ചെയ്യുന്ന ആളല്ല. സംഭവം നടന്നതിന്റെ തലേദിവസവും അദ്ദേഹം വീട്ടിൽ വന്നിരുന്നു. ആങ്ങള നൗഷാദ് അന്ന് ഗൾഫിൽ പോകുന്നുണ്ടായിരുന്നു. യാത്ര അയക്കാനാണ് മൂപ്പര് വന്നത്. പിറ്റേ ദിവസം പോകുമ്പോൾ വരാൻ താമസിക്കുമെന്ന് സൂചിപ്പിച്ചിരുന്നു, ബേക്കറി സാധനങ്ങൾ എടുക്കാൻ കോഴിക്കോട്ട് പോകണമെന്നാണ് പറഞ്ഞത്. എന്നാൽ ആ ദിവസം രാത്രിയായിട്ടും അദ്ദേഹം വന്നില്ല. എനിക്കാകെ പരിഭ്രമവും പേടിയുമായിരുന്നെന്ന് സുബൈദ സൂചിപ്പിച്ചു. അന്ന് ഉറക്കം വരാതെ കഴിച്ചുകൂട്ടി. മേപ്പയൂരിൽ എന്തോ കുഴപ്പമുണ്ടായതായി പിറ്റേന്ന് കാലത്താണ് അറിഞ്ഞത്. അദ്ദേഹത്തിന് മുറിവ് പറ്റിയെന്നും പറഞ്ഞുകേട്ടു. ഉടനെ എല്ലാവരും ആശുപത്രിയിലേക്ക് പോകാനൊരുങ്ങി. എന്നാൽ വഴിക്കുവെച്ച് പാർട്ടിപ്രവർത്തകരും ബന്ധുക്കളും തിരികെ പറഞ്ഞയക്കുകയായിരുന്നു. ഒടുവിലാണ് ആ ദുരന്തവാർത്ത അറിയിച്ചത്.

ബാപ്പയെ കണ്ടിട്ടില്ലാത്ത ഇളയമകൻ ഷെബിൻലാലും ഞങ്ങളുടെ സംസാരത്തിൽ പങ്കുകൊണ്ടു. ബാപ്പയുടെ ഓർമകളാണ് ഉമ്മയുടെ ശക്തി എന്ന് അവൻ സൂചിപ്പിച്ചു. കൂടാതെ ഏതു കാര്യത്തിനും സഹായിക്കാൻ പാർട്ടിയുണ്ട്. എന്തുപറഞ്ഞാലും പാർട്ടി അത് സാധിപ്പിച്ചുതരും.

മൊയ്തീന്റെ ഓർമകൾ

ഇബ്രാഹിമിന്റെ മൂത്തസഹോദരനാണ് മൊയ്തീൻ. അനുജനെക്കുറിച്ച് അദ്ദേഹത്തിന് ഏറെ ഓർക്കാനുണ്ട്. മേപ്പയൂരിലെ പ്രശസ്തമായ മുസ്ലീം കുടുംബത്തിലെ മക്കളാണ് എല്ലാവരും. എടത്തിൽ അബ്ദുള്ളയുടെയും മറിയത്തിന്റെയും മക്കൾ. മൊയ്തീൻ, അസൈനാർ, അമ്മദ്, പോക്കർ, ഇബ്രാഹിം, അബ്ദുറഹിമാൻ, ഫാത്തിമ, കുഞ്ഞായിസ എന്നി

ഇബ്രാഹിമിന്റെ സഹോദരങ്ങളും മകനും

ങ്ങനെ ആണും പെണ്ണുമായി എട്ടുപേർ. മൊയ്തീൻ സി പി ഐ (എം)ന്റെ പഴയകാലംതൊട്ടെയുള്ള പ്രവർത്തകനാണ്. ഇബ്രാഹിം ഉശിരുള്ളവനായിരുന്നെന്ന് അദ്ദേഹം പറഞ്ഞു. അതേപോലെ ദീനാനുകമ്പപ്രകടിപ്പിക്കുന്നതിലും മുന്നിൽത്തന്നെ. മേപ്പയൂർ ഹൈസ്കൂളിൽനിന്ന് അവൻ എട്ടാംതരം പാസായതാണ്. പിന്നെ ബേക്കറിയിൽ സഹായിയായി നിന്നു. കുട്ടികളുടെ സംഘടനയിലും യുവാക്കളുടെ സംഘടനയിലുമാണ് ആദ്യകാലത്ത് പ്രവർത്തിച്ചത്. നന്നായി പ്രസംഗിക്കും. ആർക്കും എന്ത് സഹായവും ചെയ്തു കൊടുക്കും. കുറച്ചുകാലം ഗൾഫിൽ പോയിരുന്നു. തിരികെ വന്ന് വീണ്ടും പാർട്ടി പ്രവർത്തനങ്ങളിൽ മുഴുകുകയായിരുന്നു. അന്ന് തിരഞ്ഞെടുപ്പുമായി ബന്ധപ്പെട്ട ഒരു പാർട്ടിയോഗം നടക്കുന്നുണ്ടായിരുന്നു. ഞാനതിൽ പങ്കെടുക്കാൻ പോയതാണ്. നേരം സന്ധ്യയാവാറായിരുന്നു. പെട്ടെന്ന് ഒരു സഖാവ് ഓടിക്കിതച്ച് വന്ന് ടൗണിൽ കുഴപ്പമുള്ളതായി അറിയിച്ചു. ഇബ്രാഹിമിന് കുത്തേറ്റെന്നും പറഞ്ഞു. പാർട്ടി യോഗം നിർത്തിവെച്ച് ഞങ്ങളെല്ലാം ടൗണിലേക്കോടി. വാർത്തയറിഞ്ഞ് ധാരാളം സഖാക്കൾ അവിടെ എത്തിച്ചേർന്നിരുന്നു. ഞങ്ങളെത്തുമ്പോഴേക്കും ഇബ്രാഹിമിനെ കോഴിക്കോട്ടേക്ക് കൊണ്ടുപോയിരുന്നു. അനുജന്മാരായ അസൈനാർക്കും, അമ്മദിനും കുത്തേറ്റിരുന്നു. ഞങ്ങളും ഉടനെ കോഴിക്കോട്ടേക്ക് പോയി. പക്ഷേ, മെഡിക്കൽ കോളേജിലെത്തുമ്പോഴേക്കും ഇബ്രാഹിം ഈ ലോകത്തോട് വിട പറഞ്ഞു കഴിഞ്ഞിരുന്നു. വീട്ടിൽ അന്ന് വിവരം അറിയിച്ചില്ല. പിറ്റേ ദിവസം ഉച്ചയോടെയാണ് ബാപ്പയെയും ഉമ്മയെയും അറിയിച്ചത്. അവരാകെ തളർന്നുപോയിരുന്നു. മൊയ്തീനും സഹോദരങ്ങളുമാണ് ഇപ്പോൾ ബേക്കറി നടത്തുന്നത്. കുഞ്ഞയിഷയാണ് അദ്ദേഹത്തിന്റെ ഭാര്യ. മൂന്ന് മക്കളുണ്ട്. അനുജനെ രക്ഷിക്കാനുള്ള ശ്രമത്തിൽ കുത്തേറ്റ അസൈനാരുടെ ഭാര്യ ബീയാത്തുവാണ്. അമ്മദിന്റെ ഭാര്യ കുഞ്ഞയിഷയും പോക്കറിന്റെ ഭാര്യ ആയിഷയുമാണ്. മറിയത്തെയാണ് അബ്ദുറഹിമാൻ

നിക്കാഹ് ചെയ്തത്. സഹോദരിമാരായ ഫാത്തിമയുടെ ഭർത്താവ് കുഞ്ഞഹമ്മദും, കുഞ്ഞയിഷയുടെ ഭർത്താവ് മായനുമാണ്. എല്ലാവർക്കും ഇബ്രാഹിമിനെക്കുറിച്ച് നല്ലതേ പറയാനുള്ളൂ.

നാട് നടുങ്ങിയ സന്ധ്യ

ഞങ്ങൾ മേപ്പയൂരിലെ സി പി ഐ (എം) നേതാക്കളെയും കണ്ടു. സമരതീക്ഷ്ണമായ ഇബ്രാഹിമിന്റെ ജീവിതത്തെക്കുറിച്ച് അവർക്കെല്ലാം വളരെ പറയാനുണ്ടായിരുന്നു. ദീർഘകാലം മേപ്പയൂർ പഞ്ചായത്ത് പ്രസിഡന്റും കെ എസ് കെ ടി യു സംസ്ഥാന കമ്മിറ്റി അംഗവുമായ കെ കെ രാഘവനെയാണ് ആദ്യം സന്ദർശിച്ചത്. പിന്നീട് ലോക്കൽ സെക്രട്ടറി കെ ടി രാജനുമായും സംസാരിച്ചു. ജനസമ്മതനായ ഇബ്രാഹിം മേപ്പയൂർ നാടിന്റെ കണ്ണിലുണ്ണിയായി തീർന്നതെങ്ങനെയെന്ന് അവരെല്ലാം വിവരിച്ചു. നാട്ടിലുള്ള ഏത് കാര്യത്തിലും അദ്ദേഹം ഇടപെടും. പുറമെ നിന്ന് ആരുവന്നാലും ആദ്യം സമീപിക്കുന്നത് ഇബ്രാഹിമിനെയാണ്. ജോളി ബേക്കറിയിൽ അദ്ദേഹം ചിരിച്ചുകൊണ്ട് നിൽക്കുന്നുണ്ടാവും. ബുദ്ധിമുട്ടനുഭവിക്കുന്നവർക്കെല്ലാം അദ്ദേഹം അത്താണിയായിരുന്നു. മേപ്പയൂരിലെ ചുമട്ടുതൊഴിലാളികളെ ആദ്യമായി സംഘടിപ്പിച്ചത് ഇബ്രാഹിമാണ്. അദ്ദേഹം അതിന്റെ സ്ഥാപക സെക്രട്ടറിയുമായിരുന്നു. 1987 ഡിസംബർ 28 ന്റെ ദുരന്തം നാടിനെയാകെ കണ്ണീരിലാഴ്ത്തിയതായിരുന്നു. ഇബ്രാഹിം അന്നും പതിവുപോലെ ബേക്കറിയിൽ നിൽക്കുകയായിരുന്നു. പെട്ടെന്ന് ഒരാൾ കടന്നുചെന്ന് അദ്ദേഹത്തെ വിളിച്ചു. ആര് വന്നു വിളിച്ചാലും പുറത്തിറങ്ങുന്നതാണ് അദ്ദേഹത്തിന്റെ ശീലം. സംശയിക്കത്തക്ക സാഹചര്യവും ഉണ്ടായിരുന്നില്ല. വിളിച്ച ആളുടെ പിന്നാലെ ഇബ്രാഹിം പുറത്തിറങ്ങിയതേയുള്ളൂ. അതിനിടയിൽത്തന്നെ ആക്രമണം നടന്നു. അനുജനെ ആക്രമിക്കുന്നതുകണ്ട് അസൈനാരും അമ്മദും പുറത്തേക്കോടിയിറങ്ങി. അവർക്കും വെട്ടേറ്റു. അടുത്തനിമിഷത്തിൽ പുകബോംബു പൊട്ടി. അതിന്റെ മറവിൽ അക്രമികൾ ഓടി രക്ഷപ്പെട്ടു. ചോരയിൽ കുളിച്ച ഇബ്രാഹിം അടുത്തുള്ള ബിന്ദു ടീ ഷോപ്പിലേക്ക് ഓടിക്കയറി, വെള്ളം വേണമെന്ന് ആവശ്യപ്പെട്ടു. കടക്കാരൻ ഗോപാലൻ വേഗം വെള്ളം കൊണ്ടുവന്നു. അത് വാങ്ങി കുടിച്ചതും കുഴഞ്ഞ് വീഴുകയായിരുന്നു. മെഡിക്കൽ കോളേജിലേക്കുള്ള വഴിയിൽ ആ സഖാവിന്റെ ജീവിതം അസ്തമിച്ചു.

കള്ളക്കഥകൾ പ്രചരിപ്പിച്ചു

ഇബ്രാഹിമിന്റെ രക്തസാക്ഷിത്വത്തിനുമുൻപ് വർഗീയവാദികൾ ഇല്ലാക്കഥകൾ പൊടിപ്പും തൊങ്ങലുംവച്ച് പ്രചരിപ്പിച്ചിരുന്നു. അദ്ദേഹത്തെ ആക്രമിക്കാൻ പശ്ചാത്തലമൊരുക്കുക എന്നതായിരുന്നു ലക്ഷ്യം. നാട്ടിലെ ക്ഷേത്രത്തിൽ കയറി അശുദ്ധമാക്കിയെന്നാണ് പ്രചരിപ്പിച്ചത്. വർഗീയ പത്രങ്ങളും ഇത് ഉയർത്തിപ്പിടിച്ചു. ഇക്കാര്യം പറഞ്ഞ്

കവലയിൽ പൊതുയോഗവും സംഘടിപ്പിച്ചു. ജാഗ്രത കൈക്കൊള്ളണമെന്ന് ഇബ്രാഹിമിനോട് സഖാക്കൾ സൂചിപ്പിച്ചതാണ്. പക്ഷേ, ഇബ്രാഹിമിന് ഒട്ടും ഭയമില്ലായിരുന്നു. കള്ളക്കഥകളാണ് തന്റെ പേരിൽ പ്രചരിപ്പിക്കുന്നതെന്ന് അദ്ദേഹം പറഞ്ഞു. കമ്യൂണിസ്റ്റുകാരെ വകവരുത്തുന്നതിന്റെ മുന്നോടിയായി വർഗീയവാദികൾ എന്നും ഇത്തരം ആസൂത്രിത നീക്കങ്ങൾ നടത്തിയിരുന്നു. ഇബ്രാഹിമിനുനേരെ ആക്രമണം ഉണ്ടായപ്പോൾ ജനങ്ങളാകെ ഇളകിമറിഞ്ഞിരുന്നു. അവർ പ്രതികാരത്തിനു തുനിഞ്ഞിറങ്ങിയതാണ്. എന്നാൽ പാർട്ടി നേതാക്കൾ ഇടപെട്ട് ജനങ്ങളെ ശാന്തരാക്കി. ഇതിനിടയിൽ വേറെ ഒരു സംഭവംകൂടി ഉണ്ടായി. ജോളി ബേക്കറിയുടെ മുകളിലത്തെ നിലയിൽ ജനതാദൾ ഓഫീസ് പ്രവർത്തിച്ചിരുന്നു. ഇബ്രാഹിമിനുനേരെ ആക്രമണം നടക്കുമ്പോൾ അവിടെ കുഞ്ഞിരാമൻ എന്ന പ്രവർത്തകനുണ്ടായിരുന്നു. ഭീകരമായ ആക്രമണം കണ്ട് ഭയന്നു വിറച്ചുപോയ അദ്ദേഹം ഹൃദയംപൊട്ടി മരിച്ചു. അടുത്തദിവസം ഹർത്താലായിരുന്നു. പോസ്റ്റുമോർട്ടത്തിനുശേഷം നാട്ടിലെത്തിച്ച മൃതദേഹം ഇബ്രാഹിമിന്റെ വീട്ടിൽ പൊതുദർശനത്തിന് വെച്ചു. മേപ്പയൂർ അതുവരെ കണ്ടിട്ടില്ലാത്ത ജനാവലിയാണ് തടിച്ചുകൂടിയത്. മേപ്പയൂർ പള്ളിവളപ്പിൽ മൃതദേഹം അടക്കം ചെയ്തു.

മേപ്പയൂർ എന്ന നാടിനെക്കുറിച്ചും ഇബ്രാഹിം എന്ന സഖാവിനെക്കുറിച്ചും ഓർമിക്കാൻ ഏറെയുണ്ട്. കേരളത്തിൽ സാമൂഹ്യമാറ്റത്തിന് തിരികൊളുത്തിയ കർഷകസംഘത്തിന്റെയും കമ്യൂണിസ്റ്റ് പ്രസ്ഥാനത്തിന്റെയും വളർച്ചയുമായും ആ ഓർമകൾ ബന്ധപ്പെട്ടുകിടക്കുന്നു. ഇവിടത്തെ രാഷ്ട്രീയ ബോധം വളർത്തുന്നതിന് കലാ–സാംസ്കാരിക പ്രസ്ഥാനങ്ങൾക്കും നിർണായക പങ്കുണ്ട്. എ കെ ജിയുടെയും സി എച്ച് കണാരന്റെയും എ വി കുഞ്ഞമ്പുവിന്റെയും കെ പി ആർ ഗോപാലന്റെയും നിരന്തര സാന്നിധ്യം കൊണ്ടും തുടുത്ത നാടുമാണിത്. പോരാട്ടം ജീവിതവ്രതമാക്കിയവരുടെ ഈ ചുവന്ന മണ്ണിൽ ഇബ്രാഹിം എന്ന മനുഷ്യസ്നേഹിയും കമ്യൂണിസ്റ്റുകാരനും അനശ്വരമായി ജീവിക്കും.

8

മുസ്ലീം പള്ളിക്ക് കാവലാളായവൻ

"മതനിരപേക്ഷത സംരക്ഷിക്കാനും വർഗീയ ശക്തികളുടെ അഴിഞ്ഞാട്ടം പിടിച്ചുകെട്ടാനും കണ്ണൂർമേഖലയിൽ സി പി ഐ (എം) നടത്തിയ പോരാട്ടങ്ങൾ ഐതിഹാസികമാണ്. കണ്ണൂർ ജില്ലയെ ഒരു ടെസ്റ്റ്കേസായെടുത്ത് വർഗീയ പരിപാടി നടപ്പാക്കാൻ തീരുമാനിച്ച ആർ എസ് എസ് ഏറ്റവും വലിയ ശത്രുവായിക്കാണുന്നത് സി പി ഐ (എം)നെയാണ്. തലശ്ശേരിയിൽ ഉത്തരേന്ത്യൻ മാതൃകയിൽ ആസൂത്രിതമായ വർഗീയ കലാപമാണ് 1971 അവസാനം ആരംഭിച്ചത്. നുണക്കഥകളും ഊഹാപോഹങ്ങളും പരത്തി, വർഗീയവികാരം ആളിക്കത്തിച്ച് കൊള്ളയും കൊള്ളിവെയ്പ്പും അക്രമങ്ങളുമായി അരങ്ങേറിയ കലാപം ശമിപ്പിക്കാൻ സി പി ഐ (എം) പ്രവർത്തകരും നേതാക്കളും രംഗത്തിറങ്ങി. പാർട്ടി പതാകയുമേന്തി കലാപഭൂമിയിലേക്ക് നിർഭയം ഇറങ്ങിച്ചെന്നത് പാർട്ടി പ്രവർത്തകരാണെന്ന് കലാപത്തെക്കുറിച്ചന്വേഷിച്ച ജസ്റ്റിസ് വിതയത്തിൽ കമീഷൻ വ്യക്തമാക്കിയിട്ടുണ്ട്. ആ കലാപത്തിൽ ആർ എസ് എസുകാർ കൊന്നു കളഞ്ഞത് സി പി ഐ (എം)ന്റെ മാങ്ങാട്ടിടം ലോക്കൽ കമ്മിറ്റിയംഗമായിരുന്ന സ. യു കെ കുഞ്ഞിരാമനെയാണ്. ന്യൂനപക്ഷങ്ങളുടെ സ്വത്തുക്കൾക്കും അവരുടെ ജീവനും കാവലാളായി എന്ന കുറ്റമാണ് ആർ എസ് എസുകാർ യു കെ കുഞ്ഞിരാമനുമേൽ ചുമത്തിയത്. അന്ന് കൊലക്കത്തിയെടുത്ത ആർ എസ് എസിനെ പിടിച്ചു നിർത്തിയത് സി പി ഐ (എം)ന്റെ പ്രതിരോധമാണ്. വർഗീയതയ്ക്കെതിരായ സമരത്തിൽ വിലപ്പെട്ട അനേകം ജീവനുകൾ പാർട്ടിക്ക് നഷ്ടപ്പെടുത്തേണ്ടിവന്നിട്ടുണ്ട്."

*പോരാട്ടങ്ങളുടെ ഓർമ്മക*ളെന്ന ഗ്രന്ഥത്തിന്റെ ആമുഖക്കുറിപ്പിൽ സി പി ഐ (എം) സംസ്ഥാനസെക്രട്ടറി പിണറായി വിജയനെഴുതിയതാണ് ഇവിടെ ഉദ്ധരിച്ചത്.

കേരളത്തിൽ വിപ്ലവപ്രസ്ഥാനത്തിന്റെ ഈറ്റില്ലമെന്നാണ് വടക്കേ മലബാറിനെ വിശേഷിപ്പിക്കുന്നത്. സ്വാതന്ത്ര്യ സമരത്തിന്റെ ഭാഗമായി ഇവിടങ്ങളിൽ രൂപംകൊണ്ട പോരാട്ടങ്ങൾ പിൽക്കാലത്ത് ജന്മിത്തത്തിനെതിരെയുള്ള അതിശക്തമായ ചെറുത്തു നിൽപ്പായി രൂപാന്തരം പ്രാപിച്ചു. അതുകൊണ്ടുകൂടിയാണ് കണ്ണൂരിനെ ചുവപ്പൻ ജില്ലയെന്ന് വിളിച്ചുവരുന്നത്. സി പി ഐ (എം)നെ സംബന്ധിച്ചിടത്തോളം ഉരുക്കുകോട്ടയുമാണ് ഇവിടം. അപ്രതിരോധ്യമായ പ്രസ്ഥാനമായി ഈ പാർട്ടിയെ വളർത്തിയെടുത്തതിനുപിന്നിൽ വിലപ്പെട്ട അനേകം രക്തസാക്ഷിത്വങ്ങളുണ്ട്.

പടനിലങ്ങളിലെ കൊടുങ്കാറ്റായി വീശിയടിച്ച ആ ജീവിതങ്ങൾ പകർന്നുതരുന്ന കരുത്തും ചൈതന്യവും പുതുതലമുറകൾക്ക് വഴികാട്ടിയായിത്തീരും.

ഓരോ രക്തസാക്ഷിത്വത്തിനും ഓരോ ചരിത്രമുണ്ടാകും. നാട് ഏറ്റവും വലിയ കെടുതികൾ അനുഭവിച്ചുകൊണ്ടിരിക്കുമ്പോൾ സ്വയം മറന്ന് ഇറങ്ങിത്തിരിച്ചവരാണവർ. ഒരു പോരാളിക്കു ചേർന്നവിധം പുരുഷോചിതമായി അവർ പ്രതികരിച്ചു. ആപാദചൂഡം ആദർശംകൊണ്ട് വാർത്തെടുത്ത വീരൻമാരായി അവരെ ലോകം വാഴ്ത്തുന്നു. കുണ്ടും കുഴിയും മുള്ളും നിറഞ്ഞ പാതകളിലൂടെ സാഹസികയാത്രകൾ നടത്തി അവർ ലക്ഷ്യത്തിലെത്തിച്ചേരുകയായിരുന്നു. രക്തസാക്ഷികളുടെ പോരാട്ടവഴികളും വ്യത്യസ്തങ്ങളായിരിക്കും. 1940 കളിൽ നാടുവാഴിത്തവും ജന്മിത്തവും പറിച്ചെറിയാനാണ് നമ്മുടെ പൂർവികർ ഇറങ്ങിത്തിരിച്ചത്. എന്നാൽ പിൽക്കാലത്ത് ഫാസിസത്തിനും വർഗീയതയ്ക്കുമെതിരെ മാനവികതയ്ക്ക് കാവലിരുന്നുകൊണ്ടാണ് പലരും ജീവൻ ബലിയർപ്പിച്ചത്. മനുഷ്യന് നാളെയിലേക്ക് നടക്കാനുള്ളവഴി പൂർണമായും തടസപ്പെടുമ്പോൾ അവൻ ബലം പ്രയോഗിച്ച് ആ പാത വെട്ടിത്തുറക്കും എന്നും പറയാറുണ്ട്. ഇതും ഒരു വിപ്ലവപ്രവർത്തനമായിട്ടാണ് വിശേഷിപ്പിക്കുന്നത്. യു കെ കുഞ്ഞിരാമനെന്ന പോരാളി ജനതയുടെ സ്വൈര്യജീവിതം കാംക്ഷിച്ച നേതാവായിരുന്നു. അശാന്തിയും സംഘർഷവും പടരുന്ന സാമൂഹ്യസാഹചര്യം ഉടലെടുത്തപ്പോൾ അദ്ദേഹം പാർട്ടിയുടെ ദൗത്യം ഏറ്റെടുക്കുകയായിരുന്നു.

മെരുവമ്പായി എന്ന ഗ്രാമം

മെരുവമ്പായിയിലെ നീർവേലി എന്ന പ്രദേശം യു കെ കുഞ്ഞിരാമനിലൂടെയാണ് പുറംലോകമറിഞ്ഞത്. കണ്ണൂരിൽനിന്നും കൂത്തുപറമ്പിലേക്കുള്ള ബസിൽ ആദ്യം യാത്ര ചെയ്യണം. അവിടെനിന്നും മട്ടന്നൂർ

ഇരിട്ടി റൂട്ടിലോടുന്ന ബസിൽ കയറിയാൽ മെരുവമ്പായിയിലിറങ്ങാം. കൂത്തുപറമ്പ് ഇന്ന് അറിയപ്പെടുന്ന നാടാണ്. ധീരരായ അഞ്ചുയുവാക്കളുടെ രക്തസാക്ഷിത്വം കൊണ്ടാണ് ഇന്ന് ആ നാട് അറിയപ്പെടുന്നത്. സഹകരണമേഖലയിലെ നിയമനങ്ങൾക്കെതിരെയും വിദ്യാഭ്യാസരംഗത്തെ അഴിമതിക്കെതിരെയും കേരളത്തിലെ യുവാക്കൾ പൊരുതിയിറങ്ങിയപ്പോൾ അന്നത്തെ സർക്കാരും സഹകരണമന്ത്രിയും അവരെ നിഷ്ഠുരം നേരിടുകയായിരുന്നു.

ഓർമകളുണരുന്ന കൂത്തുപറമ്പിലൂടെ വേണം യു കെ കുഞ്ഞിരാമന്റെ സ്മരണകളിരമ്പുന്ന മെരുവമ്പായിയിലെത്താൻ. അവിടെ കെ എസ് ടി എ മുൻനേതാവും പാർട്ടി പ്രവർത്തകനുമായ ഒ ഗംഗാധരൻ മാസ്റ്റർ കാത്തുനിന്നിരുന്നു. ബസ് സ്റ്റോപ്പിന് കിഴക്കുവശത്തായിട്ട് വായനശാല സ്ഥിതി ചെയ്യുന്നു. ഇറക്കത്തിലാണ് മെരുവമ്പായിപ്പള്ളി നിലകൊള്ളുന്നത്.

ഓർമകളിലെ യു കെ

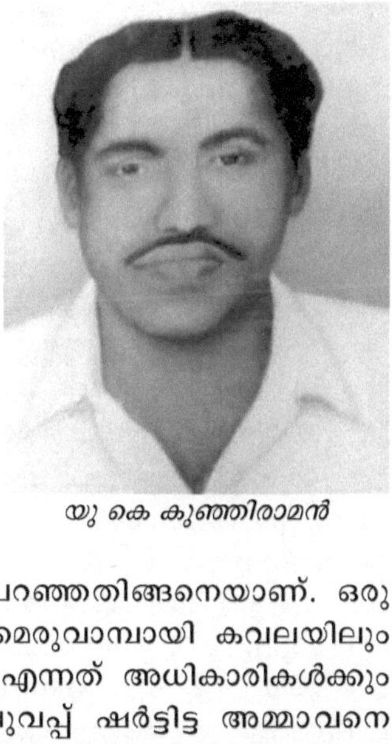

യു കെ കുഞ്ഞിരാമൻ

മെരുവമ്പായി വലിയ പട്ടണമൊന്നുമല്ല. മുസ്ലീം ഭൂരിപക്ഷപ്രദേശമാണ്. വായനശാലയിലെ ബഞ്ചിൽ ഞങ്ങളിരുന്നു. ഗംഗാധരൻ മാസ്റ്ററും എ ടി ബാലനും ഓർമകൾ അയവിറക്കി. തടിച്ച് കുറുകി, തലമുടി മേലോട്ട് ചീകിവച്ച ഉശിരൻ പ്രവർത്തകനായിരുന്നു യു കെ കുഞ്ഞിരാമൻ. മുമ്പ് അദ്ദേഹം സോഷ്യലിസ്റ്റായിരുന്നു. പി ആർ കുറുപ്പിന്റെ സ്വാധീനം ആ പ്രദേശങ്ങളിൽ വ്യാപിച്ചിരുന്നു. സോഷ്യലിസ്റ്റായ കുഞ്ഞിരാമൻ കമ്യൂണിസ്റ്റായിത്തീർന്ന കഥ ബഹുരസമാണത്രെ. യു കെയുടെ തറവാട്ടിൽ ഞങ്ങൾ പോവുകയുണ്ടായി. അവിടെ അനന്തിരവൾ രമാവതി താമസമുണ്ട്. രമാവതി പറഞ്ഞതിങ്ങനെയാണ്. ഒരു ദിവസം അമ്മാവൻ ചുവന്നകുപ്പായമിട്ട് മെരുവാമ്പായി കവലയിലും കൂത്തുപറമ്പിലും ചെന്നു. അന്ന് ചുവപ്പ് എന്നത് അധികാരികൾക്കും പൊലീസിനും അലർജിയായിരുന്നു. ചുവപ്പ് ഷർട്ടിട്ട അമ്മാവനെ പൊലീസ് പിടിച്ച് മർദിച്ചു. അതോടെ അമ്മാവന് വാശിയായി. ചുവന്ന കുപ്പായമിട്ടതിന് ഇത്ര ഭീഷണിയാണെങ്കിൽ ഇനി കമ്യൂണിസ്റ്റായിട്ടു തന്നെ കാര്യമെന്ന് അമ്മാവൻ നിശ്ചയിച്ചു.

എ കെ ജി യെ മാതൃകയാക്കി

കമ്യൂണിസ്റ്റാവുന്നതിനു മുമ്പുതന്നെ യു കെ കുഞ്ഞിരാമൻ പൊതുപ്രവർത്തനത്തിൽ മുഴുകിയിരുന്നു. അദ്ദേഹത്തെ അടുത്തറിയുന്ന സി ഗോവിന്ദനെ ഞങ്ങൾ കണ്ടെത്തി. നീർവേലി പാർട്ടി ഓഫീസിലിരുന്ന് ഗോവിന്ദൻ സംസാരിച്ചു. യു കെ യുടെ പേരിലുള്ളതാണ് ആ ഓഫീസ്. കമ്യൂണിസ്റ്റായ കുഞ്ഞിരാമന്റെ കൂടെ എ കെ ജി യുടെ പ്രസംഗം കേൾക്കാൻ പോകുന്നത് ഒരു ശീലമായിരുന്നു. പാർട്ടിക്കും ജനങ്ങൾക്കുംവേണ്ടി ഉഴിഞ്ഞുവച്ചതായിരുന്നു എ കെ ജി യുടെ ജീവിതം. സമരവേദികളിൽ ആവേശമായി കടന്നെത്തുമായിരുന്ന അദ്ദേഹത്തെപ്പോലെ തന്റെ ജീവിതവും വിനിയോഗിക്കണമെന്ന് കുഞ്ഞിരാമൻ ആഗ്രഹിച്ചിരുന്നു. എ കെ ജി നിരാഹാരം നടത്തുന്ന നാളുകളിൽ കുഞ്ഞിരാമൻ അസ്വസ്ഥനായിരുന്നത്രെ. എ കെ ജിയുടെ വിവരമറിയാൻ റേഡിയോവിനു മുന്നിൽ കാത്തു നിൽക്കുന്നതും പതിവായിരുന്നു. ആരെയും കൂസാതെ പ്രതിസന്ധികൾ തരണം ചെയ്യുന്ന എ കെ ജി പാർട്ടി പ്രവർത്തകരുടെ മാതൃകാപുരുഷനായിത്തീർന്നിരുന്നു. സോഷ്യലിസ്റ്റു പാർട്ടിയിൽനിന്ന് മാറിയതോടെ കുഞ്ഞിരാമന് വീട്ടിലുള്ളവരുടെ എതിർപ്പുകളും നേരിടേണ്ടിവന്നിട്ടുണ്ട്. എന്നാൽ അദ്ദേഹം അതൊന്നും വകവച്ചില്ല. തനിക്ക് ശരിയെന്നു തോന്നുന്ന വഴിയിലൂടെ നടക്കാൻ അദ്ദേഹം തയാറായി.

അലിയുന്ന മനസ്സ്

സി ഗോവിന്ദൻ പറഞ്ഞ മറ്റൊരുകാര്യം യു കെയുടെ മനോഗുണമാണ്. ആരുടെയും സങ്കടം അദ്ദേഹത്തിന് കണ്ടുനിൽക്കാനാവില്ല.

‘തലയ്ക്കുമീതെ ശൂന്യാകാശം
താഴെ മരുഭൂമി
തപസു ചെയ്യും വേഴാമ്പൽ ഞാൻ
ദാഹജലം തരുമോ’

എന്ന നാടകഗാനം അദ്ദേഹം ഇടയ്ക്കിടെ മൂളുമായിരുന്നു. അവശരും അശരണരുമായ ജനങ്ങളോട് ഈ പ്രതിപത്തി ചെറുപ്പത്തിലേ അദ്ദേഹത്തിലുള്ളതാണ്. സമൂഹത്തിൽ സങ്കടങ്ങളും ദുരിതങ്ങളും തിന്നുതീർക്കുന്ന വലിയ ജനവിഭാഗമുണ്ടെന്ന് അദ്ദേഹം പറയുമായിരുന്നു. എ കെ ജിയും ഇ എം എസും കൃഷ്ണപിള്ളയും ജീവിച്ചത് ഈ നിരാലംബർക്കു വേണ്ടിയായിരുന്നു. തനിക്കും അതുപോലെ കഴിഞ്ഞുകൂടണമെന്ന് അദ്ദേഹം ആഗ്രഹിച്ചു. “നല്ല പാട്ടുകളെടുത്ത് നെഞ്ചത്ത് ചേർത്തു വെക്കണം” അദ്ദേഹം പറയുമായിരുന്നു. പാട്ടുപോലെതന്നെ നാടകവും അദ്ദേഹത്തിന് ഇഷ്ടമായിരുന്നു. കമ്യൂണിസ്റ്റുപ്രസ്ഥാനവുമായി ബന്ധപ്പെട്ടതോടെ യു കെ യിലുണ്ടായ മറ്റൊരു സ്വഭാവം വായനാശീലമാണ്.

നീർവേലിയിലെ കർഷകകുടുംബം

മെരുവമ്പായിക്കടുത്ത നീർവേലി പുഴയ്ക്കരികിലാണ് യു കെയുടെ തറവാട്. പണ്ട് നാട്ടിലെ പ്രബലകുടുംബമായിരുന്നു അത്. തറവാട് നിൽക്കുന്നപ്രദേശത്തിന് 'വണ്ണത്താൻ താഴെ' എന്നു പറയും. വണ്ണത്താൻമാർ വസ്ത്രമലക്കിയിരുന്ന സ്ഥലമായതുകൊണ്ടാണ് വണ്ണത്താൻ താഴെ എന്ന പേരുണ്ടായത്. കരിയാടൻ കണ്ണന്റെയും ഊരാളിക്കണ്ടി പാഞ്ചാലിയുടെയും മകനായി 1927 ലാണ് യു കെ ജനിച്ചത്. വീട്ടിൽ ധാരാളം കൃഷിനിലങ്ങളുണ്ടായിരുന്നു. ആലയിൽ കാലികളും പശുക്കളും സമ്പന്നമായിരുന്നു. പിതാവ് കണ്ണൻ നല്ല കർഷകനായിരുന്നു. ദമ്പതികളുടെ മൂത്തമകനാണ് കുഞ്ഞിരാമൻ. പിന്നെ കുമാരനും ആറു സഹോദരിമാരും; രോഹിണി, ലക്ഷ്മി, ദേവി, നാരായണി, സീത, രാഗിണി. മൂത്ത ജ്യേഷ്ഠനെ എല്ലാവർക്കും പ്രിയമായിരുന്നു. ജ്യേഷ്ഠനും അങ്ങനെ തന്നെ. സഹോദരിമാരെ അദ്ദേഹം ജീവനുതുല്യം സ്നേഹിച്ചു. മെരുവമ്പായി സ്കൂളിൽ അഞ്ചാംതരംവരെ പഠിച്ചു. തുടർന്ന് അച്ഛന്റെകൂടെ കൂലിപ്പണിക്കിറങ്ങി. കാലിപൂട്ടലായിരുന്നു ഏറെ ഇഷ്ടം. മണികൾ കിലുക്കിനീങ്ങുന്ന കാളകൾക്കുപിന്നാലെ വടിയും വീശി നീങ്ങുന്ന കുഞ്ഞിരാമന്റെ ചിത്രം പഴം മനസുകളിലുണ്ട്. മനുഷ്യനെന്നതുപോലെ മൃഗങ്ങൾക്കും തല്ലുകൊണ്ടാൽ വേദനിക്കും എന്നാണ് യു കെ ചിന്തിച്ചിരുന്നത്. അതുകൊണ്ടദ്ദേഹം കാളകളെ അടിച്ചിരുന്നില്ല.

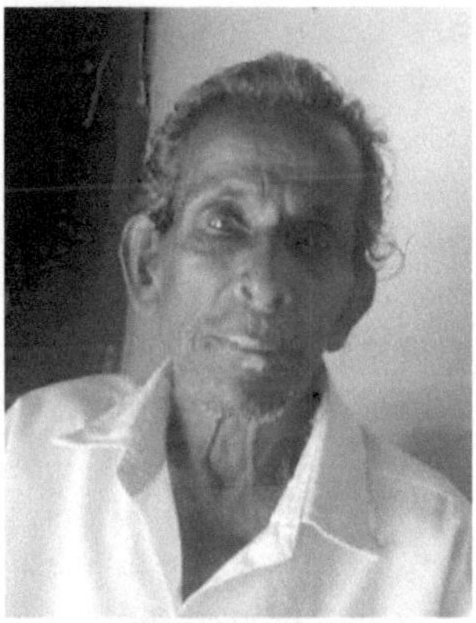

സി ഗോവിന്ദൻ

തൊഴിലാളികളുടെ കേന്ദ്രം

മെരുവമ്പായി താഴത്ത് പ്രദേശം തൊഴിലാളികളുടെ കേന്ദ്രമായിരുന്നു. റോഡിന് കിഴക്കുവശത്ത് ഡീലക്സ് ബനിയൻ കമ്പനിയുണ്ടായിരുന്നു. ആയിഷ, ഡീലക്സ് എന്നീ ബനിയൻ കമ്പനികളിൽ അന്ന് നൂറു കണക്കിനാളുകൾ ജോലി ചെയ്തിരുന്നു. റോഡിനു തൊട്ടുതന്നെ ബീഡിക്കമ്പനിയുണ്ടായിരുന്നു. ഈ കമ്പനികളിലെ തൊഴിലാളികൾ വൈകുന്നേരങ്ങളിൽ റോഡിൽ നിറയും. ദൂരദേശത്തുള്ളവർ ബനിയൻ കമ്പനിയിൽ പണിയെടുത്തിരുന്നു. അവർക്കുള്ള ക്വാർട്ടേഴ്സും സമീപത്തായുണ്ടായിരുന്നു. മുസ്ലീം ഭൂരിപക്ഷ പ്രദേശമായ മെരുവമ്പായിയിൽ നേതാക്കളെ ഒളിവിൽ പാർപ്പിച്ച കമ്യൂണിസ്റ്റു കുടുംബങ്ങളുണ്ടായിരുന്നു. അവരിൽ ഓടങ്കി അച്യുതന്റെ പേര് എടുത്തുപറയത്തക്കതാണ്. അദ്ദേഹം ദീർഘകാലം മാങ്ങാട്ടിടം പഞ്ചായത്ത് പ്രസിഡന്റായി

രുന്നു. കമ്യൂണിസ്റ്റുപാർട്ടിയിൽ ചേർന്നതോടെ കുഞ്ഞിരാമൻ തൊഴിലാളികൾക്ക് പ്രിയങ്കരനായിത്തീർന്നു. ബീഡിക്കമ്പനിയിൽ ചെന്നിരിക്കുന്നത് അദ്ദേഹത്തിന്റെ സ്വഭാവമായിരുന്നു. അദ്ദേഹം പ്രാസംഗികനല്ല, സംഘാടകനായിരുന്നെന്നും സി ഗോവിന്ദൻ പറഞ്ഞു. ജാഥകളിൽ ഉറക്കെ മുദ്രാവാക്യം വിളിച്ചുകൊടുക്കുന്നത് യു കെയാണ്. അതിന് നല്ലമുഴക്കമുണ്ടാകും. പൊതുവെ നാട്ടിലെ കാര്യങ്ങളിലെല്ലാം അദ്ദേഹം ഇടപെടുമായിരുന്നു.

രണ്ടാമത്തെ മകൾ റീത്ത പറയുന്നു

പഴയ ബനിയൻ കമ്പനിയും ബീഡിക്കമ്പനിയും ഉണ്ടായിരുന്ന പ്രദേശത്താണ് യു കെ കുഞ്ഞിരാമന്റെ രണ്ടാമത്തെ മകൾ റീത്ത താമസിക്കുന്നത്. അച്ഛനെക്കുറിച്ച് നല്ല ഓർമകളാണ് ഈ മകൾക്കുള്ളത്. "എനിക്കന്ന് പതിമൂന്നു വയസാണ്" റീത്ത പറഞ്ഞുതുടങ്ങി. അമ്മയുടെ വീടും അച്ഛന്റെ വീടും അകലത്തിലാണ്. പഴയകാലമല്ലേ, ഞാൻ അച്ഛന്റെ വീട്ടിലും അമ്മയുടെ വീട്ടിലും മാറിമാറിത്താമസിക്കുമായിരുന്നു. തൊക്കിലങ്ങാടി സ്കൂളിൽ പഠിക്കുന്ന കാലമാണത്. അച്ഛൻ രാവുംപകലും പാർട്ടിയുമായി നടക്കുന്നു.

രണ്ടാമത്തെ മകൾ റീത്ത

വീട്ടിൽ നിന്നിറങ്ങിയാൽ പിന്നെ ഡ്രസ്സ് മുഷിഞ്ഞാലാണ് കയറിവരിക. അച്ഛൻ വീട്ടിലെത്തിയാൽ മക്കളെയെല്ലാം അടുത്ത് വിളിച്ചിരുത്തും. സ്കൂൾ വിശേഷങ്ങൾ ചോദിക്കും. ഞങ്ങളെ പലപ്പോഴും കുളിപ്പിക്കുന്നതും അച്ഛനാണ്. അച്ഛന് അതിഷ്ടമാണ്. ചിലപ്പോൾ ക്ലാസധ്യാപകൻ കൊടിനൽകി പൈസ കൊണ്ടുവരാൻ പറയും. പൈസ കൊടുക്കണ്ടാന്ന് അച്ഛൻ പറയും. കമ്യൂണിസ്റ്റായതുകൊണ്ടാണ് അച്ഛനങ്ങനെ പറഞ്ഞത്. അല്ലാതെ പൈസ ഇല്ലാഞ്ഞിട്ടല്ല. അച്ഛൻ ആദർശധീരനായിരുന്നു. പാർട്ടിക്കാരനായതിനുശേഷം പാർട്ടിക്ക് ചേരാത്തതൊന്നും ചെയ്തിരുന്നില്ല. പാർട്ടി കഴിഞ്ഞേ വീടുള്ളൂ എന്നതായിരുന്നു നില.

സംഭവദിവസം ഞാൻ അമ്മയുടെ വീട്ടിലായിരുന്നു. അച്ഛന് തറവാട്ടുവക കിട്ടിയതുകൂടാതെ സ്വന്തമായെടുത്ത കൃഷിസ്ഥലവുമുണ്ടായിരുന്നു. അക്കൊല്ലം നന്നായി വയൽ വിളഞ്ഞു ചാഞ്ഞിരുന്നു. അമ്മ രാവിലെ

നെല്ല് മാടാൻ വയലിലിറങ്ങിയതാണ്. നെല്ല് നടവരമ്പത്തേക്ക് ചാഞ്ഞുകിടക്കും. അത് വയലിലേക്കുതന്നെ ഒതുക്കിവെക്കാനാണ് അമ്മ രാവിലെയിറങ്ങിയത്. ആ സമയം നീർവേലിയിലെ കുഞ്ഞിരാമനെന്ന ആൾ അമ്മയെ കണ്ടു. അയാൾ വേഗം അമ്മയെ വിളിച്ച് "കുഞ്ഞിരാമേട്ടന് ഇന്നലെ രാത്രി അടികൊണ്ടെന്ന് കേട്ടു" എന്നു പറഞ്ഞു. കേട്ടപാടെ അമ്മ വീട്ടിലേക്കോടിവന്നു. വീട്ടിൽ അമ്മയുടെ അച്ഛനുണ്ടായിരുന്നു. വന്നപാടെ അമ്മ പറഞ്ഞു. "അച്ഛാ.. ഓർക്ക് ഇന്നലെ അടികൊണ്ടുപോലും. ഒന്നു ചെന്നന്വേഷിക്ക്!" അച്ഛാച്ഛൻ തപ്പിപ്പിടിച്ചിറങ്ങി. മരുമകന് അടികൊണ്ടെന്ന വാർത്ത അദ്ദേഹത്തെയും അമ്പരപ്പിച്ചു. അച്ഛാച്ഛൻ പാതിവഴിക്കെത്തിയപ്പോൾ പാർട്ടിക്കാരെ കണ്ടു. അവർ അദ്ദേഹത്തെയും കൂട്ടി വീട്ടിലേക്കുതന്നെ വന്നു. ഞങ്ങൾ മക്കൾ സ്കൂളിൽ പോയിരുന്നു. രാവിലെ സ്കൂളിൽ പോകുന്നതുവരെയും സംശയമൊന്നുമുണ്ടായിരുന്നില്ല. ക്ലാസ് തുടങ്ങിയപ്പോഴാണ് മാഷ് എന്നെ വിളിച്ചത്. പുസ്തകമെടുത്ത് വരാൻ പറഞ്ഞു. അപ്പോഴും എനിക്കൊന്നും മനസിലായില്ല. ഞാൻ പുസ്തകമെടുത്ത് പുറത്തിറങ്ങി. ജ്യേഷ്ഠത്തിയും പുറത്തിറങ്ങിയിരുന്നു. ഞങ്ങളോട് വേഗം വീട്ടിലേക്ക് പോകാൻ പറഞ്ഞു. ഞങ്ങൾ വീട്ടിലേക്കോടുകയായിരുന്നു. വീട്ടിലെത്തിയപ്പോൾ കരച്ചിലും ബഹളവും തന്നെ. കാറ് കൊണ്ടുവന്നു. ഞങ്ങൾ കണ്ണൂരിലേക്ക് പുറപ്പെട്ടു. വഴിയിൽവച്ച് ഞങ്ങളെ തിരിച്ച് വീട്ടിലേക്കുതന്നെ പറഞ്ഞുവിട്ടു. അച്ഛനെയും കൊണ്ട് പാർട്ടിക്കാർ നാട്ടിലേക്ക് വരുന്നുണ്ടായിരുന്നു. ഞങ്ങൾ നീർവേലിയിലുള്ള അച്ഛന്റെ വീട്ടിലേക്കാണ് പോയത്.

രമാവതിയും ഓർക്കുന്നു

യു കെ കുഞ്ഞിരാമന്റെ തറവാട്ടുവീട്ടിൽ മരുമകൾ രമയും ഭർത്താവും മക്കളുമാണ് താമസിക്കുന്നത്. വീട്ടുവളപ്പിന്റെ ഒരു ഭാഗത്താണ് യു കെ സ്മാരകസ്തൂപമുള്ളത്. രമാവതിക്ക് അമ്മാവനെപ്പറ്റി നല്ല ഓർമകളേയുള്ളൂ. "കുടുംബസ്നേഹി' എന്നാണവർ അമ്മാവനെ വിശേഷിപ്പിച്ചത്. അനന്തിരവന്മാരോട് അതിരറ്റ സ്നേഹം പുലർത്തുന്ന അമ്മാവൻ. മെരുവമ്പായിയിലും നീർവേലിയിലും ധാരാളം മുസ്ലീം കുടുംബങ്ങളുമുണ്ടായിരുന്നു. അവർക്കെല്ലാം പ്രിയപ്പെട്ടവനായിരുന്നു അമ്മാവൻ. ഏതു മുസ്ലീം വീട്ടിലും അമ്മാവന് കയറിച്ചെല്ലാമായിരുന്നു. പാർട്ടിക്കാരനായതിൽപ്പിന്നെ അമ്മാവൻ അർധരാത്രിയിലാണ് വീട്ടിലെത്തുക. രാത്രി ഉണ്ണാൻ നേരത്ത് അമ്മാമ്മ

രമാവതി

പറയും, "കുഞ്ഞിരാമന്റെ കിണ്ണമെടുക്ക് പെണ്ണേ.." മൂത്തമകന് ഉണ്ണുന്നതിന് പ്രത്യേകം കിണ്ണമുണ്ടായിരുന്നു. അതിൽ ആദ്യം ചോറ് വിളമ്പിവെക്കും. എന്നിട്ടേ മറ്റുള്ളവർക്ക് വിളമ്പൂ. മക്കളെന്നോ മരുമക്കളെന്നോ ഉള്ള വ്യത്യാസം അമ്മാവൻ കാട്ടിയിരുന്നില്ല.

ഒരുദിവസം ഒരു കൈനോട്ടക്കാരൻ വീട്ടിൽ വന്നത്രെ. അമ്മാമ്മയുടെ കൈനോക്കിയെങ്കിലും അയാൾ ഫലം പറഞ്ഞില്ല. എന്തോ ദോഷകരമായ അനുഭവം അയാൾക്ക് പറയാനുണ്ടായിരുന്നു. അയാൾ ഫലം പറയാതെ പോകാൻ തുനിഞ്ഞെങ്കിലും അമ്മാമ്മ വിട്ടില്ല. നിർബന്ധിച്ച് ഫലം പറയിപ്പിച്ചു. അത് മൂത്ത മകനെക്കുറിച്ചായിരുന്നത്രെ. അമ്മാവന് എന്തോ വിഷമം വരാനിരിക്കുന്നു എന്നാണ് ആ കൈനോട്ടക്കാരൻ പറഞ്ഞത്. അമ്മാവൻ അതുകേട്ട് ചിരിക്കുകയായിരുന്നു. കൈനോട്ടത്തിലൊന്നും അമ്മാവന് വിശ്വാസമില്ല. അന്ധമായ ഒരുവിശ്വാസവും അമ്മാവനില്ലായിരുന്നു. എങ്കിലും ആ ദിവസവും ഒരനുഭവമുണ്ടായി. അമ്മാമ്മ അമ്മാവന് ചോറുവിളമ്പിവെച്ചു. ആ സമയം കിണ്ണത്തിന് മുട്ടിക്കൊണ്ട് ഒരു പല്ലിവീണത്രേ. അമ്മാമ്മയ്ക്ക് ഭയമായി. പല്ലി അപശകുനമാണെന്ന് തോന്നി. മോനേ ശ്രദ്ധിക്കണമെന്ന് അവർ പറയുകയും ചെയ്തു. അപ്പോഴും അമ്മാവൻ ചിരിക്കുകയായിരുന്നു. നാട്ടില് കുഴപ്പങ്ങൾ നടക്കുന്ന കാലമായിരുന്നു. എല്ലാറ്റിനും മുമ്പിൽ നിൽക്കുന്നത് അമ്മാവനാണെന്നും അമ്മയ്ക്കറിയാമായിരുന്നു.

ഞാനന്ന് അച്ഛന്റെ വീട്ടിലേക്ക് പോവുകയുണ്ടായി. ഇറങ്ങാൻ നേരത്തും അമ്മാവൻ ബെഞ്ചിൽത്തന്നെ ഇരിക്കുകയായിരുന്നു. "ഞാൻ പോട്ടെ," എന്നു പറഞ്ഞ് കുറേസമയം അവിടെത്തന്നെ നിന്നു. "നീയെന്താടീ ഇങ്ങനെ നോക്കുന്നത്" എന്ന് അമ്മാവൻ ചോദിച്ചു. ഞാനൊന്നും പറഞ്ഞില്ല. ഞാൻ അച്ഛന്റെ വീട്ടിലെത്തിയിട്ടും മനസിലെ വിഷമം മാറിയില്ല. വീട്ടിലെത്തിയ ഉടൻ അച്ഛൻ ചോദിച്ചു: "നിന്റെ അമ്മാവൻ വീട്ടിൽ തന്നെയുണ്ടോടീ" എന്ന്. "വീട്ടിൽത്തന്നെ ഉണ്ടായിരുന്നെന്ന്" ഞാൻ പറഞ്ഞു.

തലശ്ശേരി കലാപം

രാഷ്ട്രീയ സ്വയം സേവക് സംഘം കേരളത്തിൽ വേരൂന്നുന്നതിന് ഉന്നതതലത്തിൽ ആസൂത്രണം ചെയ്ത ഗൂഢാലോചനയുടെ ഫലമായിട്ടാണ് തലശ്ശേരിയിൽ വർഗീയ കലാപമുണ്ടായതെന്ന് വിലയിരുത്തപ്പെടുന്നു. 1971 ഡിസംബർ 28 നാണ് കലാപം ആരംഭിച്ചത്. ഒരാഴ്ചക്കാലം നീണ്ടുനിന്ന കലാപത്തിൽ വിലപ്പെട്ട അനേകം ജീവൻ നഷ്ടപ്പെട്ടു. ആരാധനാലയങ്ങൾ തകർക്കപ്പെട്ടു. കൊള്ളയും കൊള്ളിവെപ്പും നടന്നു. പൊലീസ് രേഖകളനുസരിച്ച് തലശ്ശേരിയിലും പരിസരങ്ങളിലുമായി എട്ടു പൊലീസ് സ്റ്റേഷൻ അതിർത്തികളിലായി 569 അക്രമസംഭവങ്ങളുണ്ടായത്രെ. സി പി ഐ (എം) ജില്ലാ സെക്രട്ടറി പി ജയരാജൻ ഒരു

ലേഖനത്തിൽ ഇങ്ങനെയെഴുതി...

> ആർ എസ് എസ് ഇന്ത്യയിൽ ഇന്നോളം നടത്തിയ വർഗീയ കലാപങ്ങൾക്കെല്ലാം പ്രത്യേകതയുള്ള ഓരോതരം സ്വഭാവമാണ്. കലാപം നടത്തണമെന്ന് കാലേക്കൂട്ടി തീരുമാനിക്കുന്നു. കലാപം നടത്തുന്നതിന് പ്രത്യേകം പ്രാദേശിക സംഘങ്ങൾ രൂപീകരിക്കുന്നു. ഘോഷയാത്രകളോ മതചടങ്ങുകളോ നടത്തുന്നു. ആക്രമണകഥയുണ്ടാക്കുന്നു. അവസാനഘട്ടത്തിൽ മുസ്ലീങ്ങൾക്കെതിരെ പൈശാചികമായ ആക്രമണം നടത്തുന്നു. തലശ്ശേരിയിലും പരിസരങ്ങളിലും അരങ്ങേറിയ കലാപത്തെ ചെറുക്കാനും മതസൗഹാർദം സ്ഥാപിക്കാനും മുന്നിട്ടിറങ്ങിയത് സി പി ഐ (എം) പ്രവർത്തകരാണ്. അന്ന് കൂത്തുപറമ്പ് എം എൽ എ ആയിരുന്ന പിണറായി വിജയൻ കലാപഭൂമിയിലേക്ക് നിർഭയം കടന്നു ചെല്ലുകയായിരുന്നു.

ഇ എം എസ് എത്തുന്നു

1971 ഡിസംബർ അവസാനം നടന്ന കലാപത്തിൽ ആക്രമിക്കപ്പെട്ടവരുടെ വീടുകളും പള്ളികളും സന്ദർശിക്കാൻ ഇ എം എസ് എത്തുകയുണ്ടായി. തലശ്ശേരി മട്ടാമ്പ്രത്തെ മുസ്ലീംപള്ളി തകർക്കപ്പെട്ടിരുന്നു. നിലത്ത് വീണുകിടന്ന കുപ്പിച്ചില്ലുകൾക്കുമേൽ ചെരിപ്പിട്ട് കാലൂന്നി മുന്നോട്ടു നീങ്ങിയ ഇ എം എസിന്റെ കൈപിടിച്ച് കയറ്റിയത് മുസ്ലീം മതപണ്ഡിതന്മാർ തന്നെയാണ്. ഇ എം എസിന്റെ മുന്നിൽ അവർ കലാപത്തിന്റെ ഭീകരത വരച്ചുകാട്ടി. വിശ്വസിപ്പിക്കാൻ വാക്കുകളില്ലാതെ ഇ എം എസ് പോലും തെല്ലിട നിശ്ശബ്ദനായെന്ന് അനുഭവസ്ഥർ രേഖപ്പെടുത്തുന്നു. അന്ന് എ കെ ജി ദില്ലിയിലായിരുന്നു. വാർത്തയറിഞ്ഞ് അദ്ദേഹവും തലശ്ശേരിയിലെത്തി. പാർലമെന്റിലെ പ്രതിപക്ഷ ഗ്രൂപ്പ് നേതാവായിരുന്നു അന്ന് അദ്ദേഹം. എന്നിട്ടും അദ്ദേഹത്തിന് മൈക്കുപയോഗിക്കാൻ അനുവാദം കൊടുത്തില്ല. സി പി ഐ (എം) ന്റെ സംസ്ഥാനനേതാക്കളെല്ലാം അന്ന് തലശ്ശേരിയിലെത്തുകയുണ്ടായി. മതസൗഹാർദ സ്ക്വാർഡുകൾ പ്രാദേശികമായി രൂപീകരിക്കാൻ പാർട്ടി ആഹ്വാനം ചെയ്തു. കലാപം പരക്കാതെ കാക്കണം എന്നാണ് പ്രവർത്തകരോട് ആവശ്യപ്പെട്ടത്.

കിംവദന്തികൾ പരക്കുന്നു

തലശ്ശേരി കലാപം കിംവദന്തികൾ പരത്തി സംഘർഷ പൂർണമാക്കാൻ ശ്രമം നടന്നിരുന്നു. നുണക്കഥകളാണ് പ്രചരിപ്പിച്ചത്. മേലൂട്ട് മഠപ്പുരയിലേക്കുള്ള കലശഘോഷയാത്രയ്ക്കുനേരെ മുസ്ലീങ്ങൾ ചെരിപ്പെ

റിഞ്ഞു എന്നാണ് ഒരു കഥ. ഇത് ഹിന്ദുവികാരം ആളിക്കത്തിക്കാൻ ലക്ഷ്യമിടുന്നതായിരുന്നു. തലശ്ശേരി ടൗണിൽവച്ച് വിദ്യാർഥിനികളെ മാനഭംഗപ്പെടുത്തി എന്നതായിരുന്നു മറ്റൊരു വാർത്ത. മുസ്ലീങ്ങൾ ഹിന്ദു പെൺകുട്ടികളെ നഗ്നകളാക്കിയെന്നും അവരുടെ അവയവങ്ങൾ മുറിച്ചുകളഞ്ഞെന്നുമുള്ള മറ്റൊരു വാർത്തയും പ്രചരിപ്പിച്ചിരുന്നു. ഈ ഊഹാപോഹങ്ങൾ കാട്ടുതീപോലെ പടർന്നുപിടിച്ചു. മലപ്പുറത്തുനിന്ന് മാപ്പിളമാർ കൂട്ടത്തോടെ തലശ്ശേരിയിലെത്തി എന്ന കഥയും പ്രചരിപ്പിച്ചുവത്രെ. മുസ്ലീം പള്ളികൾ തകർക്കപ്പെട്ടെന്ന കഥകളും വ്യാപകമായി പ്രചരിപ്പിച്ചിരുന്നു. ഇങ്ങനെ കലാപം ആളിക്കത്തിക്കാൻ പാകത്തിൽ ചോരത്തിളപ്പുണ്ടാക്കുന്ന നുണക്കഥകൾ പരത്തി നാട്ടിൽ ഭീകരത സൃഷ്ടിക്കുകയായിരുന്നു.

മെരുവമ്പായിയിലും സ്ക്വാഡ്

പാർട്ടി നിർദേശപ്രകാരം മുസ്ലീം പള്ളികൾ സ്ഥിതി ചെയ്യുന്നിടത്തെല്ലാം പ്രതിരോധസ്ക്വാഡുകൾ രൂപീകരിച്ചിരുന്നു. കൂത്തുപറമ്പിനടുത്ത് മെരുവമ്പായിയിൽ രൂപംകൊണ്ട പ്രതിരോധ സ്ക്വാഡിന്റെ ലീഡറായിരുന്നു യു കെ കുഞ്ഞിരാമൻ. മെരുവമ്പായിയിലെ മുസ്ലീം പള്ളികൾ തകർക്കാനുള്ള നീക്കത്തെ ചെറുക്കുന്നതിന് കുഞ്ഞിരാമനും സംഘവും സദാ ജാഗ്രത പൂണ്ടിരുന്നു. 1972 ജനുവരി നാലിന് മെരുവമ്പായി പള്ളിക്കടുത്ത് സ്കൂളിൽ സമാധാനകമ്മിറ്റിയോഗം ചേർന്നു. കിംവദന്തികൾ വിശ്വസിക്കരുതെന്ന് യോഗം ആഹ്വാനം ചെയ്തു. ഹിന്ദുവർഗീയവാദികളിൽ നിന്നുണ്ടാകുന്ന ഭീഷണികളെക്കുറിച്ച് യോഗത്തിൽ പലരും സംസാരിച്ചു. എന്തുവിലകൊടുത്തും സമാധാനം സംരക്ഷിക്കണം എന്നാണ് കുഞ്ഞിരാമൻ അഭിപ്രായപ്പെട്ടത്. അതിനുവേണ്ടി ജീവൻ പോലും ബലിയർപ്പിക്കാൻ പാർട്ടിനിർദേശിച്ച കാര്യവും യോഗത്തിൽ അവതരിപ്പിച്ചു.

പള്ളി സംരക്ഷിക്കണമെന്ന് പറഞ്ഞ യു കെ കുഞ്ഞിരാമനെ വ്യക്തിഹത്യ ചെയ്യാനും ഹിന്ദുവർഗീയവാദികൾ ശ്രമിച്ചിരുന്നു. മാപ്പിളയുടെ മോൻ എന്നാണ് കുഞ്ഞിരാമനെ ആക്ഷേപിച്ചത്. പള്ളിക്കുവേണ്ടി വാദിക്കുന്നവരെല്ലാം മാപ്പിളമാരുടെ മക്കളാണെന്നും അപഹസിക്കപ്പെട്ടു. മനോവീര്യം തകർക്കാനാണ് ഈ പ്രചാരണങ്ങളെല്ലാം നടത്തിയത്. പക്ഷേ, യു കെയുടെ കമ്യൂണിസ്റ്റുബോധം തകർക്കുവാൻ ശത്രുക്കൾക്കായില്ല.

പതിയിരുന്നാക്രമണം

ജനുവരി മൂന്നിന്റെ സമാധാനക്കമ്മിറ്റി കഴിയുമ്പോൾ നേരം വൈകിയിരുന്നു. വർഗീയവാദികൾ നാട്ടിൽ അക്രമികളെ ഇറക്കിയിട്ടുണ്ടെന്ന്

വാർത്ത പ്രചരിച്ചിരുന്നു. യു കെ കുഞ്ഞിരാമനെ ഒറ്റയ്ക്ക് വീട്ടിലേക്ക് പറഞ്ഞയയ്ക്കുവാൻ സുഹൃത്തുക്കൾ സമ്മതിച്ചില്ല. ആലക്കണ്ടി വത്സൻ, സി വി ബാലൻ, ഡ്രൈവർ, കാഞ്ഞിരക്കണ്ടി നാണു എന്നിവർ അദ്ദേഹത്തിന്റെ കൂടെ ചെന്നു. യു കെ സംസാരിച്ചുകൊണ്ട് നടക്കുകയായിരുന്നു. തൊട്ടുതലേദിവസവും അളകാപുരി റോഡിനടുത്തുവച്ച് പാർട്ടി പ്രവർത്തകരെ ഭീഷണിപ്പെടുത്തിയ സംഭവവുമുണ്ടായിരുന്നു. സമയം രാത്രി പത്തുമണി കഴിഞ്ഞിട്ടുണ്ടാവും. അളകാപുരി റോഡിലെ കള്ളുഷാപ്പ് ബസ് സ്റ്റോപ്പിനടുത്ത് യു കെ യും കൂട്ടുകാരും എത്തുന്നതേയുള്ളൂ. പെട്ടെന്ന് ബസ് സ്റ്റോപ്പിനുള്ളിൽനിന്നും ആരെല്ലാമോ പുറത്തിറങ്ങി. കുഞ്ഞിരാമനും സുഹൃത്തുക്കളും അവിടെനിന്നു. പള്ളി കാക്കുന്നവരെ ചീത്തവിളിച്ചുകൊണ്ടാണ് വർഗീയവാദികൾ മുന്നോട്ട് നീങ്ങിയത്. യു കെ അവരുമായി വാക്കുതർക്കത്തിലേർപ്പെട്ടു. ഈ സമയം മൊബൈൽ ആക്രമണകാരികൾ പിന്നാലെ പതുങ്ങിയെത്തിയിരുന്നു. പെട്ടെന്നുതന്നെ രംഗം മാറി. ചീത്ത വിളിച്ചവർ കൊലവിളി നടത്തി. അപ്രതീക്ഷിതമായിരുന്നു ആക്രമണം. പിന്നിൽനിന്നാണ് കൊലയാളികളെത്തിയത്. ആദ്യം ആക്രമിച്ചത് സ്ക്വാഡ് ലീഡറായ കുഞ്ഞിരാമനെയാണ് കള്ളുഷാപ്പിലെ ഉലക്കകൊണ്ട് തലയുടെ പിൻവശത്ത് ആഞ്ഞടിക്കുകയായിരുന്നു. കൂടെയുള്ളവർക്ക് കത്തിക്കുത്തേറ്റു. അവരും തളർന്നു വീണു. ഒച്ചയും ബഹളവുമുണ്ടായി. ദൂരെനിന്നും ആരെല്ലാമോ പാഞ്ഞെത്തുന്നതുകണ്ട് അക്രമികൾ സ്ഥലംവിട്ടു.

ആശുപത്രിയിലേക്ക് ഓട്ടംതന്നെ

പാഞ്ഞെത്തിയവർ നിലവിളിച്ചു. അതുകേട്ട് കൂടുതൽപേർ ഓടിയെത്തി. കത്തിക്കുത്തേറ്റവർ ചോരയിൽ പിടയുകയായിരുന്നു. തലയ്ക്കടിയേറ്റെങ്കിലും കുഞ്ഞിരാമന് ബോധമുണ്ടായിരുന്നു. നിമിഷംകൊണ്ട് എല്ലാവരെയും കൂത്തുപറമ്പ് ആശുപത്രിയിലെത്തിച്ചു. അവിടെനിന്നും കണ്ണൂരിലേക്ക് കൊണ്ടു പോവുകയായിരുന്നു. കുഞ്ഞിരാമന്റെ തലയുടെ പിൻഭാഗത്തേറ്റ അടി മാരകമായിരുന്നു. ആശുപത്രി ഡോക്ടർമാരും സഖാക്കളും പരിഭ്രമിച്ചു. ഉടനെ കണ്ണൂരിലേക്ക് മാറ്റുകയായിരുന്നു. എന്നാൽ ചാലയ്ക്കടുത്തെത്തുമ്പോഴേക്കും യു കെയുടെ നില തീർത്തും നിരാശാജനകമായി. അനുയായികൾക്ക് ഏറ്റെടുക്കാൻ കടമകൾ ബാക്കി വെച്ച് അദ്ദേഹം രക്തസാക്ഷിത്വം വരിച്ചു. കണ്ണൂരിൽ കൊണ്ടുപോയി പോസ്റ്റുമോർട്ടം നടത്തിയശേഷം മൃതദേഹം വിലാപയാത്രയായി നാട്ടിലേക്ക് കൊണ്ടുവന്നു. തറവാട്ടുവളപ്പിലാണ് സംസ്കരിച്ചത്.

മുസ്ലീങ്ങൾ പങ്കെടുത്ത മഹായാത്ര

മകൾ റീത്തയും സഹോദരിമാരും നീർവേലിയിലെ വീട്ടിൽ തേങ്ങിക്കൊണ്ട് കഴിയുകയായിരുന്നു. തങ്ങളെ സ്നേഹിച്ച് ലാളിച്ച് വളർത്തിയ

അച്ഛൻ മരണപ്പെട്ടെന്ന് വിശ്വസിക്കാൻ പ്രയാസം. അമ്മ കിടന്നിടത്തു നിന്നും എഴുന്നേറ്റില്ല. വീട്ടിൽ സമാധാനിപ്പിക്കുവാൻ പലരും വന്നുകൊണ്ടിരുന്നു. പാർട്ടി പ്രവർത്തകരോടൊപ്പം ധാരാളം മുസ്ലീങ്ങളും എത്തി. മെരുവമ്പായി പള്ളിയുടെ ആൾക്കാരും വന്നു. എല്ലാവരും അച്ഛന്റെ നന്മയെക്കുറിച്ചാണ് പറയാനുണ്ടായിരുന്നത്. വിലാപയാത്രയിൽ പങ്കെടുത്ത മുസ്ലീങ്ങൾക്ക് കണക്കില്ലായിരുന്നു. മുസൽമാൻമാർ പങ്കെടുത്ത മഹാഘോഷയാത്രയായിരുന്നുവത്രെ അത്. വീട്ടിലെത്തിയ അച്ഛനെ ഞങ്ങളെയെല്ലാം കാണിച്ചു മരിച്ചുകിടക്കുമ്പോഴും അച്ഛൻ ശാന്തനായിരുന്നു. നാട്ടിലും ശാന്തിയുണ്ടാകണം എന്നാണല്ലോ അച്ഛൻ ആഗ്രഹിച്ചത്.

കരുവാത്ത് ദേവിയാണ് കുഞ്ഞിരാമന്റെ പത്നി. നാലുപെൺമക്കളാണ് കോമളവല്ലി, റീത്ത, സുജാത, സത്യഭാമ. നാലുപേരും ഭർത്താക്കന്മാരോടൊപ്പം കഴിയുന്നു. റീത്തയുടെ ഭർത്താവ് ബാലനാണ്. അനീഷ്, ഷൈമ, ഷൈജ എന്നിവർ മക്കൾ.

വിതയത്തിൽ കമീഷൻ

തലശ്ശേരിയിലും പരിസരങ്ങളിലുമുണ്ടായ കലാപത്തെക്കുറിച്ച് അന്വേഷിക്കാൻ സർക്കാർ ജസ്റ്റിസ് ജോസഫ് വിതയത്തിലിന്റെ നേതൃത്വത്തിൽ ഒരു കമ്മീഷനെ നിയോഗിക്കുകയുണ്ടായി. 1972 മെയ് 31 ന് കമ്മീഷൻ റിപ്പോർട്ട് സമർപ്പിച്ചു. പാർട്ടികളിൽ നിന്നല്ലാതെ വ്യക്തിക

യു കെ കുഞ്ഞിരാമന്റെ രക്തസാക്ഷി സ്തൂപം

ളിൽനിന്നും തെളിവെടുത്തു. കലാപം നടത്തിയത് സി പി ഐ (എം) ആണെന്ന് സർക്കാരും അവരുടെ വക്താക്കളും പ്രചരിപ്പിച്ചിരുന്നു. ഇതിൽ പ്രതിഷേധിച്ചെങ്കിലും പാർട്ടി, കമ്മീഷൻ കണ്ടെത്തിയ സത്യാവസ്ഥയെ അംഗീകരിക്കുകയുണ്ടായി. അതിൽ പ്രധാനം കലാപത്തിന്റെ കാരണം സബന്ധിച്ചതാണ്. മുസ്ലീം ഉടമസ്ഥതയിലുള്ള നൂർജഹാൻ ഹോട്ട ലിൽനിന്നും കലശഘോഷയാത്രയ്ക്കുനേരെ ചെരിപ്പെറിഞ്ഞു എന്ന താണ് കലാപത്തിന് കാരണമായത് എന്നാണ് വിശ്വസിച്ചിരുന്നതെന്ന് കമ്മീഷൻ ചൂണ്ടിക്കാട്ടി. എന്നാൽ ഈ കഥ മനഃപൂർവം കെട്ടിച്ചമച്ചതാ ണ്. അതിക്രമത്തിന് നിമിത്തമാക്കുന്നതിനുവേണ്ടി ബോധപൂർവം ഉണ്ടാ ക്കിയതാണ്. 1970 കൾക്കുശേഷം അമ്പതിലേറെ പേർ ആർ എസ് എസ് ഫാസിസ്റ്റുകൾക്കെതിരായ ചെറുത്തുനിൽപ്പിൽ കണ്ണൂർ ജില്ലയിൽ രക്ത സാക്ഷിത്വം വരിക്കുകയുണ്ടായി.

9

പാടിക്കുന്നിന്റെ തുടിപ്പുകൾ

പടവളഞ്ഞപ്പോൾ, ഗുണ്ടകൾ പന്തവും
വടിയുമായ് വാതിൽ തല്ലിപ്പൊളിച്ചപ്പോൾ
തെറിവിളിച്ചപ്പോൾ, അമ്മപെങ്ങൻമാരെ
അപമാനിച്ചപ്പോ,ളക്രമം ചെയ്തപ്പോൾ
പുരകൾ ചുട്ടപ്പോൾ, കഞ്ഞിക്കലം വരെ
നിയമപാലകർ തല്ലിത്തകർത്തപ്പോൾ...
ഉടുതുണി മുതൽ രാമായണം വരെ...
സകലതുമവർ ചുട്ടുകരിച്ചപ്പോൾ...
തലയിൽ മോസ്‌ക്കോ നിരത്തുവെട്ടി, ചങ്കിൽ-
കയറുകെട്ടി മുറുക്കി വലിച്ചപ്പോൾ...
പ്രതികളാക്കി ലോക്കപ്പിലടച്ചിട്ടു...
ചടുലനൃത്തം ചവിട്ടി നടന്നപ്പോൾ...
അവരൊരാളും കമ്യൂണിസ്റ്റുപാർട്ടിയെ
അപലപിച്ചില്ല. മാപ്പിന്നിരന്നില്ല....
പറയെടാ മൂർദ്ദാബാദെന്നു കൽപ്പിച്ച
കഴുതകളുടെ കാലടി നക്കുവാൻ...
അവരിലാരുമുണ്ടായില്ല... ഭീരുക്കൾ
മടകൾ തേടുന്ന കാടല്ല കേരളം...
പരശതം രക്തസാക്ഷികൾ, ചെങ്കൊടി
ക്കുയിരു നൽകിയ നാടാണു കേരളം

(ടി വി കെ)

കർഷകസംഘം നാടാകെ പടർന്നുനിന്നകാലം. ആപ്പീസുണ്ടാക്കി, കൊടിയുയർത്തി, മുദ്രാവാക്യം വിളിച്ച് കർഷകജനത ഗ്രാമീണവഴികളിൽ പ്രകടനം നയിക്കുന്നു. ആകർഷകമായ പാട്ടുകളും നാടകങ്ങളും നീണ്ടപ്രസംഗങ്ങളുംവഴി ജനതയെ ഉത്തേജിപ്പിക്കാനുള്ള ശ്രമം നടക്കുന്നു. ജന്മിമാരുടെയും അധികാരികളുടെയും ചൂഷണവും അഴിമതിയും കൊള്ളരുതായ്മകളും ഇതിലെല്ലാം പ്രമേയങ്ങളായി. 1940–48 കളിലെ മലബാറിലെ പ്രക്ഷോഭങ്ങൾ ഒരു കാർഷികവിപ്ലവത്തിന്റെ ആരംഭമായി സർക്കാർ വ്യാഖ്യാനിച്ചു. കമ്യൂണിസ്റ്റുപാർട്ടിയുടെ ആഗസ്ത് പ്രമേയം അഖിലേന്ത്യാതലത്തിൽത്തന്നെ സാമ്രാജ്യത്വത്തിനും ഭൂപ്രഭുത്വത്തിനും എതിരായി സമരങ്ങൾ നടത്തുവാൻ കർഷകരെ പ്രേരിപ്പിക്കുന്നതായിരുന്നു. മലബാറിൽ ആകമാനം ഭക്ഷണക്ഷാമത്തിനെതിരെ ജനങ്ങളണിനിരന്നു. ക്ഷാമംബാധിച്ച പ്രദേശങ്ങളിലെ നെല്ല് പുറത്തേക്ക് കൊണ്ടുപോകുന്നത് തടയപ്പെട്ടു. തരിശുനിലങ്ങൾ കൈയേറി പുനം കൃഷിയിറക്കി. കരിവെള്ളൂർ, കാവുമ്പായി, കോറോം, തില്ലങ്കേരി, ഒഞ്ചിയം, മുനയൻകുന്ന്, പഴശ്ശി, പായം തുടങ്ങിയ പ്രദേശങ്ങളിൽ പ്രക്ഷോഭങ്ങൾ നടന്നു. ഇതെല്ലാം സർക്കാരിനെയും ജന്മിമാരെയും കിടിലം കൊള്ളിക്കുന്നതായിരുന്നു. പ്രക്ഷോഭകാരികളെ തോക്കും ലാത്തിയുംകൊണ്ടാണ് അധികാരികൾ നേരിട്ടത്. എല്ലായിടത്തും രക്തസാക്ഷികളുണ്ടായി. പാടിക്കുന്ന് സംഭവം ഇവയിൽ ഒടുവിലത്തെതാണെന്ന് പറയാവുന്നതാണ്. അവിടെ പ്രക്ഷോഭം നടന്നിട്ടില്ല. തരിശുനിലം കൈയേറിയിട്ടില്ല. ഏകപക്ഷീയമായ ആക്രമണമായിരുന്നു. വിലപ്പെട്ട മൂന്നുജീവിതം അവിടെ തകർന്നുവീണു.

പാടിക്കുന്ന്

കണ്ണൂർജില്ലയിൽ കൊളച്ചേരി പഞ്ചായത്തിൽ ഉൾപ്പെടുന്നതാണ് പാടിക്കുന്നു പ്രദേശം. പണ്ടുകാലത്ത് അത് വിജനമായ കാടായിരുന്നു. അതിന്റെ താഴ്വാരത്തിൽ വള്ളിക്കെട്ടും നീരുറവയുമുണ്ട്, ജലം വറ്റാത്ത ഒഴുക്കായി തുടരുന്ന ഇടമാണത്. പാടി എന്ന പദം ഈ ഉറവയെ സൂചിപ്പിക്കുന്നതാകണം. കണ്ണൂരിൽനിന്ന് മയ്യിൽ ബസിൽ കയറിയാൽ കരിങ്കൽക്കുഴി എന്ന സ്ഥലത്തിറങ്ങണം. അവിടെനിന്നും കൊളച്ചേരി ഭാഗത്തേക്ക് പോയാൽ പാടിക്കുന്നിലെത്താം. രക്തസാക്ഷിസ്തൂപം ആ കുന്നിൻനെറുകയിലാണ് ഉയർന്നുനിൽക്കുന്നത്. ഇന്നീ പ്രദേശം വിജനമൂകമല്ല. മൂന്ന് രക്തസാക്ഷികളുടെയും പ്രവർത്തനകേന്ദ്രവും പാടിക്കുന്നിലല്ല; മയ്യിൽ പഞ്ചായത്തിൽപ്പെട്ട കണ്ടക്കൈ, കയരളം പ്രദേശത്തായിരുന്നു.

കണ്ടക്കൈ–സമരങ്ങളുടെ നാട്

സഹനങ്ങളുടെയും സമരങ്ങളുടെയും നാട് എന്നാണ് കണ്ടക്കൈ പ്രദേശത്തെ വിശേഷിപ്പിക്കുന്നത്. വളപട്ടണം പുഴയോരത്താണ് ഈ

നാട്. പുഴയുടെ തെക്ക് ഭാഗത്തായി നീണ്ടുകിടക്കുന്ന ഈ വില്ലേജ് 1950 ലെ മദ്രാസ് വില്ലേജ് പഞ്ചായത്ത് ആക്ട് പ്രകാരം വില്ലേജ് പഞ്ചായത്തായി അംഗീകരിച്ചിരുന്നു. കൈപൊക്കി വോട്ടവകാശമാണ് ഇവിടെയും നില വിലുണ്ടായിരുന്നത്. എന്നാൽ 1960 ലെ കേരളപഞ്ചായത്ത് നിയമപ്രകാരം കണ്ടക്കൈ, മയ്യിൽ, കയരളം എന്നീ മൂന്നു വില്ലേജുകൾ കൂട്ടിച്ചേർത്ത് മയ്യിൽ പഞ്ചായത്ത് രൂപീകരിച്ചു. കണ്ടക്കൈ എന്ന പേരിന്റെ ഉത്ഭവ ത്തിനു പിന്നിൽ രസകരമായ പുരാവൃത്തമുണ്ട്. പാണ്ഡവർ വനവാസ കാലത്ത് ഏകചക്രഗ്രാമത്തിൽ താമസിക്കുകയുണ്ടായല്ലോ. ബകാസു രന്റെ ഉപദ്രവംകൊണ്ട് ജനങ്ങൾ ഭയവിഹ്വലരായിക്കഴിയുകയായിരുന്നു. ദിവസവും ഓരോരാളെ വീതം ബകന് ഭക്ഷണമായി കൊടുക്കണമായി രുന്നു. ഈ ആപത്തിൽനിന്നും ജനങ്ങളെ രക്ഷപ്പെടുത്തിയത് ഭീമസേ നനാണ്. ഭീമൻ ബകാസുരന്റെ കഥകഴിച്ചു. ബകന്റെ ശരീരഭാഗങ്ങൾ തുണ്ടംതുണ്ടമാക്കി ദൂരേക്ക് വലിച്ചെറിഞ്ഞു. ബകന്റെ കൈയുടെ കഷണം വന്നുവീണത് ഈ പ്രദേശത്താണത്രെ, കണ്ടം എന്നതിന് തുണ്ടം എന്നും അർഥമുണ്ട്. കണ്ടംകൈ വീണ ഇടം 'കണ്ടക്കൈ'യായി ത്തീർന്നത്രെ. കണ്ടങ്ങളുള്ള–വയലുകളുള്ള–പ്രദേശത്തിനും ഈ പേര് വിളിക്കാവുന്നതാണ്. ഈ സ്ഥലനാമകഥ വാമൊഴിയായി പകർന്നു കിട്ടി യതാണ്. ചരിത്രപരമായും വസ്തുതാപരമായും ഇതിന് എത്രമാത്രം നിലനിൽപ്പുണ്ടെന്നത് പഠനവിഷയമാണ്. പഴയ മദിരാശിസംസ്ഥാന ത്തിന്റെ ഭാഗമായ മലബാർ ജില്ലയിലെ ഇരിക്കൂർ ഫർക്കയിൽപ്പെട്ട ഭൂഭാ ഗമാണിത്.

കർഷകരുടെ മണ്ണ്

കണ്ടക്കൈയിലെ ജനങ്ങളുടെ പ്രധാനപ്പെട്ട ഉപജീവനമാർഗം കാർഷികവൃത്തിയായിരുന്നു. നീണ്ടുകിടക്കുന്ന വയലുകളിൽ കതിർക നത്ത് ചാഞ്ചാടുമായിരുന്നു. സ്ത്രീകൾ പാട്ടുപാടിക്കൊണ്ട് നാട്ടിപ്പണി യിലേർപ്പെട്ടിരുന്ന ചിത്രം പഴമക്കാരുടെ ഓർമയിലുണ്ട്. കണ്ടക്കൈയിലെ ജന്മിതന്നെയാണ് വില്ലേജിന്റെ അധികാരിസ്ഥാനവും വഹിച്ചിരുന്നത്. ജന്മി പലവിധത്തിലും കുടിയാന്മാരെ ദ്രോഹിച്ചിരുന്നു. കടുത്ത ചൂഷ ണവും നിലനിന്നു. കർഷകസംഘം ഉടലെടുത്തതോടെ സമരങ്ങളും പ്രക്ഷോഭങ്ങളും ഉയർന്നു വന്നു. ജന്മിയും ഗുണ്ടകളും പൊലീസും ചേർന്ന് ഈ പ്രക്ഷോഭങ്ങളെയെല്ലാം അടിച്ചൊതുക്കാൻ ശ്രമിച്ചു. കർഷക ജനത ധീരോദാത്തമായി പ്രതിബന്ധങ്ങളെ അതിജീവിച്ചു. രണ്ടാം ലോക മഹായുദ്ധത്തെത്തുടർന്ന് നാട് കടുത്ത ഭക്ഷണക്ഷാമത്തിലാണ്ടു. നെല്ല് ശേഖരണവും റേഷനിങ്ങും ആരംഭിച്ചത് ആ ക്ഷാമകാലത്താണ്. പി സി സി സൊസൈറ്റികൾ പലേടത്തും സ്ഥാപിക്കപ്പെട്ടു. കണ്ടക്കൈ, കയരളം, മയ്യിൽ, കൊളച്ചേരി, നാറാത്ത് കണ്ണാടിപ്പറമ്പ് വില്ലേജുകൾക്കു വേണ്ടി മുല്ലക്കൊടി എന്ന പ്രദേശത്താണ് സൊസൈറ്റി ആരംഭിച്ചത്.

പുല്ലുപറിസമരം

കുന്നിൻചരിവുകളിൽനിന്ന് പുല്ല് ശേഖരിച്ച് ഉപജീവനം കഴിച്ചുപോന്ന വലിയവിഭാഗം ജനത കണ്ടക്കൈയിലുമുണ്ടായിരുന്നു. പുരകെട്ടിമേയുന്നതിനാണ് പ്രധാനമായും പുല്ല് ഉപയോഗിച്ചിരുന്നത്. തരിശുഭൂമിയിൽനിന്നും മേലിൽ പുല്ല് പറിക്കരുതെന്ന് ജന്മിപ്രഖ്യാപിച്ചു. ജനങ്ങളുടെ ഉപജീവനമാർഗം നിഷേധിച്ച ജന്മിക്കെതിരെ കർഷകസംഘം രംഗത്തിറങ്ങി. സംഘത്തിന്റെ നേതൃത്വത്തിൽ അരിവാളുമേന്തി സ്ത്രീകൾ കുന്നിൻചരിവിലേക്ക് മാർച്ച് നടത്തി. ജന്മിയുടെ നിരോധനം ലംഘിച്ചുകൊണ്ട് പുല്ല് കൊയ്തെടുത്തു. 1946 ഡിസംബർ 19 നാണ് ഈ ബഹുജനസമരം നടന്നത്. കരിവെള്ളൂരിൽ നെല്ല് തടഞ്ഞതും വെടിവെപ്പുണ്ടായതും തൊട്ടടുത്ത ദിവസമായ ഡിസംബർ 20 നാണ്.

വിത്തിട്ടവൻ വിളകൊയ്യും

ജന്മിക്ക് ഇഷ്ടമില്ലാത്ത കർഷകരെ ഒഴിപ്പിക്കുന്നത് കണ്ടക്കൈയിലെയും പതിവായിരുന്നു. പൊളിച്ചെഴുത്ത്, മേൽചാർത്ത് എന്നിവയിലൂടെ കർഷകരെ ദ്രോഹിക്കാനും ശ്രമമുണ്ടായി. കർഷകജനത ഇതിനെ ശക്തിയായെതിർത്തു. ജന്മിയുടെ മറ്റൊരു നീക്കമായിരുന്നു 'മേൽ വിത്തിടുക' എന്നത്. കർഷകൻ വിത്ത് വിതച്ച് കഴിഞ്ഞാൽ ജന്മിയും ഗുണ്ടകളും വന്ന് അതേസ്ഥലത്ത് വീണ്ടും വിതയ്ക്കും. ഇതറിഞ്ഞ കർഷകസംഘം ആ നിലത്ത് തങ്ങളുടെ വകയായി വീണ്ടും വിത്തിട്ടു. ഇങ്ങനെ വിത്തിടലും മേൽ വിത്തിടലും ഒരു സമരമുറയായിത്തന്നെ കർഷകസംഘം സ്വീകരിച്ചിരുന്നു. ഇതെത്തുടർന്നാണ് ജന്മി വിളകൊയ്ത്ത് പ്രഖ്യാപിച്ചത്. ആര് വിത്തിട്ടാലും ശരി താൻ ഗുണ്ടകളുടെയും പൊലീസിന്റെയും സഹായത്തോടെ വിളകൊയ്തെടുക്കുമെന്ന് ജന്മി വീരവാദം മുഴക്കിയപ്പോൾ കർഷകജനതകൂടുതൽ ജാഗ്രത കൈക്കൊണ്ടു. വിളകൊയ്യാറായ സമയമായി. ജന്മിയുടെ ഗുണ്ടകൾ വയലിന് കാവൽ നിന്നു. എന്നാൽ മറുഭാഗത്ത് കർഷകസംഘവും കരുതിയിരിക്കുകയായിരുന്നു. വിളപാകമായെന്ന് മനസിലായ ഒരു ദിവസം കർഷകസംഘം വളണ്ടിയർമാർ വയലിലേക്ക് മാർച്ചുചെയ്തു. 'വിത്തിട്ടവൻ വിളകൊയ്യും' എന്നു പ്രഖ്യാപിച്ചുകൊണ്ട് സ്ത്രീകളുൾപ്പെടെയുള്ള വളണ്ടിയർമാർ വിളകൊയ്തെടുത്തു. ഗുണ്ടകളും പൊലീസും തടയാൻ ശ്രമിച്ചെങ്കിലും സാധിച്ചില്ല. കർഷകസമരചരിത്രത്തിലെ തുടിക്കുന്നൊരു അധ്യായമായി ഈ സംഭവം മാറുകയുണ്ടായി.. പാടിക്കുന്നിലെ രൈരുനമ്പ്യാരും ഗോപാലൻ നമ്പ്യാരും കുട്ട്യപ്പയും ആ സമരത്തിൽ മുഖ്യപങ്ക് വഹിച്ചിരുന്നു.

കുഞ്ഞാക്കമ്മയുടെ ധീരത

മലബാറിലെ സമരചരിത്രത്തിൽ തുടിച്ചുനിൽക്കുന്നൊരു പേരാണ് കുഞ്ഞാക്കമ്മ. കണ്ടക്കൈയിൽ പുല്ലുപറിസമരവും വിളകൊയ്ത്തുസമ

രവും നടന്നപ്പോൾ കുഞ്ഞാക്കമ്മ മുൻപന്തിയിലുണ്ടായിരുന്നു. ഈ സമരങ്ങളെത്തുടർന്ന് എം എസ് പി നാട്ടിലിറങ്ങി. മയ്യിലിൽ പൊലീസ് ക്യാമ്പ് സ്ഥാപിച്ചു. കണ്ടക്കൈയിലെയും കയരളത്തെയും വീടുകളിൽ പൊലീസ് സംഘം ഭീകരതസൃഷ്ടിച്ചു. പുരുഷന്മാരാരും വീടുകളിലുണ്ടായിരുന്നില്ല.അതിന്റെ തിക്തഫലം അനുഭവിച്ചത് സ്ത്രീകളാണ്. വീടുകളിൽ ഓടിക്കയറിയ പൊലീസ് വീട്ടുപകരണങ്ങൾ തല്ലിത്തകർത്തു. ചട്ടിയും കലവും ചവിട്ടിപ്പൊടിച്ചു. അമ്മിയും മറ്റും കിണറ്റിലെടുത്തിട്ടു. വീട്ടിനുള്ളിൽ ഒരു വസ്തുവും ബാക്കിവെച്ചില്ല. സ്ത്രീകളെ അസഭ്യം പറയുകയും ഭീഷണിപ്പെടുത്തുകയും ചെയ്തു. പുൽപ്പുരകൾ അഗ്നിക്കിരയാക്കി. പുരുഷന്മാർ നിസ്സഹായരായി. ഒളിവിൽപ്പോയ ആ ഘട്ടത്തിൽ നെഞ്ചുറപ്പോടെ കുഞ്ഞാക്കമ്മ രംഗത്തിറങ്ങി. തേങ്ങിക്കരയുന്ന അമ്മമാരെയും സ്ത്രീകളെയും അവർ സംഘടിപ്പിച്ചു. പൊലീസും ഗുണ്ടകളും തല്ലിപ്പൊട്ടിച്ച മൺകലങ്ങളും ചട്ടികളും വീട്ടുപകരണങ്ങളും മറ്റും കുട്ടകളിൽ പെറുക്കിക്കൂട്ടി. കുഞ്ഞാക്കമ്മയുടെ നേതൃത്വത്തിൽ തമ്പായിഅമ്മ, മീനാക്ഷിയമ്മ, കുഞ്ഞാതിയമ്മ, പാർവതിയമ്മ, മാണി തുടങ്ങിയവരുടെ നേതൃത്വത്തിൽ സ്ത്രീകൾ കണ്ടക്കൈ അധികാരിയുടെ വീട്ടിലേക്ക് ജാഥനയിച്ചു. കുഞ്ഞാക്കമ്മ മുദ്രാവാക്യം വിളിച്ചുകൊണ്ട് മുന്നിൽ നടന്നു. 'കലംകെട്ട് സമരം' എന്ന് ഇതറിയപ്പെട്ടു. കുട്ടകളിൽ ചുമന്നുകൊണ്ടുപോയ ചട്ടികലങ്ങളുടെ അവശിഷ്ടങ്ങൾ ജന്മിയുടെ വീടിന്റെ കോലായയിൽ കൊണ്ടിട്ട് പ്രതിഷേധിച്ചു. ഇതിന്റെപേരിൽ വീടാക്രമിക്കാൻ വന്നെന്നുപറഞ്ഞ് കേസ് കൊടുത്തു. കുഞ്ഞാക്കമ്മയ്ക്ക് മൂന്നുമാസക്കാലം ജയിലിൽ കഴിയേണ്ടിവന്നു. പിൽക്കാലത്ത് കുഞ്ഞാക്കമ്മയെ പൊതുയോഗങ്ങളിലെല്ലാം പങ്കെടുപ്പിക്കുമായിരുന്നു. ഉണരുന്ന സ്ത്രീത്വത്തിന്റെ വിമോചനപ്പോരാളിയെന്ന നിലയിലാണ് കുഞ്ഞാക്കമ്മ ആദരിക്കപ്പെട്ടത്.

പുസ്തകക്കെട്ടുകൾ തലയിലേന്തി ജാഥ

കുഞ്ഞാക്കമ്മയുടെ ചട്ടികലം ജാഥയെ അനുസ്മരിപ്പിക്കുന്ന ഒരു ജാഥ പിൽക്കാലത്ത് 1976 ൽ കണ്ടക്കൈയിൽ നടക്കുകയുണ്ടായി. ദേശീയപ്രസ്ഥാനത്തിന്റെ ഭാഗമായാണ് അവിടെ എസ് ജെ എം വായനശാലസ്ഥാപിച്ചത്. ശ്രീ ജാതവേദഗുരുസ്മാരക വായനശാല എന്ന് പൂർണമായ പേര്. അദ്ദേഹം നാട്ടെഴുത്തച്ഛനായിരുന്നു. കണ്ടക്കൈപ്രദേശത്ത് ജാതിഭേദം കൂടാതെ അക്ഷരം പകർന്നു നൽകിയ അദ്ദേഹത്തിന്റെ സ്മരണയിൽ രൂപം കൊണ്ട ആ വായനശാല 1940 കളിലെ പൊലീസ് ഭീകരതയുടെ ഭാഗമായി തകർക്കപ്പെട്ടിരുന്നു. വീണ്ടും പുതിയ കെട്ടിടം നിർമിച്ചെങ്കിലും 1946 ൽ അതും തകർത്തു. പെട്രോളൊഴിച്ച് പുസ്തകങ്ങൾ കത്തിക്കുകയും ചെയ്തു. പിൽക്കാലത്ത് നല്ലനിലയിൽത്തന്നെ വായനശാല പുനർനിർമിച്ചു. എന്നാൽ അടിയന്തരാവസ്ഥക്കാലത്ത് ഇരിക്കൂർ സബ്ഇൻസ്പെക്ടറുടെ നേതൃത്വത്തിൽ വീണ്ടും വായനശാലതകർക്ക

പ്പെട്ടു. വായനശാലാ പ്രവർത്തകർക്കെതിരെ കള്ളക്കേസ് ചുമത്തി. വായനശാലാ രജിസ്റ്ററുകളും പുസ്തകങ്ങളും പൊലീസ് കോടതിയിലേക്ക് മാറ്റുകയും ചെയ്തു. തുടർന്ന് തലശ്ശേരി കോടതിയിൽ കേസ് നടന്നു. 1977 ഒക്ടോബറിൽ ഗ്രന്ഥശാലയ്ക്കനുകൂലമായി വിധിയുണ്ടായി. പുസ്തകങ്ങളും രജിസ്റ്ററുകളും വിട്ടുകൊടുത്തു. ആ പുസ്തകങ്ങളും ചുമന്നുകൊണ്ട് വായനശാലാപ്രവർത്തകർ തലശ്ശേരി കോടതിയിൽനിന്ന് കണ്ടക്കൈയിലേക്ക് ജാഥനയിക്കുകയുണ്ടായി.

രാമചന്ദ്രൻ ഓർക്കുന്നു

പാടിക്കുന്ന് രക്തസാക്ഷികളുടെ കുടുംബാംഗങ്ങളിൽ ഉറ്റവരായി ഏതാനും പേരേ ഈ ലേഖനമെഴുതുന്ന കാലത്ത് ജീവിച്ചിരുന്നുള്ളൂ. കെ കെ രൈരുനമ്പ്യാരുടെ സഹോദരി കല്യാണിയമ്മയുടെ മകൻ രാമചന്ദ്രനാണ് ഇവരിലൊരാൾ രൈരുനമ്പ്യാരുടെ കുടുംബബന്ധത്തിൽപ്പെട്ട കെ പി കുഞ്ഞികൃഷ്ണനും പോയ കാല സംഭവങ്ങൾ പറഞ്ഞു കേട്ട അറിവുണ്ട്. അമ്മാവൻ രക്തസാക്ഷിത്വം വരിക്കുമ്പോൾ രാമചന്ദ്രന് പത്തുവയസ്സ്. അമ്മാവന്റെ രൂപവും ഭാവവും അദ്ദേഹത്തിന്റെ മനസിൽമായാതെയുണ്ട്. നല്ല വെളുത്ത സുന്ദരനായിരുന്നു അമ്മാവൻ. പെരുമാറ്റമാണെങ്കിൽ വിനയപൂർവം. അതുകൊണ്ടുതന്നെ നാട്ടുകാർ 'സാധുനമ്പ്യാർ'എന്നാണ് വിളിച്ചിരുന്നത്. കുഞ്ഞപ്പനെന്നാണ് വീട്ടിൽ വിളിച്ചിരുന്ന പേര്.

രാമചന്ദ്രൻ

കയരളത്തെ പ്രസിദ്ധ കർഷകകുടുംബത്തിലാണ് രൈരുനമ്പ്യാർ ജനിച്ചതെന്ന് രാമചന്ദ്രൻ പറഞ്ഞു. കുന്നത്ത് പുതിയ വീട്ടിൽ കൃഷ്ണൻ നമ്പ്യാരുടെയും കൊക്കൂറകണ്ണോത്ത് കല്യാണിയമ്മയുടെയും മകൻ. ഏകസഹോദരി കല്യാണിയമ്മ. 1918 ലാണ് രൈരുനമ്പ്യാർ ജനിച്ചത്. എട്ടാംതരംവരെ പഠിച്ചു. പിന്നെ രാഷ്ട്രീയത്തിലിറങ്ങി. നല്ല വോളിബോൾ കളിക്കാരനും നാടകനടനുമായിരുന്നു. കയരളത്ത് വോളിബോൾ കോർട്ടുണ്ടാക്കി കുട്ടികളെ പരിശീലിപ്പിച്ചിരുന്നു. നാടകസമിതികളും വായനശാലകളും സ്ഥാപിക്കുന്നതിലും മുന്നിട്ടിറങ്ങി. രാഷ്ട്രീയത്തിൽ പോവരുതെന്ന് അമ്മ എപ്പോഴും പറയുമായിരുന്നു. മകൻ വേണ്ടാത്ത തോന്ന്യാസത്തിന് പോകുന്നതിൽ അച്ഛൻ കൃഷ്ണൻനമ്പ്യാരും ദേഷ്യപ്പെട്ടിരുന്നു. അച്ഛനോട് എതിര് പറയില്ലെങ്കിലും അമ്മയോട് പറയും. അമ്മ പേടിക്കേണ്ട എനിക്കെന്തെങ്കിലും പറ്റിയാൽ പാർട്ടിക്കാർ നോക്കും!

കല്യാണിയമ്മ

കണ്ടക്കൈ–കയരളം പ്രദേശത്തെ കർഷകസംഘത്തിന്റെ നേതാവായിത്തീർന്ന രൈരുനമ്പ്യാർ 1940 സെപ്തംബർ 15 ന് മൊറാഴയിലേക്ക് നടന്ന മാർച്ചിൽ പങ്കെടുത്തിരുന്നു. സബ്ഇൻസ്പെക്ടർ കൊല്ലപ്പെട്ടതിനെത്തുടർന്ന് ഒളിവിൽ പോവുകയായിരുന്നു. 1942 ൽ പാർട്ടി നിർദേശപ്രകാരം പട്ടാളത്തിൽ ചേർന്നു. എന്നാൽ ഒരു വർഷം തികയുന്നതിനു മുമ്പേ പിരിച്ചുവിട്ടു. നാട്ടിൽ തിരിച്ചെത്തിയശേഷം വീണ്ടും രാഷ്ട്രീയത്തിൽ മുഴുകി. നാടാകെ തിളച്ചുമറിയുന്നകാലമാണത്. അദ്ദേഹം കയരളം ഡിവിഷൻ കമ്യൂണിസ്റ്റുപാർട്ടി സെക്രട്ടറിയായി.

1948 കളിലെ പൊലീസ് നരനായാട്ടിനെതിരെ സുധീരമായ ചെറുത്തുനിൽപ്പ് സംഘടിപ്പിച്ചത് രൈരുനമ്പ്യാരുടെ നേതൃത്വത്തിലാണ്. അതിന്റെ പേരിൽ അദ്ദേഹത്തിന്റെ വീടാക്രമിക്കപ്പെട്ടു. നമ്പ്യാർ ഒളിവിൽ പോയിരുന്നു. അദ്ദേഹത്തെ കിട്ടാത്തതിന്റെ ദേഷ്യം തീർത്തത് വീട്ടിലുള്ളവരോടാണ്. വീട്ടിലെ ജനാലകളും വാതിലുകളുമെല്ലാം പൊലീസ് കോടാലികൊണ്ട് കൊത്തിമുറിച്ചിട്ടു. വീട്ടുപകരണങ്ങളെല്ലാമെടുത്ത് കിണറ്റിലിട്ടു. പൊലീസ് ഭീകരതക്കിടയിലും ഡിസ്ട്രിക്റ്റ് ബോർഡ് തിരഞ്ഞെടുപ്പിന്റെ പ്രചാരണത്തിന് രൈരുനമ്പ്യാർ രംഗത്തിറങ്ങി. നാട്ടിലെ അരക്ഷിതാവസ്ഥയ്ക്കെതിരെ അദ്ദേഹം ധീരമായി പ്രസംഗിച്ചു. പൊലീസ് സംഘം വന്ന് പ്രസംഗം തടസപ്പെടുത്താൻ നോക്കി. എന്നാൽ പൊലീസിനെ വെല്ലുവിളിച്ചുകൊണ്ട് രൈരുനമ്പ്യാർ പ്രഖ്യാപിച്ചു: “ഞാനിവിടെ പ്രസംഗിക്കണോ എന്ന് തീരുമാനിക്കേണ്ടത് പൊലീസല്ല. ഈ ജനങ്ങളാണ്.” ചെങ്കൊടികളുമേന്തി ധാരാളംപേർ പൊതുയോഗത്തിനെത്തിയിരുന്നു. അവരെ എതിർക്കാനാവില്ലെന്ന് ബോധ്യമായ പൊലീസ് സ്ഥലം

വിട്ടു. അപമാനിതരായ പൊലീസും അധികാരികളും പകവീട്ടാനുള്ള തക്കം പാർത്തിരിക്കയായിരുന്നു. അക്കാലത്തുതന്നെയാണ് പാർട്ടിയെ നിരോധിച്ചത്. പിന്നെ ഹൈരുനമ്പ്യാരടക്കമുള്ളവർ ഒളിവിൽതന്നെയായി. 1950 ഏപ്രിൽ 26 ന് മയ്യിലിൽനിന്നും ചെറുപഴശ്ശിയിലേക്കുള്ള യാത്രയിൽ കാലടി എന്ന സ്ഥലത്തുവച്ച് ഗുണ്ടാസംഘം അദ്ദേഹത്തെ വളഞ്ഞുപിടിച്ചു. വളപട്ടണം പൊലീസ് സ്റ്റേഷനിലെത്തിച്ച നമ്പ്യാരെ കണ്ണൂർ സെൻട്രൽ ജയിലിൽ റിമാന്റ് ചെയ്തു.

ഗോപാലൻ നമ്പ്യാർ

പാടിക്കുന്നിലെ മറ്റൊരു രക്തസാക്ഷി മഞ്ഞേരിവീട്ടിൽ ഗോപാലൻ നമ്പ്യാർ 1922 ലാണ് ജനിച്ചത്. ആനപ്പാപ്പാനായിരുന്ന കണ്ണൻ നമ്പ്യാരുടെ മകൻ. ഗോപാലൻ ജനിക്കുന്നതിന് രണ്ടുമാസം മുമ്പ് പിതാവ് ആനയുടെ ചവിട്ടേറ്റ് മരണപ്പെട്ടിരുന്നു. ഗോപാലൻ ജനിച്ചതും വളർന്നതും അമ്മാവൻ കൃഷ്ണൻ നമ്പ്യാരുടെ തണലിലാണ്. അഞ്ചാം ക്ലാസ് വരെ പഠിച്ചു. അൽപ്പകാലം ഒരധ്യാപകന്റെ കീഴിൽ ഇംഗ്ലീഷും പഠിച്ചു. തുടർന്ന് അമ്മാവന്റെ സഹായിയായി കൃഷികാര്യങ്ങൾ നോക്കാനും ചായക്കട നടത്താനും തുടങ്ങി. ബാലസംഘത്തിലൂടെയാണ് അദ്ദേഹം രാഷ്ട്രീയത്തിലിറങ്ങിയത്. പിന്നീട് കർഷകസംഘത്തിന്റെയും കമ്യൂണിസ്റ്റുപാർട്ടിയുടെയും സജീവസാന്നിധ്യമായി. നാട്ടിൽ പട്ടിണിയും പകർച്ചവ്യാധിയും പടർന്നുപിടിച്ചപ്പോൾ ഗോപാലൻ നമ്പ്യാരും കൂട്ടരും രക്ഷകരായി ഓടിയെത്തി. ഗോപാലന്റെ നേതൃത്വത്തിൽ ആതുരശുശ്രൂഷാ സ്ക്വാഡ് തന്നെ രൂപീകരിച്ചിരുന്നു. അദ്ദേഹം നല്ല നാടകനടനും വോളിബോൾ കളിക്കാരനുമായിരുന്നു. നന്നായി പാടുകയും ചെയ്യും. ഹൈരുനമ്പ്യാരുടെ കൂടെ ഗോപാലൻ പല നാടകങ്ങളിലും അഭിനയിച്ചിട്ടുണ്ട്. ഇങ്ങനെ നാട്ടുകാരുടെ ഡോക്ടറും കളിക്കാരനും കലാകാരനുമായ ഗോപാലൻ നമ്പ്യാർ പുല്ലുപറികേസിലും വിളകൊയ്ത്ത് കേസിലും പ്രതിചേർക്കപ്പെട്ടിരുന്നു. ഗുണ്ടകളെ തല്ലിയെന്നപേരിലും കേസുണ്ടാക്കി. കണ്ടക്കൈയിൽ പൊലീസും ഗുണ്ടകളും നരനായാട്ടു നടത്തി. 1950 മെയ് മൂന്നിന് ഗോപാലൻ നമ്പ്യാരെ പൊലീസ് പിടികൂടി. കയരളം എം എസ് പി ക്യാമ്പിൽ ലോക്കപ്പ് ചെയ്തു.

കെ കുട്ട്യപ്പ

മയ്യിൽ പഞ്ചായത്തിലെ മുല്ലക്കൊടി എന്നപ്രദേശത്ത് പാവപ്പെട്ടൊരു ചെത്തുതൊഴിലാളി കുടുംബത്തിലാണ് കുട്ട്യപ്പയുടെ ജനനം. ദാരിദ്ര്യം മൂലം സ്കൂൾ വിദ്യാഭ്യാസം നേടാൻ കുട്ട്യപ്പക്ക് കഴിഞ്ഞിരുന്നില്ല. തോണിയിലൂടെ കള്ള് വിതരണം നടത്തുന്ന തൊഴിലിൽ ചെറുപ്പത്തിലേ ഏർപ്പെട്ടു. പിന്നീട് എള്ളെരിഞ്ഞിയിൽ കൂട്ടുമുഖം കള്ളുഷാപ്പിൽ കറിവിൽപ്പനക്കാരനായിനിന്നു. അതിൽനിന്നും കിട്ടിയ വരുമാനംകൊണ്ടാണ് അമ്മയെയും അനുജനെയും പോറ്റിയിരുന്നത്. കാവുമ്പായി സംഭവത്തെ

ത്തുടർന്ന് കുട്ട്യപ്പ ക്രൂരമർദനത്തിനിരയായി. അതോടെ കൂട്ടുമുഖം കള്ളു ഷാപ്പിലെ ജോലി മതിയാക്കി. ഇതിനകം കർഷകസംഘത്തിന്റെ പോരാളിയായി അദ്ദേഹം വളർന്നു കഴിഞ്ഞിരുന്നു. മുല്ലക്കൊടിയിൽ ചെത്തുതൊഴിലാളി സംഘടന രൂപംകൊണ്ടപ്പോൾ കുട്ട്യപ്പ അതിന്റെ നേതാവായി. അനീതി എവിടെക്കണ്ടാലും ചെറുക്കുവാൻ കുട്ട്യപ്പ ഓടിയെത്തും. കണ്ടക്കൈ അധികാരിയുടെ കള്ളത്തരത്തിനും ചൂഷണത്തിനുമെതിരെ അദ്ദേഹം ശക്തമായി നിലകൊണ്ടു. ഇതെല്ലാംകൊണ്ട് അധികാരികളുടെ കണ്ണിലെ കരടായി മാറിയ കുട്ട്യപ്പയെ 1950 ഏപ്രിൽ 23 ന് ഗുണ്ടകളുടെ സഹായത്തോടെ വളഞ്ഞുപിടിക്കുകയായിരുന്നു.

പാടിക്കുന്നും നടുങ്ങിപ്പോയി

ജീവിക്കാൻവേണ്ടി പോർക്കളത്തിലിറങ്ങിയ മൂന്നു സഖാക്കൾ. നാടിനോടുള്ള കടമ നിറവേറ്റാനായി അവർ സ്വജീവിതം സമർപ്പിച്ചു. ജനതയുടെ നന്മയ്ക്കുവേണ്ടിയുള്ള എളിയ സംരംഭമായേ ജീവത്യാഗത്തെ അവർ കണക്കാക്കിയുള്ളൂ. കണ്ടക്കൈയിലും കയരളത്തും സ്വാതന്ത്ര്യത്തിന്റെ പൊൻപ്രസരിപ്പുണ്ടാക്കിയ ആ ധീരന്മാർ നിലവിളിച്ചു കൊണ്ടല്ല വെടിയുണ്ട നെഞ്ചിലേറ്റുവാങ്ങിയത്. നെഞ്ച് തകർന്ന് ചോരചീറ്റിയൊഴുകുമ്പോഴും അവരുറക്കെ വിളിച്ചത്, “കമ്യൂണിസ്റ്റ് പാർട്ടി സിന്ദാബാദ്” എന്നാണ്. യൗവനം തിളച്ചുപൊങ്ങുന്ന പ്രായത്തിലാണവർ രക്തസാക്ഷിത്വം വരിച്ചത്. ഉച്ചത്തിലുള്ള അവരുടെ ഇങ്കിലാബ് വിളിയിൽ പാടിക്കുന്ന് നടുങ്ങിപ്പോയിരിക്കണം. പാടിക്കുന്ന് സംഭവം ചരിത്രത്തിലെ അപൂർവതയാണ്. ജന്മിക്കും പൊലീസിനും തലവേദനസൃഷ്ടിക്കുന്ന മൂന്ന് നേതാക്കളെ തെരഞ്ഞുപിടിച്ച് വകവരുത്തുകയെന്ന ഹീനവും പൈശാചികവുമായ കൃത്യമാണ് ആ കുന്നിൽ അരങ്ങേറിയത്. അവരുടെ പേരിലുള്ള കേസ് വിചാരണ നടത്തി വേണമെങ്കിൽ ശിക്ഷവിധിക്കാമായിരുന്നു. പക്ഷേ, അവരുടെ നിഴൽപോലും ശേഷിക്കുന്നത് അധികാരിവർഗത്തെ ഭയംകൊള്ളിച്ചു. ആ മൂന്നു സഖാക്കളെയും കൊലപ്പെടുത്താൻനടത്തിയ തന്ത്രം അതിക്രൂരമായിരുന്നു. തടവിൽ കഴിയുന്നവരെ ബന്ധുക്കളും പാർട്ടിയുമറിയാതെ ജാമ്യത്തിലെടുക്കുക; അതും ചിലർ ബന്ധുക്കളായി ചമഞ്ഞ് കോടതിയെ തെറ്റിദ്ധരിപ്പിച്ച്. കയരളത്തും കണ്ടക്കൈയിലുമുള്ളവർക്ക് സൂചനപോലും കിട്ടിയില്ല. നേരം സന്ധ്യയോടടുത്തപ്പോഴാണ് ജയിലിൽ നിന്നിറക്കിയത്. രൈരുനമ്പ്യാരും കുട്ട്യപ്പയുമാണ് തടവറയിൽ കഴിഞ്ഞിരുന്നത്. ഗോപാലൻനമ്പ്യാരെ കയരളത്തെ എം എസ് പി ക്യാമ്പിൽ പാർപ്പിച്ചിരിക്കയായിരുന്നു. അവിടെനിന്നും ഇറക്കിക്കൊണ്ടുവന്നു. പൊലീസ് വാഹനത്തിൽ അവരെ കയറ്റിയിരുത്തി.അർധരാത്രിയാവുന്നതുവരെ മൂവരെയും രഹസ്യമായി സൂക്ഷിച്ചു. പിന്നെ പാടിക്കുന്നിന്റെ നെറുകയിൽ കൊണ്ടുപോയി നിർത്തി. മൂന്നുസഖാക്കളും പരസ്പരം നോക്കി. നാം വീരോചിതമായാണ് പോരാടിയത്. വീരോചിതമായിത്തന്നെ മരിക്കുകയും വേണമെന്ന്

രൈരുനമ്പ്യാർ പറഞ്ഞിട്ടുണ്ടാവും. കൊല്ലുന്നതിനുമുമ്പ് സൗജന്യമെന്നനിലയിൽ സർക്കിൾ ഇൻസ്പെക്ടർ റേ നിർദേശിച്ചത്. "കമ്യൂണിസ്റ്റ് പാർട്ടിക്ക് മൂർദാബാദ് വിളിച്ചാൽ വിട്ടയക്കാം" എന്നാണ്. കമ്യൂണിസ്റ്റു ചോര സിരകളിലൊഴുകുന്നവർക്ക് ഇത് സഹിക്കാനാവുന്നതായിരുന്നില്ല. കമ്യൂണിസ്റ്റുപാർട്ടിക്ക് സിന്ദാബാദ് വിളിച്ചത് മൂവരും ഒന്നിച്ചാണ്. അതുകേൾക്കേണ്ട താമസം സർക്കിൾ ഇൻസ്പെക്ടർ കാഞ്ചിവലിച്ചു. ഏകപക്ഷീയമായ കൂട്ടക്കൊല. മൃതദേഹം ഇടുങ്ങിയ താഴ്‌വാരത്തിൽത്തന്നെ മറവുചെയ്തു. അടുത്തദിവസം പത്രത്തിൽ വന്നവാർത്ത വിചിത്രമായിരുന്നു. പൊലീസുമായുള്ള ഏറ്റുമുട്ടലിൽ മൂന്നുപേർ കൊല്ലപ്പെട്ടു. പൊലീസിനെ ആക്രമിച്ച് രക്ഷപ്പെടാനുള്ള ശ്രമത്തിൽ കൊല്ലപ്പെട്ടു എന്ന് വിശദീകരണം.

എ കെ ജിയുടെ ആത്മകഥയിൽ

എ കെ ജിയുടെ ആത്മകഥയിൽ പാടിക്കുന്ന് സംഭവം വിവരിക്കുന്നുണ്ട്. കാവുമ്പായി വെടിവെപ്പിനുശേഷം മയ്യിൽ, കണ്ടക്കൈ, കയരളം, കമ്പിൽ എന്നിവിടങ്ങളിലെല്ലാം പൊലീസ് ക്യാമ്പുകളാരംഭിച്ചിരുന്നു. ഒരു വശത്തുനിന്നും പൊലീസും മറുവശത്തുനിന്നും ഗുണ്ടകളും കൃഷിക്കാരെ ആക്രമിച്ചു. പൊലീസ് മർദനം അസഹ്യമായപ്പോൾ കുഞ്ഞാക്കമ്മയും സ്ത്രീകളും ജാഥനടത്തി പ്രതിഷേധിച്ചു. കുഞ്ഞാക്കമ്മയെ അറസ്റ്റ് ചെയ്ത് പൈശാചികമായി മർദിക്കുകയുമുണ്ടായി. എന്നിട്ടും അവർ തളർന്നില്ല. കമ്പിൽ എന്ന സ്ഥലത്തുവച്ച് ജന്മിഗുണ്ടകളും കർഷകരും തമ്മിൽ ഏറ്റുമുട്ടിയിരുന്നു. അന്നാണ് ഇ പി കൃഷ്ണൻ നമ്പ്യാരുടെ തലയിൽ ആസിഡ് ബൾബെറിഞ്ഞത്. കർഷകസംഘത്തിന്റെ ഉശിരൻ പ്രവർത്തകനായ അനന്തനെ പൊലീസ് ക്യാമ്പിൽ കൊണ്ടുവന്ന് മർദിച്ചുകൊല്ലുകയുണ്ടായി. ആ മൃതദേഹം ഒരു കീറപ്പായയിൽ കെട്ടി പുഴയിലൊഴുക്കുകയായിരുന്നു. പാടിക്കുന്നിൽവെച്ച് കർഷകരുടെ മൂന്ന് ധീരസന്താനങ്ങളെ ആരുമറിയാതെ അർധരാത്രിയിൽ വെടിവെച്ചുകൊല്ലുകയായിരുന്നു.

രാമചന്ദ്രൻനായരുടെ കുടുംബം

അമ്മാമൻ രൈരുനമ്പ്യാരും മറ്റുരണ്ടുപേരും മരിച്ച വാർത്ത മെയ് നാലിന് ഉച്ചയോടടുത്താണ് അറിഞ്ഞത്. രാമചന്ദ്രനും അമ്മയും അച്ഛൻ നാരായണൻനമ്പ്യാരുടെ കയരളത്തുള്ള വീട്ടിലായിരുന്നു. ആ വീട്ടിൽ നിന്നും രണ്ടു കിലോമീറ്റർ ദൂരപരിധിയിലാണ് പാടിക്കുന്ന് നിലകൊള്ളുന്നത്. മൂന്നെണ്ണത്തിനെ ശരിപ്പെടുത്തി എന്നാണത്രെ ആരോ വന്നറിയിച്ചത്. ആങ്ങള ജയിലിലല്ലേ, ഒന്നും സംഭവിച്ചിരിക്കില്ല എന്ന് അമ്മ സമാധാനിച്ചു. എന്നാൽ ഏറെ കഴിയുന്നതിനുമുമ്പുതന്നെ ആ വാർത്തയെത്തി.

മൊറാഴ സമരസേനാനി അറാക്കൽ കുഞ്ഞിരാമന്റെ സഹോദരൻ നാരായണൻനമ്പ്യാരാണ് രൈരുനമ്പ്യാരുടെ സഹോദരി കല്യാണിയമ്മ യുടെ ഭർത്താവ്. നാരായണൻ നമ്പ്യാരും മൊറാഴ സമരത്തിൽ പങ്കെടു ത്തു. മൊറാഴകേസിലെ പ്രധാനപ്രതിയെന്നനിലയിൽ അറാക്കൽ കുഞ്ഞി രാമനെ അന്വേഷിച്ച് പൊലീസ് വരും. കുഞ്ഞിരാമനെ കിട്ടാത്തതിന്റെ ദേഷ്യം നാരായണൻനമ്പ്യാരോടും കല്യാണിയമ്മയോടും മക്കളോടു മാണ് തീർത്തത്. പൊലീസ് വന്ന് വീട്ടുപകരണങ്ങൾ തല്ലിത്തകർത്തു. കുഞ്ഞിരാമന്റെ വസ്ത്രങ്ങളെല്ലാം വാരിവലിച്ച് മുറ്റത്തിട്ട് തീകൊളുത്തി യത്രെ. അറാക്കൽ കുഞ്ഞിരാമനെ ദഹിപ്പിക്കുകയാണെന്നു പറഞ്ഞ് പൊലീസ് ആർത്തു ചിരിച്ചിരുന്നു.

നാരായണൻ-കല്യാണിയമ്മ ദമ്പതികൾക്ക് ആറുമക്കളാണ്. നാരായണൻ, രാമചന്ദ്രൻ, നളിനി, കൃഷ്ണൻ, പ്രഭാകരൻ, മാലതി.

രാമചന്ദ്രൻ വിദ്യാഭ്യാസത്തിനുശേഷം മിലിട്ടറി സർവീസിൽ പ്രവേ ശിച്ചു. പിരിഞ്ഞുവന്നശേഷം കണ്ണൂരിൽ പൊലീസിലും സേവനമനുഷ്ഠി ച്ചു. ജാനകിയാണ് ഭാര്യ. മഹേഷ്, മഞ്ജു എന്നീ രണ്ടു മക്കൾ.

10

തുളുനാടിന്റെ കർമധീരത
ഭാസ്കര കുമ്പള

"എനിക്കൊന്നേ പറയാനുള്ളൂ. ആരോടെന്നു നോക്കി വേണം സംസാരിക്കാൻ. ആളുകളെ പേടിക്കണം. അവർക്കു തമ്മിൽ വെറുപ്പാണ്. ആർത്തിയും അസൂയയുമായിട്ടാണവർ കഴിയുന്നത്. അന്യോന്യം ദ്രോഹിക്കാനാണവർക്കിഷ്ടം. നീ വിരൽ ചൂണ്ടി അവരെ കുറ്റപ്പെടുത്തിയാൽ അവർ നിന്നെ വെച്ചേക്കുകയില്ല–" (*അമ്മ*–മാർക്സിം ഗോർക്കി)

'ഇവറു കുമ്പളനാടിന അഭിമാന! മഹാൻ ധ്യേയക്കാഗിയേ ഇവറു രക്തതർപണെഗൈദ...' കുമ്പളയിലെ സാധാരണക്കാർ ഇന്നും പറയുന്നു. ഇദ്ദേഹം കുമ്പളനാടിന്റെ അഭിമാനമായിരുന്നു. മഹത്തായ ഒരു ലക്ഷ്യത്തിനുവേണ്ടിയാണ് ഇദ്ദേഹം രക്തസാക്ഷിത്വം വരിച്ചത്. എങ്കിലും ഞങ്ങൾക്കിത് വിശ്വസിക്കാനാകുന്നില്ല.. ഭാസ്കര കുമ്പള എന്ന ചെറുപ്പക്കാരനായ ജനനേതാവ് തങ്ങളോടൊപ്പമില്ലെന്ന്. ഓർക്കുന്തോറും തേങ്ങിപ്പോകുന്ന അനുഭവങ്ങളാണ്. ആ കൊച്ചുജീവിതം എന്തിന് തകർത്തെറിഞ്ഞു? ശാന്തിയുടെയും സമാധാനത്തിന്റെയും കൊടിപാറിച്ച ആ കൈകൾ എന്തിന് വെട്ടിയെറിഞ്ഞു? ഭാസ്കര കുമ്പള ഒരു വ്യക്തി മാത്രമായിരുന്നില്ല.ഒരാശയമായിരുന്നു.അയാൾ ശുഷ്കാന്തിയോടെ പ്രവർത്തിച്ചു.ദിവസത്തിന്റെ ഭൂരിഭാഗവും ജനങ്ങളുടെ കൂടെ ചെലവഴിച്ചു. ആളൊരു ഗൗരവക്കാരനായിരുന്നില്ല. അയാളുടെ കണ്ണുകളിൽ ആത്മവിശ്വാസം നിഴലിച്ചിരുന്നു. നിത്യജീവിതത്തിലെ ഇരുണ്ട ഒഴുക്കിൽ നിന്നും നാടിനെ രക്ഷിക്കണമെന്ന ദൃഢനിശ്ചയം അയാളെ ചടുലനാക്കിക്കൊണ്ടിരുന്നു.

"ചിലയവസരങ്ങളിൽ വീട്ടിലുള്ള ഞങ്ങൾക്ക് ഉൽക്കണ്ഠയുണ്ടാകുമായിരുന്നു. അസാധാരണമായിട്ടെന്തോ സംഭവിച്ചേക്കുമെന്ന തോന്നൽ. ചിലപ്പോൾ ഭാസ്കരനോട് സൂക്ഷിക്കണം..കരുതിയിരിക്കണം..

എന്നുപറയാറുണ്ട്. പക്ഷേ, അവന് ഒട്ടും ഭയമില്ലായിരുന്നു. എനിക്ക് ശത്രുക്കളുണ്ടാകാൻ ഞാനെന്താ വല്ലതെറ്റും ചെയ്യുന്നുണ്ടോ? എന്നാണവൻ ചോദിക്കുക. അത് ശരിയുമാണ്. അവൻ തെറ്റായിട്ടൊന്നും ചെയ്തിരുന്നില്ല. കമ്യൂണിസ്റ്റ് കാഴ്ചപ്പാടിൽ ജനങ്ങളെ അണിനിരത്താൻ ശ്രമിക്കുകയായിരുന്നു.. ഭാസ്കരയുടെ ഇളയച്ഛൻ സീനപൂജാരി ഓരോ കാര്യവും ഓർമിച്ചെടുത്തു.

ഭാസ്കര കുമ്പള

യുവത്വത്തിന്റെ വിപ്ലവപ്രതീകമായ ഭാസ്കരകുമ്പളയെ അറിയാനാണ് കേരളത്തിന്റെ വടക്കെ അറ്റത്തുള്ള തുളുനാട്ടിലെത്തിയത്. കുമ്പളയിൽ വണ്ടിയിറങ്ങിയാൽ സി പി എം ഏരിയാകമ്മിറ്റി ഓഫീസിലെത്താൻ അൽപ്പം നടക്കണം. ഭാസ്കര കുമ്പളയുടെ സ്മരണയിലാണ് ഓഫീസ് പ്രവർത്തിക്കുന്നത്. അവിടെ ഓഫീസ് സെക്രട്ടറിയും *ദേശാഭിമാനി* ഏജന്റുമായ രമേശ് കാത്തുനിന്നിരുന്നു. കൂടെ സീനപൂജാരിയുടെ മകൾ രേവതിയും. രേവതി ഡി വൈ എഫ് ഐ സ്റ്റേറ്റു കമ്മിറ്റിയംഗവും മഹിളാപ്രവർത്തകയും പഞ്ചായത്തുമെമ്പറുമാണ്. കാസർഗോഡ് കോ-ഓപ്പറേറ്റീവ് സൊസൈറ്റിയിലാണ് രേവതി ജോലി ചെയ്യുന്നത്. ഭാസ്കരണ്ണനെക്കുറിച്ച് എത്രപറഞ്ഞാലും അവൾക്ക് മതിയാവില്ല.

''അണ്ണൻ രക്തസാക്ഷിത്വം വരിക്കുമ്പോൾ ഞാൻ ഒമ്പതാം ക്ലാസിൽ പഠിക്കുന്നു. നാട്ടിലെല്ലാവർക്കും അദ്ദേഹം വലിയ ആവേശമായിരുന്നു. ഏതുകാര്യത്തിനും മുന്നിൽ നിൽക്കും. എന്തെങ്കിലും ആവശ്യത്തിന് ഭാസ്കരണ്ണനെ തേടിയാണ് ആളുകൾ വരുന്നത്. അണ്ണൻ വീട്ടിലെത്തിയാൽ ഞങ്ങൾക്കെല്ലാം ഉത്സാഹം കൂടും. വീട്ടിൽ രാഷ്ട്രീയമൊന്നും അങ്ങനെ ചർച്ച ചെയ്യില്ല. അണ്ണൻ പഠിക്കാൻ സമർഥനായിരുന്നു. എല്ലാപരീക്ഷകളിലും ഒന്നാം സ്ഥാനം നേടി. നന്നായി പഠിക്കണമെന്ന് ഞങ്ങളോടെല്ലാം പറയും. ഡിഗ്രി നേടിയാൽ അത് പാവങ്ങൾക്കായി ഉപയോഗപ്പെടുത്തണമെന്നാണ് ഉപദേശിക്കുക. എൽ എൽ ബി പഠിക്കണമെന്ന് തീരുമാനിച്ചത് വലിയ വക്കീലായി കേസ്സ് വാദിച്ച് പണമുണ്ടാക്കാനല്ല. പാവപ്പെട്ടവരുടെ നീതിയും നിയമവും ഉറപ്പ് വരുത്താനാണ്. അവർക്കുവേണ്ടി വാദിക്കാനാണ്. അന്ന് എൽ എൽ ബി

രണ്ടാം വർഷ പരീക്ഷയായിരുന്നു. പതിവുപോലെ അന്നും കാലത്തെഴുന്നേറ്റ് കുളിച്ച് കുറേനേരം വായിച്ചിരുന്നു. പിന്നെ ഏഴുമണിയോടെ വീട്ടിൽ നിന്നിറങ്ങിയതാണ്. പരീക്ഷയെഴുതാൻ മംഗലാപുരത്തെത്തണം. ഞങ്ങൾ സ്കൂളിൽ പോയിരുന്നു. കുറേകഴിഞ്ഞാണ് വാർത്തവന്നത്. ഹെഡ്മാസ്റ്റർ സ്കൂൾ വിട്ട് കുട്ടികളോടെല്ലാം വേഗം വീട്ടിലേക്ക് പോകാൻ പറഞ്ഞു. വീട്ടിലെത്തിയപ്പോൾ ആകെ നിലവിളിയായിരുന്നു.

മാധവും സങ്കടത്തോടെ ഓർക്കുന്നു

സഹോദരൻ മാധവ്

ഭാസ്കര കുമ്പളയുടെ ജ്യേഷ്ഠനാണ് മാധവ്. അമ്പതുവയസ്സായ മാധവ് നഗരത്തിലെ കച്ചവടക്കാരനാണ്. അനുജനെക്കുറിച്ച് ഓർക്കുമ്പോഴെല്ലാം ഇപ്പോഴും അദ്ദേഹം തേങ്ങിപ്പോകുന്നു. തുളുനാടിന്റെ ഉജ്ജ്വലനേതാവായിരുന്നു അവൻ. നാട്ടിന്റെയും വീട്ടിന്റെയും കണ്ണിലുണ്ണി. എല്ലാവരെയും സ്നേഹിക്കാനും സഹായിക്കാനുമേ അവനറിയൂ. ആരോടും ദേഷ്യപ്പെട്ട് കാണാറില്ല. ചെറിയ ക്ലാസ്സുതൊട്ടേ നന്നായി പഠിക്കും. മത്സരങ്ങളിൽ സമ്മാനങ്ങൾ നേടും. എം എ എക്കോണമിക്സ് കഴിഞ്ഞാണ് എൽ എൽ ബിക്ക് ചേർന്നത്. കമ്യൂണിസ്റ്റുചിന്ത ചെറുപ്പത്തിലേ വെച്ചുപുലർത്തിയിരുന്നു. ബാലസംഘത്തിലാണ് ആദ്യം പ്രവർത്തിച്ചത്. പിന്നെ എസ് എഫ് ഐ നേതാവായി. അതും കഴിഞ്ഞ് ഡി വൈ എഫ് ഐയുടെ ശക്തിയാവുകയായിരുന്നു. നാട്ടുകാർക്ക് ഉപകാരിയായിരുന്നു. ഭാസ്കരയുണ്ടെങ്കിൽ ആളുകൾക്ക് ധൈര്യമാണ്. രാഷ്ട്രീയത്തിൽ മാത്രമല്ല അവൻ ശ്രദ്ധിച്ചത്. യുവാക്കളെ സംഘടിപ്പിക്കുന്നതിന്റെ ഭാഗമായി ഒരു ക്ലബ്ബ് സ്ഥാപിച്ചു. 'ശ്രീകൃഷ്ണയുവക് മണ്ഡലം' എന്ന പേരിൽ. അതിന്റെ കീഴിൽ നാടകം പഠിപ്പിച്ചു. കബഡിയും വോളിബോളും പരിശീലിപ്പിച്ചു. നല്ല കളിക്കാർക്ക് അന്യദേശങ്ങളിൽ ചെന്ന് മത്സരിക്കാനുള്ള സഹായങ്ങൾചെയ്തുകൊടുത്തു. ഞങ്ങളുടെ ഒരിളയച്ഛൻ യക്ഷഗാനകലാകാരനായിരുന്നു. ഇളയച്ഛന്റെ പാരമ്പര്യം കിട്ടിയത് ഭാസ്കരനാണ്. നാട്ടിലെ യുവാക്കളെയാകെ ആകർഷിക്കാനുള്ള എന്തോ വശ്യത അവനിലുണ്ടായിരുന്നു. പക്ഷേ വർഗീയവാദികൾക്ക് കുമ്പളയിൽ കമ്യൂണിസം ശക്തിപ്പെടുന്നത് സഹിക്കാൻ പറ്റുമായിരുന്നില്ല.

വീട്ടുകാരുടെ പ്രിയപ്പെട്ട ഭാസു

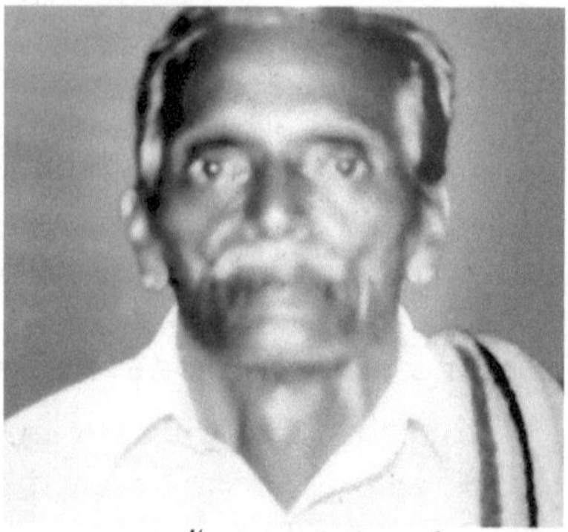
ഭാസ്കരയുടെ അച്ഛൻ

ഞങ്ങൾ ഭാസ്കര കുമ്പളയുടെ വീട്ടിലെത്തി. നഗരത്തിൽ നിന്ന് തെല്ലകലെ ഒരിറക്കത്തിലാണ് വീട്. വീട്ടിനടുത്ത് 'കൊറഗതനിയൻ' തെയ്യത്തിന്റെ കോവിലുണ്ട്. പഴയവീടാണ് വീട്ടുവരാന്തയിൽ ഇളയച്ഛൻ സീനപൂജാരി ഞങ്ങളെ സ്വാഗതം ചെയ്തു. അദ്ദേഹത്തിന് എഴുപത്തിമൂന്നുവയസ്സായി. ഭാര്യ കമലമ്മ ഞങ്ങൾക്ക് ചായയുണ്ടാക്കി തന്നു. സീനപൂജാരി സിപിഎം പ്രവർത്തകനാണ്. ഭാസ്കരയ്ക്ക് പ്രേരണയായത് ഇളയച്ഛനാണെന്നു പറയാം. വരാന്തയുടെ ചുമരിൽ ഭാസ്കരയുടെ വലിയ ഫോട്ടോയുണ്ട്. അദ്ദേഹത്തിന്റെ പിതാവ് പൂവപ്പപൂജാരിയുടെയും മാതാവ് കല്യാണിയമ്മയുടെയും ഫോട്ടോകളുമുണ്ട്. ഭാസ്കര ഓമനപ്പേരിലാണറിയുന്നത്. ഭാസു-ഭാചു എന്നാണ് വിളിക്കുക. ഭാസ്കരയുടെ അച്ഛൻ എൻ എം ആർ തൊഴിലാളിയായിരുന്നു. അൽപ്പം കൃഷിയുമുണ്ട്. എല്ലാം കൊണ്ട് ഒരു കണക്കിന് കഴിഞ്ഞു കൂടുകയായിരുന്നു. പാവപ്പെട്ടവരെ ചികിത്സിക്കാൻ ഒരാശുപത്രിയുണ്ടാക്കണമെന്നത് അവന്റെ സ്വപ്നമായിരുന്നു- സീനപൂജാരി പറഞ്ഞു. അതിനുവേണ്ടി അവൻ പെട്ടപാടിന് കണക്കില്ല. രാത്രിയും പകലും പരിശ്രമിച്ചു. കിട്ടാവുന്നിടത്തുനിന്നെല്ലാം പണം സ്വരൂപിച്ചു. കുമ്പളയിൽ സഹകരണാശുപത്രി തുടങ്ങണമെന്ന് ആദ്യം പാർട്ടി ആലോചിച്ചിരുന്നില്ല. ഭാസ്കരന്റെ ഉത്സാഹവും നിർബന്ധവും കൊണ്ട് സമ്മതം മൂളുകയായിരുന്നു. ആശുപത്രി തുടങ്ങിയപ്പോൾ അതിന്റെ സെക്രട്ടറിയായതും ഭാസ്കരയാണ്. ചികിത്സയ്ക്കായെത്തുന്ന പാവപ്പെട്ടവരെ സ്വന്തമായി സഹായിക്കാനും അവർ മുതിർന്നു. കാശില്ലാത്തവർക്ക് മരുന്ന് വാങ്ങിക്കൊടുത്തു. ഭാസ്കരയുടെ സഹായം കൊണ്ട് രോഗം മാറിയവർ ഇന്നും കണ്ണീരോടെ അവനെയോർക്കുന്നു. ഞങ്ങൾ വീട്ടിലുള്ളവർക്കെല്ലാം അവനൊരു ശക്തിയായിരുന്നു-സീനപൂജാരി പറഞ്ഞു. ആ കരുത്താണ് അകാലത്തിൽ നഷ്ടപ്പെട്ടത്.

ഭാസ്കരയുടെ അമ്മ

പ്രചോദനമായി കൊറഗതനിയന്റെചരിത്രം

ഭാസ്കരയുടെ വീടിനടുത്തൊരു കോവിലുണ്ട്. അവിടത്തെ തെയ്യം 'കൊറഗതനിയ'നാണ്. യൗവനത്തിന്റെ സമരതീക്ഷ്ണത പ്രകടിപ്പിച്ച ഒരു യുവാവിന്റെ ദുരന്തകഥയാണിതിനു പിന്നിലുള്ളത്. ഭാസ്കരയെ എന്നും പ്രചോദിപ്പിച്ച ചരിത്രമാണിത്. സമൂഹത്തിന്റെ കണ്ണിൽ നീചരും നികൃഷ്ടരുമായി കണക്കാക്കിയിരുന്ന കൊറഗവിഭാഗത്തിലെ ഒരു യുവാവാണ് നാടാകെ ആരാധിക്കുന്ന തെയ്യക്കോലമായത്. മംഗലാപുരത്തിനടുത്ത ജപ്പു എന്ന പ്രദേശത്താണ് കൊറഗതനിയ ജനിച്ചത്. ചെറുപ്പത്തിലെ മാതാപിതാക്കൾ മരണപ്പെട്ടു. അനാഥനായിത്തീർന്ന അവനെ ബൈരക്കയെന്ന ഈഴവസ്ത്രീ ഏറ്റെടുത്തു. അവർക്ക് വേറെയും രണ്ട് മക്കളുണ്ടായിരുന്നു. ബൈരക്ക അവനെ പ്രത്യേകം കുടിൽകെട്ടി താമസിപ്പിച്ചു. അവന് ഉപ്പും ചോറും കൊടുത്തു. അവന്റെ വരവോടെ ബൈരക്കയുടെ തറവാട്ടിൽ ഐശ്വര്യം കളിയാടി. അങ്ങനെയിരിക്കെയാണ് എണസൂർ തറവാട്ടിൽ കളിയാട്ടം നിശ്ചയിച്ചത്. ബൈരക്കയുടെ വകയായാണ് തെങ്ങിൻതിരിയും വാഴത്തണ്ടും കൊണ്ടുപോകേണ്ടത്. ഇതെല്ലാം ഒറ്റയ്ക്ക് ചുമന്നു പോകുവാൻ നിയോഗിക്കപ്പെട്ടത് കൊറഗതിയനാണ്. തൊടലും തീണ്ടലും ശക്തിയായി നിലനിന്നകാലമാണത്. ഉത്സവം നടക്കുന്ന സ്ഥലത്തിന് ദൂരെവച്ചുതന്നെ അവനെ തടഞ്ഞുനിർത്തി. തീണ്ടൽ ജാതിക്കാരൻ പന്തലിനകത്ത് കടക്കരുതെന്ന് കൽപ്പിച്ചു. കൊറഗതനിയന്റെ അഭിമാനത്തിന് ക്ഷതമേറ്റു. ഞാൻ കൊണ്ടുവന്ന തിരിയോലയും വാഴത്തടിയും സ്വീകരിക്കാം. ഞാൻ മാത്രം മാടത്തിനടുത്ത് വരരുത്. ഇതെന്തു ന്യായം! കാര്യക്കാരുടെ കൽപ്പന വകവെക്കാതെ കൊറഗതനിയൻ മുന്നോട്ടു നീങ്ങി. മാടത്തിനകത്ത് കടന്ന് അയിത്തത്തിന്റെ മതില് തകർത്തെറിഞ്ഞു. മാടത്തിന്റെ മേൽക്കൂരയിൽ കയറി അവിടെയുള്ള നാരകത്തിൽ നിന്നും മാതളനാരകം പറിച്ചു. ഇത് കണ്ട് മറ്റുതെയ്യങ്ങൾ അവനെ ഇല്ലാതാക്കി എന്ന് തോറ്റം പാട്ടിലുണ്ട്. പക്ഷേ, കൊറഗനായ ആ യുവാവ് കൊല ചെയ്യപ്പെടുകയായിരുന്നിരിക്കാം എന്നു വേണം കരുതാൻ. മരത്തിൽ നിന്ന് വീണു മരിച്ചു എന്നും പാഠഭേദമുണ്ട്. പിന്നീട് ആ യുവാവിനെ സ്മരിക്കാനായി തെയ്യക്കോലം കെട്ടിയാടിച്ചുതുടങ്ങിയിരിക്കണം.

ഭാസ്കര ഈ കഥ ഇടയ്ക്കിടെ ഓർക്കുകയും പറയുകയും ചെയ്യും. താനിഷ്ടപ്പെടുന്ന തെയ്യക്കോലത്തിന്റേതു പോലുള്ള അനുഭവം തന്നെ ഒടുവിൽ അദ്ദേഹത്തിനുമുണ്ടായി.

സത്യവതിയും സങ്കടം കടിച്ചിറക്കുന്നു

ഭാസ്കര കുമ്പളക്ക് നാലുസഹോദരിമാരാണ്. പത്മാവതി, രമണി, ജയന്തി, സത്യവതി. പത്മാവതിയുടെ മകൾ ഗീത കാസർഗോഡ് ദേലമ്പാടി പഞ്ചായത്ത് പ്രസിഡന്റാണ്. ഭാസ്കര സ്ഥാപിച്ച സഹകരണ ആശുപത്രിയിലാണ് ഇളയസഹോദരി സത്യവതി ജോലി ചെയ്യുന്നത്.

സഹോദരി സത്യവതി

എന്തിനും മുന്നിട്ടിറങ്ങുന്നതായിരുന്നു അണ്ണന്റെ സ്വഭാവമെന്ന് സത്യവതി പറഞ്ഞു. വാക്കിൽ മാത്രമല്ല പ്രവൃത്തിയിലും അദ്ദേഹം കമ്യൂണിസ്റ്റായിരുന്നു. കുമ്പള പഴയകാലം തൊട്ടെ അയിത്തവും അനാചാരങ്ങളും നില നിന്നനാടാണ്. വർഗീയവാദികൾക്കായിരുന്നു മുൻതൂക്കം. പക്ഷേ ഭാസ്കരണ്ണയുടെ വളർച്ച അതിനെല്ലാം തടസ്സമായി. യുവത്വത്തിന് എക്കാലത്തേക്കും ആവേശമായി അദ്ദേഹം മാറി. വീട്ടിൽ പാർട്ടികാര്യമൊന്നും പറയാറില്ലായിരുന്നു. എങ്കിലും സൂക്ഷിക്കണമെന്ന് ഇളയച്ഛനും അമ്മയും ഓർമിപ്പിക്കും. ഞാനാർക്കും ദോഷം പ്രവർത്തിച്ചില്ലെന്നു പറഞ്ഞ് അമ്മയെ സമാധാനിപ്പിക്കും. രാത്രിയിൽ വന്നാൽ ഉണ്ണുമ്പോൾ അമ്മ അടുത്തുതന്നെയിരിക്കും. ഒരു സന്ദർഭത്തിൽ നാടുവിട്ട് എവിടെയെങ്കിലും പോയി ജോലിയെടുത്തു ജീവിക്കണമെന്ന് ചിന്തിച്ചിരുന്നു. സുഹൃത്തുക്കളും സഖാക്കളും നാട്ടിൽ തന്നെ നിൽക്കണമെന്ന് പ്രേരിപ്പിച്ചു. ഭാവിയിലെ വലിയൊരു നേതാവിനെ അവർ ഭാസ്കരണ്ണനിൽ കണ്ടിരുന്നു. ഒരു ദിവസം രാത്രിയിൽ അണ്ണനെ ശത്രുക്കൾ പിന്തുടർന്നിരുന്നതായി അനുഭവപ്പെട്ടിരുന്നു. അണ്ണൻ വീട്ടിലെത്തി കുറച്ചുകഴിഞ്ഞപ്പോൾ നായ്ക്കൾ കൂട്ടത്തോടെ കുരച്ചു. ഇളയച്ഛൻ ഇറങ്ങിനോക്കിയെങ്കിലും ആരെയും കണ്ടെത്താനായില്ല. ആരോ അണ്ണനെ അപായപ്പെടുത്തുവാൻ തക്കം പാർത്തുവന്നിരുന്നു എന്നുതന്നെ ഞങ്ങൾ സംശയിച്ചു. അദ്ദേഹത്തിന് ഒരു കുലുക്കവുമില്ലായിരുന്നു. മരണത്തെ ഒട്ടും ഭയപ്പെട്ടിരുന്നില്ല. എപ്പോഴും ഭാവിയെക്കുറിച്ച് പറയുകയും ചിന്തിക്കുകയും ചെയ്യും. പക്ഷേ, അന്നുരാവിലെ പരീക്ഷയെഴുതാൻ ഇറങ്ങിപ്പോയ ഭാസ്കരണ്ണ... തിരികെ വന്നില്ല.

ബഡവരിഗെ ആശുപത്രി

ബഡവറു എന്ന് പറഞ്ഞാൽ ദരിദ്രർ. ഞങ്ങൾ കുമ്പളസഹകരണ ആശുപത്രിയിൽ ചെന്നു. ആതുരശുശ്രൂഷാരംഗത്ത് ഇന്ന് ഈ സ്ഥാപനം ഫലപ്രദമായി ഇടപെടുന്നു. ഞങ്ങൾ ഇപ്പോഴത്തെ സെക്രട്ടറി രാധാകൃഷ്ണ പുത്തിഗെയെ കണ്ടു. ഭാസ്കരയുടെ വലം കൈയായിരുന്നു രാധാകൃഷ്ണ. അദ്ദേഹത്തെ യുവജനസംഘടനയിലേക്ക് കൊണ്ടുവന്നത് ഭാസ്കരയാണ്. ഭാസ്കരനില്ലാത്ത കുമ്പളയെക്കുറിച്ച് ഞങ്ങൾക്കിപ്പോഴും ഓർക്കാനാകുന്നില്ല–രാധാകൃഷ്ണ പറഞ്ഞു. കുമ്പളയിൽ ഉദിച്ചുയർന്ന സൂര്യതേജസ്സായിരുന്നു അദ്ദേഹം. ജാതി, മതം, അന്ധവിശ്വാ

സം, അനാചാരം എന്നിവയിൽ കുടുങ്ങിക്കഴിഞ്ഞാൽ ജീവിതത്തിന് അർഥ മില്ലാതാകുമെന്ന് ഭാസ്കരപറയും. തുളുനാട്ടിന്റെ ഹീറോ ആയിരുന്നു അദ്ദേഹം. നല്ല സംഘാടകൻ, ഉജ്ജ്വലവാഗ്മി, യുവാക്കളുടെ തോഴൻ യുവജനങ്ങളെ സംഘടിപ്പിക്കുവാൻ മംഗലാപുരത്തും കുന്താപുരത്തും ബണ്ട്വാളിലും ഭാസ്കര സഞ്ചരിച്ചിരുന്നു. തുളുവിലാണ് പ്രസംഗിക്കുക. രക്തിസാക്ഷിത്വം വരിക്കുന്നതിന് മുമ്പ് കുമ്പളയിൽ ഡി വൈ എഫ് ഐജില്ലാസമ്മേളനം നടന്നിരുന്നു. സ്വാഗതസംഘം കൺവീനറായത് ഭാസ്കര. ആ സമ്മേളനത്തിൽ യുവാക്കൾ ഒഴുകിയെത്തിയിരുന്നു. കുമ്പ ളനാട് ചെങ്കൊടിത്തണലിലേക്ക് മാറുന്ന കാഴ്ച ഹിന്ദുവർഗീയവാദികളെ വിറളിപിടിപ്പിച്ചു. ജില്ലാസമ്മേളനം ഉദ്ഘാടനം ചെയ്തത് ഇ കെ നായ നാരാണ്. അന്നത്തെ ഭാസ്കരയുടെ സ്വാഗതപ്രസംഗം തുളുനാട്ടിന്റെ മനസിൽ ഇപ്പോഴും മുഴങ്ങുന്നുണ്ട്. പാർട്ടിസഖാക്കളുടെ കുടുംബപ്ര ശ്നങ്ങൾ പോലും കണ്ടറിഞ്ഞ് പരിഹരിക്കാൻ ഭാസ്കര ശ്രദ്ധിച്ചിരുന്നു. ഹിന്ദുവർഗീയഫാസിസത്തിനെതിരെ ഉയർന്നുനിന്ന മതിലായിരുന്നു ഭാസ്കര. 1992 ൽ ബാബറി മസ്ജിദ് തകർക്കാൻ പോയ ചില കർസേവ കർ കുമ്പള പ്രദേശത്തുണ്ടായിരുന്നു. പിൽക്കാലത്ത് അവരെ പോലും ഡി വൈ എഫ് ഐയുടെ ഭാഗമാക്കാൻ ഭാസ്കരയ്ക്ക് കഴിഞ്ഞു. തുളു വിലും കന്നടത്തിലും മലയാളത്തിലും അദ്ദേഹം നന്നായി പ്രസംഗിക്കും. അപൂർവമായ വ്യക്തിത്വമായിരുന്നു അദ്ദേഹത്തിന്റേത്. 1997 ജനുവരി യിലാണ് ഡി വൈ എഫ് ഐ തെക്കൻ കർണാടക ജില്ലാസമ്മേളനം കുന്ദാപുരത്ത് നടന്നത്. സമ്മേളനത്തിന്റെ മുഖ്യആകർഷകം ഭാസ്കര കുമ്പളയായിരുന്നു. സമ്മേളനത്തെ അഭിസംബോധന ചെയ്തുകൊണ്ട് തുളുവിൽ അദ്ദേഹം പ്രസംഗിച്ചു. "സഖാക്കളേ.. സുഹൃത്തുക്കളേ ഇനി വരാനിരിക്കുന്ന ഓരോ സൂര്യോദയവും ഡി വൈ എഫ് ഐ എന്ന യുവ ജനപ്രസ്ഥാനത്തിന്റെ തെക്കൻ കർണാടകത്തിലെ സൂര്യോദയമായി ത്തീരും. ഇതിനായി ഓരോ പ്രതിനിധി സഖാവും അർപ്പണ മനോഭാവ ത്തോടെ പ്രവർത്തിക്കണം." പ്രസംഗം തീർന്നിട്ടും ജനത്തിന് മതിവ ന്നില്ല. ആ വാക്കും ശൈലിയും ശബ്ദവും ജനഹൃദയങ്ങളിൽ ആണ്ടിറ ങ്ങുന്നതായിരുന്നു.

ബലിയാദ ഭാസ്കര കുമ്പള

1997 ഏപ്രിൽ 22 ന്റെ പ്രഭാതം പതിവുപോലെ ഭാസ്കര പുസ്തക ങ്ങളുമായി വീട്ടിൽനിന്നിറങ്ങുന്നു. കുമ്പള ബസ്സ്റ്റാന്റിലേക്ക് പത്തുമി നിട്ടോളം നടക്കണം. മംഗലാപുരത്തേക്കുള്ള ബസിന്റെ സൈഡ്സീറ്റി ലാണ് കയറിയിരുന്നത്. സംശയത്തിനുള്ള യാതൊരു സൂചനയുമില്ലാ യിരുന്നു. അടുത്തിരുന്നവരോട് കുശലം പറഞ്ഞും ചിരിച്ചും ഇടയ്ക്കിടെ പുസ്തകത്തിൽ കണ്ണോടിച്ചും അങ്ങനെ ബസിലിരിക്കുകയായിരുന്നു. കൊലയാളി സംഘത്തിൽ പെട്ടവരിൽ ഒരാൾ അതേ ബസിൽ കയറിയി രുന്നെന്നാണ് പറയപ്പെടുന്നത്. ബസ്സ് കേരള അതിർത്തികടന്ന് തെക്കോട്ട്

ഏക്കൂർ എന്ന സ്ഥലത്തെത്തുകയായിരുന്നു. 'അനുരാധ' എന്ന് പേരുള്ള ബസാണ്. ഏക്കൂരിലെത്തുന്നതിനുമുമ്പുതന്നെ കൊലയാളിസംഘം ബസിൽ സ്ഥാനം പിടിച്ചിരുന്നു. ഏക്കൂരിലെത്തിയതും ഭാസ്കരനുനേരെ ആക്രമണം നടന്നു. കൊലയാളിയുടെ കൈകളിൽ വാളുകളുണ്ടായിരുന്നു. ബസ് യാത്രക്കാർ ബഹളം കൂട്ടി. കൂട്ടനിലവിളിയുയർന്നു. സ്വാഭാവികമായും ബഹളം കേട്ട് ഡ്രൈവർ ബസ്സ് നിർത്തേണ്ടതാണ്. എന്നാൽ നിർത്താതെ ഓടിയ ബസ്സ് ഫിഷറീസ് കോളേജിനു മുന്നിലാണ് നിന്നത്. നിലവിളിച്ചുകൊണ്ടുതന്നെ ആളുകൾ ചാടിയിറങ്ങി.സമീപത്തുള്ളവർ ആശ്ചര്യത്തോടെ ഓടിയെത്തി. വെട്ടേറ്റ ഭാസ്കര തന്നെ ആശുപത്രിയിലെത്തിക്കണമെന്ന് പറഞ്ഞതായി ഡ്രൈവർ മൊഴി കൊടുത്തിരുന്നത്രെ. എന്നാൽ ആ മൊഴി സത്യസന്ധമല്ലെന്ന് പാർട്ടിപ്രവർത്തകർ പറയുന്നു. മർമ്മസ്ഥാനം നോക്കിയാണ് കൊലയാളികൾ ആക്രമിച്ചത്. കുത്തേറ്റ് സീറ്റിനടിയിലേക്ക് കുഴഞ്ഞു വീണ ഭാസ്കരന് എഴുന്നേൽക്കാനോ സംസാരിക്കാനോ കഴിയുമായിരുന്നില്ല. അദ്ദേഹത്തിന്റെ ശരീരത്തിൽ ഇരുപത്തേഴ് മുറിവുകളുണ്ടായിരുന്നു. ബസ്സ് നിന്ന ഉടൻ ഘാതകർ ഓടിരക്ഷപ്പെട്ടു.ഉടൻതന്നെ ഭാസ്കരയെയുംകൊണ്ട് ബസ്സ് മംഗലാപുരം യൂനിറ്റി ആശുപത്രയിലെത്തി. പക്ഷേ, ഭാസ്കര ഈ ലോകത്തോട് വിടപറഞ്ഞുകഴിഞ്ഞിരുന്നു. പട്ടാപ്പകൽ ബസിന്നുള്ളിൽനടന്ന ദുരന്തം കാസർഗോഡിന്റെ ശാന്തതയെ തകർത്തെറിഞ്ഞു.

രാവിലെ ഒമ്പതുമണിയോടെ വാർത്ത കുമ്പളയിലെത്തി. കേട്ടവർ കേട്ടവർ മംഗലാപുരത്തേക്ക് പുറപ്പെട്ടു. ആശുപത്രിയിലെത്തിയവർ തേങ്ങിക്കരയുകയായിരുന്നു. അജാതശത്രുവെന്നും അഭിമന്യുതുല്യനെന്നും വിശേഷിപ്പിക്കപ്പെട്ട ഭാസ്കര കുമ്പളയുടെ മൃതദേഹം വൻജനാവലിയുടെ സാന്നിധ്യത്തിൽ സംസ്കരിച്ചു.

കൊലയ്ക്കുപിന്നിൽ

ഭാസ്കരകുമ്പളയുടെ സ്മരണയ്ക്കായി ഡി വൈ എഫ് ഐ പുറത്തിറക്കിയ കന്നഡ പത്രത്തിൽ കൊലയ്ക്കുപിന്നിലെ ശക്തിയെക്കുറിച്ച് വിവരിക്കുന്നു–'നാട്ടിലെ വർഗീയഫാസിസത്തിനെതിരായുള്ള പോരാട്ടത്തിൽ മുമ്പന്തിയിലണിനിരക്കുന്ന യുവജന നേതാവാണ് ഭാസ്കര കുമ്പള. രാജ്യത്തിന്റെ ഐക്യത്തിനും മതനിരപേക്ഷതയുടെ സംരക്ഷണത്തിനും സന്ധിയില്ലാതെ പോരാടുന്ന സംഘടനയാണ് ഡി വൈ എഫ് ഐ 'ദേഹം ഛിദ്രമായാലും ദേശം ഛിദ്രമാകരുത്' എന്നാണ് ഭാസ്കര ആഹ്വാനം ചെയ്തത്. അതുകൊണ്ടുതന്നെ ഡി വൈ എഫ് ഐയെ ശത്രുവായിട്ടാണ് സംഘപരിവാറും വർഗീയവാദികളും കണ്ടത്. ജാതിക്കതീതമായി യുവാക്കൾ സംഘടിക്കുന്നത് അവർക്ക് സഹിക്കാൻ കഴിയുമായിരുന്നില്ല. പിന്നിൽ നിന്ന് കഠാരി പ്രയോഗിക്കുന്ന ഹീനസംസ്കാരമാണ് വർഗീയവാദികൾക്കുള്ളത്. കുമ്പള പ്രദേശം ബി ജെ പിയുടെ ശക്തികേന്ദ്രമായിരുന്നു. നിരന്തരം വർഗീയലഹളകൾ നടന്നുകൊണ്ടി

ഭാസ്കരകുമ്പളയുടെ രക്തസാക്ഷികുടീരം

രുന്ന നാടാണിത്. ബാബറിമസ്ജിദ് തകർക്കാൻ ഇവിടെനിന്ന് അനേകം പേർ പോയിരുന്നു. കഴിഞ്ഞ തിരഞ്ഞെടുപ്പിൽ കുമ്പള ഉൾപ്പെട്ട മഞ്ചേശ്വരം നിയോജകമണ്ഡലത്തിൽ ബി ജെ പി ചെറിയ വോട്ടിനാണ് തോറ്റത്. അടുത്ത തിരഞ്ഞെടുപ്പിലെങ്കിലും സീറ്റുറപ്പാക്കണമെന്നവർ നിശ്ചയിച്ചിരുന്നു. എന്നാൽ അവരുടെ കണക്കുക്കൂട്ടലുകൾ പിഴച്ചുപോയി. ഭാസ്കരന്റെ നേതൃത്വത്തിൽ വർഗീയതയ്ക്കെതിരെ അതിശക്തമായ പ്രചാരം തന്നെ നടത്തി. ബാബറിമസ്ജിദ് തകർന്ന സന്ദർഭത്തിൽ കുമ്പളയിൽ ഭാസ്കര മുൻകൈയെടുത്ത് മതസൗഹാർദറാലിയും സ്നേഹസംഗമങ്ങളും സംഘടിപ്പിച്ചു. എല്ലാറ്റിലും പ്രധാനപ്രാസംഗികൻ ഭാസ്കരയായിരുന്നു. ഹിന്ദുവർഗീയവാദത്തിന്റെ ആപത്തുകളെക്കുറിച്ച് അദ്ദേഹം ജനങ്ങളെ ബോധ്യപ്പെടുത്തി. ബാബറിമസ്ജിദ് തകർക്കാൻ പോയവർക്ക് ആ പ്രസംഗം മനപ്പരിവർത്തനമുണ്ടാക്കി. പിന്നീട് നടന്ന ഡി വൈ എഫ് ഐ ജില്ലാസമ്മേളനത്തിൽ കുമ്പളനാടിന്റെ ഓരോമൂലയിൽ നിന്നും യുവജനങ്ങൾ പങ്കെടുത്തു. ഇതിങ്ങനെ പോയാൽ മഞ്ചേശ്വരം നിയോജകമണ്ഡലം കൈവിട്ടുപോകുമെന്ന് സംഘപരിവാർ ശങ്കിച്ചു. ഭാസ്കരയെ ശാരീരികമായി ഇല്ലായ്മ ചെയ്തെങ്കിലേ തങ്ങൾക്ക് രക്ഷയുള്ളൂ എന്നവർ നിശ്ചയിച്ചു. ആ തീരുമാനമാണ് പ്രയോഗത്തിൽ വരുത്തിയത്..'

എം രാജഗോപാൽ പറയുന്നു

ഭാസ്കര കുമ്പള രക്തസാക്ഷിത്വം വരിക്കുമ്പോൾ ഡി വൈ എഫ്

ഐ ജില്ലാസെക്രട്ടറി എം രാജഗോപാലനായിരുന്നു. കുമ്പളദേശത്ത് അനാഥമായിരുന്ന സംഘടനയെ ശക്തിപ്പെടുത്തിയതും ഭാസ്കരയാണെന്ന് അദ്ദേഹം പറഞ്ഞു. അനന്യസാധാരണമാണ് ആ ലീഡർഷിപ്പ് ഓരോരുത്തരുടെയും കഴിവുകൾ കണ്ടറിഞ്ഞ് പ്രോത്സാഹിപ്പിക്കാൻ സഖാവ് ശ്രദ്ധിച്ചിരുന്നു. കക്ഷിഭേദമെന്യേ യുവാക്കൾക്കിടയിൽ ഭാസ്കര സ്വാധീനം ചെലുത്തി. ആ സ്വാധീനം സംഘടനയെ വളർത്തുന്നതിൽ പ്രയോജനപ്പെടുത്തി. ചെങ്കൊടിയുടെ തണലിലേക്ക് കുമ്പളനാടിനെ നയിക്കുന്നതിൽ ഭാസ്കരവഹിച്ച പങ്ക് എന്നെന്നും സ്മരിക്കപ്പെടും.

ഭാസ്കരയുടെ കവിത

ഭാസ്കര നല്ല എഴുത്തുകാരനായിരുന്നു. കന്നഡപത്രങ്ങളിലാണെഴുതിയിരുന്നത്. ലേഖനങ്ങളും കഥകളും കവിതകളുമെഴുതി. 'ജനമുക്തിവാഹിനി' എന്ന സാംസ്കാരികസംഘടന പുറത്തിറക്കിയ മാസികയിൽ ഭാസ്കര എഴുതിയ ഒരു കവിതയുണ്ട്. പത്തുവർഷം കഴിഞ്ഞ് സംഭവിക്കാനിരിക്കുന്ന സ്വന്തം മരണത്തെ മുന്നിൽ കണ്ടെന്നതുപോലെ എഴുതിയ ആ കവിതയിലെ ചില വരികളിങ്ങനെ...

നീ... ഒരു കുയിലാണെങ്കിൽ
ചുറ്റുമുള്ളത് കാക്കകളാണ്
നീ കുയിലാണെന്ന് അവരറിയില്ല..
സത്യത്തിന്റെ വഴി..
മരണത്തിലേക്കുള്ള വഴിയാണെന്ന്
അവർ പഠിപ്പിക്കും
ഓർക്കുക
മാർഗമധ്യേ നിന്റെ വാഹനം
തടഞ്ഞുനിർത്തപ്പെടാം
നിന്റെ ശരീരം വാഹനത്തിൽനിന്ന്
പുറത്തേക്ക് വലിച്ചിഴയ്ക്കപ്പെടാം
പിന്നെ.., നിന്റെ അവയവങ്ങൾ
വേർപെടുത്തപ്പെട്ടേക്കാം..
നിന്റെ കർത്തവ്യത്തിന്റെ വസ്ത്രം
രക്തത്തിൽ കുതിർന്നേക്കാം.
ക്രൂരരായ സ്വാർത്ഥികൾ
നിന്റെ രക്തം കുടിച്ച് ദാഹം തീർത്തേക്കാം
ജനങ്ങളുടെ നിലവിളികൾക്കൊപ്പം
ഘാതകർ രക്ഷപ്പെട്ടേക്കാം.

www.ingramcontent.com/pod-product-compliance
Lightning Source LLC
LaVergne TN
LVHW100835051026
849519LV00006B/2307